越南语泛读

GIÁO TRÌNH ĐỌC HIỂU TIẾNG VIỆT

王彦 编注

图书在版编目(CIP)数据

越南语泛读/王彦编注. —北京：北京大学出版社，2011.2
ISBN 978-7-301-18497-4

Ⅰ.①越… Ⅱ.①王… Ⅲ.①越南语－阅读教学－自学参考资料 Ⅳ.①H44

中国版本图书馆 CIP 数据核字(2010)第 010536 号

| 书　　　　名：越南语泛读
| 著作责任者：王　彦　编注
| 责 任 编 辑：宣　瑄
| 标 准 书 号：ISBN 978-7-301-18497-4/H·2747
| 出 版 发 行：北京大学出版社
| 地　　　　址：北京市海淀区成府路 205 号　100871
| 网　　　　址：http://www.pup.cn
| 电　　　　话：邮购部 62752015　发行部 62750672　编辑部 62759634　出版部 62754962
| 电 子 信 箱：zbing@pup.pku.edu.cn
| 印　刷　者：山东省高唐印刷有限责任公司
| 经　销　者：新华书店
| 　　　　　　787 毫米×1092 毫米　16 开本　11.75 印张　263 千字
| 　　　　　　2011 年 2 月第 1 版　2011 年 2 月第 1 次印刷
| 定　　　　价：32.00 元

未经许可，不得以任何方式复制或抄袭本书之部分或全部内容。
版权所有，侵权必究
举报电话：(010)62752024　电子信箱：fd@pup.pku.edu.cn

前　言

"越南语泛读"是北京大学外国语学院越南语专业一门重要的必修课，其教学要求是通过对越南语原文的阅读，在提高学生阅读理解能力、加快阅读速度、扩大词汇量的同时，使学生对越南社会文化有进一步的了解和认识。本课程在专业课程设置上起着承上启下的作用，是低年级基础课和高年级专业课的衔接与过渡，固定教材的出版将有利于教学的完成和教学的效果。2008年北京大学教材建设委员会将本书作为立项教材批准编写、出版。

本教材主要选编有关政治、经济、军事、外交、教育、历史、宗教、语言、艺术等不同领域的越南语文章，努力涵盖越南社会文化的方方面面。因为本专业设有"越南现代小说选读"课，配有专门的《越南现代小说选读》教材，所以文学性文章不在选编之列。本教材文章的选编更侧重其内容的广泛性、典型性、稳定性，而不是时效性；更注重其语言的规范性、准确性，而不是流行性。

本教材选编了29篇文章，基本每课一篇，个别较长的文章分为两课，或两、三篇较短的文章组成一课，共30课，配合本专业二年级下、三年级上两学期每周两学时的"越南语泛读"课使用。课文后的注释主要对一些人名、地名、组织机构、俗语、外来语、缩略语、专有名词、特殊事件等加以解释，以期帮助学生更好地理解文章。

本教材不仅适用于本专业学生，还适用于其他院校和社会上学习越南语的学生，有利于学生在学习越南语的同时，加深对越南社会文化的全面了解。

本教材在编注过程中得到许多老师、朋友的热情帮助，在此表示衷心的感谢。感谢北京大学教材建设委员会与北京大学出版社的支持与帮助。

由于水平及掌握的资料有限，书中的疏漏之处，望读者批评指正。

编者

2010年10月

目 录

BÀI SỐ 1
NHIỆM VỤ CÁCH MẠNG, CHỦ TRƯƠNG ĐỐI NGOẠI VÀ NHỮNG BIỆN PHÁP NGOẠI GIAO ĐẦU TIÊN CỦA NHÀ NƯỚC VIỆT NAM DÂN CHỦ CỘNG HÒA (I)
越南民主共和国首要的革命任务、对外主张以及外交措施（上） ················1

BÀI SỐ 2
NHIỆM VỤ CÁCH MẠNG, CHỦ TRƯƠNG ĐỐI NGOẠI VÀ NHỮNG BIỆN PHÁP NGOẠI GIAO ĐẦU TIÊN CỦA NHÀ NƯỚC VIỆT NAM DÂN CHỦ CỘNG HÒA (II)
越南民主共和国首要的革命任务、对外主张以及外交措施（下） ················6

BÀI SỐ 3
MỘT SỐ ĐIỂM CẦN CHÚ Ý KHI SỬ DỤNG THUỐC NAM
使用南药时需要注意的几点 ··11

BÀI SỐ 4
THIÊN NHIÊN VIỆT NAM VÀ VẤN ĐỀ SỬ DỤNG KINH TẾ
越南自然资源及其经济开发利用 ··15

BÀI SỐ 5
NỀN KINH TẾ HÀNG HÓA NHIỀU THÀNH PHẦN VẬN HÀNH THEO CƠ CHẾ THỊ TRƯỜNG CÓ SỰ QUẢN LÝ CỦA NHÀ NƯỚC THEO ĐỊNH HƯỚNG XÃ HỘI CHỦ NGHĨA
沿着社会主义方向、由国家管理、按照市场机制运行的多种成分的商品经济 ···20

BÀI SỐ 6
ĐỔI MỚI GIÁO DỤC (I)
教育革新（上） ··24

BÀI SỐ 7
ĐỔI MỚI GIÁO DỤC (II)
教育革新（下） ··29

BÀI SỐ 8
VĂN HÓA HOA - CÂY CẢNH
花—盆景文化 ··34

BÀI SỐ 9
LỜI NÓI ĐẦU CỦA "KẾT THÚC CUỘC CHIẾN TRANH 30 NĂM"
《30年战争的终结》序 40

BÀI SỐ 10
PHONG TRÀO ĐÔNG DU TRONG GIAO LƯU VĂN HÓA VIỆT - NHẬT
越日文化交流中的东游运动 46

BÀI SỐ 11
TUYÊN NGÔN ĐỘC LẬP
独立宣言 53

DI CHÚC
遗嘱 55

BÀI SỐ 12
KHÁI NIỆM VĂN HÓA VÀ CÁC KHÁI NIỆM KHÁC
文化概念与其他概念 58

BÀI SỐ 13
CHỮ QUỐC NGỮ TRONG LỊCH SỬ TIẾNG VIỆT
越南语言史上的国语字 64

BÀI SỐ 14
TÍNH ĐA DẠNG VÀ TÍNH THỐNG NHẤT CỦA TỰ NHIÊN VIỆT NAM
越南自然地理的多样性和统一性 70

BÀI SỐ 15
NGHỆ THUẬT SÂN KHẤU CỔ TRUYỀN VIỆT NAM
越南传统舞台艺术 75

BÀI SỐ 16
KẾT LUẬN VỀ CUỘC TỔNG TIẾN CÔNG VÀ NỔI DẬY NĂM 1968
关于1968年总攻势与总奋起的结论 81

BÀI SỐ 17
ẢNH HƯỞNG PHẬT GIÁO QUA QUÁ TRÌNH HỘI NHẬP VĂN HÓA VIỆT NAM
融入越南文化过程中佛教的影响 87

BÀI SỐ 18
SỰ TÁC ĐỘNG CỦA VIỆC GIA TĂNG DÂN SỐ ĐỐI VỚI NỀN KINH TẾ - XÃ HỘI VIỆT NAM
人口增长对越南经济—社会的影响 95

BÀI SỐ 19
GIA ĐÌNH VIỆT NAM
越南家庭 101

BÀI SỐ 20
LÊN ĐƯỜNG
上路 ··· 107

BÀI SỐ 21
TƯ TƯỞNG HỒ CHÍ MINH VỀ XÂY DỰNG NỀN VĂN HÓA VIỆT NAM
胡志明关于越南文化建设的思想 ······································· 114

BÀI SỐ 22
LỜI ĐẦU SÁCH NÓI Ở CUỐI SÁCH CỦA "HỌA SĨ TRẦN VĂN CẨN"
《画家陈文瑾》后记 ··· 120

BÀI SỐ 23
ĐẶC ĐIỂM CỦA CÁC DÂN TỘC THIỂU SỐ Ở VIỆT NAM
越南少数民族的特点 ··· 126

BÀI SỐ 24
VĂN HÓA LÀNG VIỆT NAM（I）
越南乡村文化（上） ··· 132

BÀI SỐ 25
VĂN HÓA LÀNG VIỆT NAM（II）
越南乡村文化（下） ··· 138

BÀI SỐ 26
NHÀ NƯỚC CỘNG HÒA XÃ HỘI CHỦ NGHĨA VIỆT NAM—CHỦ THỂ CAO NHẤT CỦA QUẢN LÝ NHÀ NƯỚC VỀ KINH TẾ
越南社会主义共和国——国家经济管理的最高主体 ················· 145

BÀI SỐ 27
PHÚ XUÂN - HUẾ
富春—顺化 ·· 151

BÀI SỐ 28
PHONG CÁCH ẨM THỰC CỦA NGƯỜI VIỆT（I）
越南人的饮食风格（上） ··· 158

BÀI SỐ 29
PHONG CÁCH ẨM THỰC CỦA NGƯỜI VIỆT（II）
越南人的饮食风格（下） ··· 165

BÀI SỐ 30
KINH NGHIỆM CỦA MỘT SỐ NƯỚC ĐÔNG Á SAU KHI GIA NHẬP WTO
东亚一些国家加入WTO后的经验 ······································ 172

BÀI SỐ 1
NHIỆM VỤ CÁCH MẠNG, CHỦ TRƯƠNG ĐỐI NGOẠI VÀ NHỮNG BIỆN PHÁP NGOẠI GIAO ĐẦU TIÊN CỦA NHÀ NƯỚC VIỆT NAM DÂN CHỦ CỘNG HÒA (I)
越南民主共和国首要的革命任务、对外主张以及外交措施（上）

Nhà nước Việt Nam độc lập ra đời và tồn tại nhờ ở ý chí "toàn thể dân tộc Việt Nam quyết đem tất cả tinh thần và lực lượng, tính mạng và của cải để giữ vững quyền tự do và độc lập ấy".

1. Nhà nước cách mạng vừa ra đời đang đứng trước những nhiệm vụ to lớn, cấp bách:

—Bảo vệ thành quả Cách mạng Tháng Tám mà trước hết là duy trì, củng cố chính quyền nhân dân vừa thành lập trên cả nước.

—Đối phó thành công với lực lượng Đồng minh kéo vào nước ta để thực thi quyết định Pốtxđam, đặc biệt là chống quân đội viễn chinh Pháp kéo vào xâm lược nước ta với mưu đồ "đánh mau thắng mau", đi đôi với trừ nội gian, chống bọn tay sai của nước ngoài gây rối loạn xã hội.

—Chống nghèo đói, xây dựng nền kinh tế tài chính mới, đẩy mạnh sản xuất, cải thiện dân sinh để bồi đắp nhanh chóng thực lực cách mạng.

—Xây dựng lực lượng vũ trang, bán vũ trang, tăng cường trang bị vũ khí, phương tiện tự vệ cho toàn dân.

—Nâng cao dân trí, xây dựng nền giáo dục mới.

Tóm lại, như Chủ tịch Hồ Chí Minh nói, lúc này cách mạng nước ta phải tập trung vào nhiệm vụ chống giặc đói, giặc dốt và giặc ngoại xâm. Quan trọng hàng đầu vẫn là vấn đề duy trì và củng cố chính quyền cách mạng, xây dựng chế độ mới, tăng cường khối đoàn kết toàn dân, phát huy nội lực, đối phó với thế lực thực dân Pháp xâm lược đang đem quân đánh chiếm nước ta.

Để phục vụ những nhiệm vụ đó, ngày 13-11-1945, Chủ tịch Hồ Chí Minh thay mặt Chính phủ đưa ra lời kêu gọi nhân tài ra cứu nước. Người nói: "Kháng chiến phải đi đôi với kiến quốc... Kiến thiết cần có nhân tài... Chúng ta cần nhất bây giờ là:

Kiến thiết ngoại giao
Kiến thiết kinh tế
Kiến thiết quân sự
Kiến thiết giáo dục"[1]

---

1 Hồ Chí Minh: *Toàn tập*, Nxb. Chính trị quốc gia, Hà Nội, 1995, t. 4, tr. 99.

2. Bối cảnh quốc tế lúc này đầy rối loạn, diễn biến tình hình ở Việt Nam và Đông Dương đang chịu sự chi phối rất lớn của nhân tố bên ngoài. Kẻ quyết tâm chống lại nền tự do độc lập của dân tộc ta là thế lực thực dân, đế quốc và phản động từ bên ngoài tới. Đất nước ta đang bị đế quốc, phản động phong tỏa, cắt mọi quan hệ với bên ngoài. Hơn thế nữa, bốn thế lực quân sự lớn đang chiếm đóng nước ta (Nhật, Anh, Pháp và lực lượng Tưởng Giới Thạch) và bốn trong năm nước lớn thành viên thường trực Hội đồng Bảo an Liên hợp quốc đang dính líu vào việc áp đặt giải pháp cho Đông Dương với một mục tiêu duy nhất là tìm cách xóa chính quyền cách mạng, "lập lại trật tự" của thực dân phương Tây ở xứ sở này. Nhìn tổng thể, kinh tế, tài chính, quân sự, tương quan lực lượng giữa ta và thế lực thù địch từ bên ngoài vào có sự chênh lệch rất lớn. Đất nước ta lại rơi vào tình thế "châu chấu đá xe".

Chính trong thời điểm đó, Đảng và Chủ tịch Hồ Chí Minh đã sáng suốt dùng hoạt động đối ngoại, công tác ngoại giao như là một thứ vũ khí lợi hại tấn công, kiềm chế, phân hóa thế lực thù địch, cô lập kẻ thù chính là thế lực thực dân hiếu chiến Pháp, từng bước mở rộng đội ngũ trung gian, bạn bè bên ngoài và phá vòng vây hãm.

3. Cùng với việc xác định ngoại giao là quốc sách, là biện pháp chiến lược, Nhà nước ta đã sớm ban hành "Chính sách ngoại giao của Chính phủ Việt Nam Dân chủ Cộng hòa". Một tháng sau khi tuyên bố độc lập, ngày 3-10-1945, "chính sách ngoại giao" được công bố chính thức dưới dạng một văn kiện nhà nước[2].

Đặc điểm của chính sách đó bắt nguồn từ những tư tưởng lớn của "Nam quốc sơn hà Nam đế cư", quyết tâm "lấy đại nghĩa thắng hung tàn, đem chí nhân thay cường bạo", cũng như tinh thần của kiến nghị về giải pháp đòi trao trả độc lập cho Việt Nam từng bước trong vòng 5 năm, vừa cứng rắn về nguyên tắc, vừa mềm dẻo về sách lược của Chủ tịch Hồ Chí Minh. Đồng thời, chính sách ngoại giao mới dựa vào những trí tuệ lớn về đối ngoại của thời kỳ chuyển hướng chiến lược (Nghị quyết Hội nghị Trung ương lần thứ tám tháng 5-1941, Thông cáo của Trung ương: "Cuộc chiến tranh Thái Bình Dương và trách nhiệm cần kíp của Đảng", Nghị quyết Hội nghị quân sự cách mạng Bắc Kỳ tháng 4-1945) và đặc biệt là Nghị quyết của Hội nghị toàn quốc của Đảng và Nghị quyết Đại hội quốc dân Tân Trào tháng 8-1945.

Qua các văn bản, Nghị quyết của Đảng và Việt Minh trong thời kỳ chiến tranh Thái Bình Dương (1941-1945), thời kỳ chuyển hướng chiến lược cách mạng, ta thấy nổi lên những định hướng, những chủ trương đối ngoại quan trọng. Các quyết định đó đã khẳng định cách mạng nước ta là bộ phận của mặt trận dân chủ chống phát xít gây chiến tranh, vì vậy ta coi "ai chống phát xít Nhật, Pháp đều là bạn đồng minh của ta cả" và cho rằng quan hệ đối ngoại của cách mạng Đông Dương phải dựa trên nguyên tắc "thân thiện với các nước coi trọng nền độc lập của Việt Nam". Trên cơ sở tư tưởng tự lập, tự cường, Đảng ta đã vạch ra phương hướng quan hệ với các lực lượng bên ngoài: "Ta có mạnh thì họ mới chịu "đếm xỉa đến". Ta yếu thì ta chỉ là một khí cụ trong tay

---

2 "Thông cáo về Chính sách ngoại giao của nước Cộng hòa Dân chủ Việt Nam". Báo *Cứu quốc*, ngày 3-10-1945. Bản sao lưu tại bộ môn Chính sách đối ngoại Việt Nam, khoa Chính trị quốc tế và Ngoại giao, Học viện Quan hệ quốc tế.

của kẻ khác, dầu là kẻ ấy có thể là bạn đồng minh của ta vậy"[3]. Đảng ta còn chủ trương để mở rộng đội ngũ đồng minh bạn bè xa gần phải "liên lạc và tranh thủ sự giúp đỡ" của "các nước nhược tiểu và dân chúng Trung Hoa và Pháp" và cần phải "tranh thủ sự đồng tình của Liên Xô và Mỹ chống lại mưu đồ của Pháp định khôi phục lại địa vị cũ ở Đông Dương và mưu đồ của một số quân phiệt Trung Quốc định chiếm nước ta". Đảng ta còn nhấn mạnh "mâu thuẫn giữa hai phe Anh-Pháp và Mỹ-Trung về vấn đề Đông Dương là một điều ta cần tận dụng". Trong quyết định Tổng khởi nghĩa ở Tân Trào, Đảng và Mặt trận Việt Minh đã kịp thời vạch ra phương hướng hành động "tránh cái trường hợp một mình đối phó với nhiều lực lượng Đồng minh".

Thấm nhuần quan điểm của Chủ tịch Hồ Chí Minh: "Muốn làm cách mạng thắng lợi thì phải phân biệt rõ ai là bạn, ai là thù, phải thực hiện thêm bầu bạn, bớt kẻ thù"[4], ta đã đề ra nhiều biện pháp sách lược quan trọng và coi việc thêm bạn bớt thù là một trong những nhiệm vụ trọng tâm của đường lối quốc tế trong Cách mạng Tháng Tám. Tuy nhiên, trực tiếp hơn cả là những ý niệm lớn về đối ngoại nêu ra trong Tuyên ngôn độc lập ngày 2 tháng 9 lịch sử. Bản Tuyên ngôn vạch rõ: "Việt Nam tuyên bố thoát ly hẳn quan hệ với thực dân Pháp…" và khẳng định chân lý: "… tất cả các dân tộc trên thế giới đều sinh ra bình đẳng, dân tộc nào cũng có quyền sống, quyền sung sướng và quyền tự do"[5]. Tuyên ngôn độc lập trở thành một giác thư thời đại, khẳng định sự tồn tại của Nhà nước Việt Nam độc lập trong quan hệ quốc tế, đồng thời bày tỏ thái độ của nhân dân ta đối với những sự kiện quốc tế và khu vực sau Chiến tranh thế giới thứ hai.

Những vấn đề nêu trên đã đi vào thực tiễn đấu tranh của nhân dân ta như là đạo lý làm cơ sở vững chắc để tạo nên trang sử mới của quan hệ quốc tế Việt Nam trong những thập kỷ kế tiếp. Nó trở thành những tiền đề, tạo ra cơ sở trí tuệ và thực tiễn cho việc phác thảo về nội dung "Chính sách ngoại giao" của Nhà nước ta ngày 3-10-1945.

4. Nhạy cảm trước những biến đổi mau lẹ của tình hình, sự thay đổi trong chính sách của các nước lớn và về ý đồ của kẻ thù trước mắt, ngày 3-10-1945, Chính phủ lâm thời Việt Nam Dân chủ Cộng hòa đã kịp thời công bố đường lối đối ngoại của mình dưới hình thức một văn kiện nhà nước: "Thông cáo về chính sách ngoại giao của nước Cộng hòa Dân chủ Việt Nam".

Thông cáo nêu rõ "cơ sở để hoạch định chính sách ngoại giao" là "căn cứ vào tình hình quốc tế và hiện trạng nước Việt Nam ta", căn cứ vào "thái độ của các liệt quốc" và "lấy nguyên tắc của Hiến chương Đại Tây Dương làm nền tảng".

Mục tiêu của chính sách đó là góp phần "đưa nước nhà đến sự độc lập hoàn toàn và vĩnh viễn"; "nước Việt Nam còn đương ở giai đoạn đấu tranh kịch liệt, tất chính sách ngoại giao phải có mục đích cốt yếu là giúp cho sự tranh đấu ấy thắng lợi bằng mọi phương pháp êm dịu hay cương quyết". Thông cáo cũng khẳng định cam kết sẽ cùng các nước trong Đồng minh "xây đắp lại nền hòa bình của thế giới".

---

[3] Đảng Cộng sản Việt Nam: *Văn kiện Đảng Toàn tập*, Nxb. Chính trị quốc gia, Hà Nội, 2000, t. 7, tr. 244.
[4] Hồ Chí Minh: *Toàn tập*, Nxb. Chính trị quốc gia, Hà Nội, 2000, t. 10, tr. 605.
[5] Hồ Chí Minh: *Toàn tập*, Nxb. Chính trị quốc gia, Hà Nội, 2000, t. 4, tr. 1.

Về chính sách cụ thể đối với bốn đối tượng chủ yếu trong quan hệ quốc tế của nước ta lúc bấy giờ, Thông cáo vạch rõ:

— Với các nước lớn, các nước trong Đồng minh chống phát xít thì "Việt Nam hết sức thân thiện và thành thực hợp tác trên lập trường bình đẳng và tương ái".

— Với Pháp chia làm hai đối tượng: "Trước hết đối với kiều dân Pháp, nếu họ yên tĩnh làm ăn và tôn trọng sự độc lập của Việt Nam thì sinh mệnh và tài sản của họ vẫn được bảo vệ theo luật quốc tế" và "riêng với Chính phủ Pháp Đờ Gôn chủ trương thống trị Việt Nam thì kiên quyết chống lại".

— Với các nước láng giềng, Thông cáo đã khẳng định một phương hướng mới của quan hệ quốc tế Việt Nam, nhấn mạnh đến hữu nghị hợp tác và bình đẳng. Với Trung Hoa, trong thời kỳ Hiệp định Song thập (10-10-1945) sắp được ký kết, chủ trương của ta là thành thực hợp tác trên tinh thần bình đẳng, nhằm "thắt chặt tình thân ái khiến hai dân tộc Việt - Hoa tương trợ mà cùng tiến hóa".

Riêng với hai nước bạn Cao Miên và Ai Lao (Campuchia và Lào), thì "dây liên lạc lấy dân tộc tự quyết làm nền tảng, lại càng phải chặt chẽ hơn nữa". Ba nước Đông Dương "còn có nhiều mối liên hệ về kinh tế nên sẽ giúp đỡ lẫn nhau và sánh vai ngang hàng mà tiến hóa".

— "Với các nước tiểu dân tộc trên toàn cầu, Chính phủ Việt Nam Dân chủ Cộng hòa sẵn sàng thân thiện, hợp tác chặt chẽ trên nguyên tắc bình đẳng để ủng hộ lẫn nhau trong sự xây đắp và giữ vững nền độc lập"[6].

Vì tầm quan trọng và tính cấp thiết của Thông cáo, ngày 6-10-1945, Chủ tịch Hồ Chí Minh đã gặp giới báo chí trong và ngoài nước để làm rõ thêm chính sách đối với Mỹ, Trung Hoa và với Pháp, thể hiện sách lược tranh thủ Mỹ, hòa hoãn với Trung Hoa và đòi Pháp thừa nhận nền độc lập của Việt Nam, đồng thời gợi mở khả năng thỏa hiệp để giải quyết xung đột về lợi ích khác giữa hai bên. Người nói: "Với Pháp, rất đơn giản là Chính phủ Pháp buộc phải công nhận nền độc lập của nước ta. Được thế, về vấn đề khác cũng có thể giải quyết rất dễ dàng"[7].

(Còn nữa)

注 释

本课节选自越南国际关系学院阮福伦（Nguyễn Phúc Luân）主编、越南河内国家政治出版社（Nxb Chính trị quốc gia）2001年版《现代越南外交——为了争取独立、自由的事业（1945—1975）》（*Ngoại giao Việt Nam hiện đại - vì sự nghiệp giành độc lập, tự do (1945—1975)*）第一章"捍卫和巩固新生革命国家时期的外交斗争（1945.08—1946.12）"

---

6 "Thông cáo về Chính sách ngoại giao của nước Cộng hòa Dân chủ Việt Nam". Báo *Cứu quốc*, ngày 3-10-1945. Bản sao lưu tại bộ môn Chính sách đối ngoại Việt Nam, khoa Chính trị quốc tế và Ngoại giao, Học viện Quan hệ quốc tế.

7 Báo *Cứu quốc*, ngày 8-10-1945.

BÀI SỐ 1 NHIỆM VỤ CÁCH MẠNG, CHỦ TRƯƠNG ĐỐI NGOẠI VÀ NHỮNG BIỆN PHÁP NGOẠI GIAO ĐẦU TIÊN CỦA NHÀ NƯỚC VIỆT NAM DÂN CHỦ CỘNG HÒA (I)

(Đấu tranh ngoại giao trong thời kỳ giữ vững và củng cố nhà nước cách mạng non trẻ (8-1945–12-1946)）。

1. Đồng minh：同盟国，第二次世界大战时期建立的国家联盟，又称反法西斯同盟。

2. quyết định Pốtxđam：波斯坦决议，1945年7月26日在波茨坦会议上美、英、中联合发表《中美英三国促令日本投降之波茨坦公告》，简称《波茨坦公告》或《波茨坦宣言》。

3. Hội đồng Bảo an Liên hợp quốc：联合国安全理事会（United Nations Security Council），简称联合国安理会、安理会，是联合国六大主要机构之一。

4. Nam quốc sơn hà Nam đế cư：南国山河南帝居。相传越南李朝大臣李常杰（Lý Thường Kiệt）在率领李朝军队与中国宋朝军队交战时，为鼓舞官兵士气，假借神人之口说出四句汉字诗："南国山河南帝居，截然定分在天书。如何逆虏来侵犯，汝等行看取败虚。"此四句诗后常被称为越南历史上的"第一篇独立宣言"。

5. lấy đại nghĩa thắng hung tàn, đem chí nhân thay cường bạo：以大义而胜凶残，以至仁而易强暴。这是阮廌（Nguyễn Trãi）用汉字撰写的《平吴大诰》中的一句话。1428年，越南驱逐了明朝军队，国家重新恢复独立，黎太祖黎利（Lê Lợi）命阮廌撰写诰文，昭告全民。此文后常被称为越南历史上的"第二篇独立宣言"。

6. Bắc Kỳ：北圻。法属时期，法国殖民者把越南分为北圻、中圻（Trung Kỳ）和南圻（Nam Kỳ）三部分，实行不同方式的殖民统治。北、中、南三圻又分别称为东京、安南和交趾之那。

7. Tân Trào：新潮，位于越南北部宣光省，是八月革命前越南革命根据地。1945年8月13日越南共产党（时称印度支那共产党）在此召开全国代表会议，决定举行总起义，夺取全国政权。1945年8月16日越盟在此召开国民大会，通过了越盟总部的总起义令以及越盟的十大政策，并选举出以胡志明为主席的越南临时政府。

8. Việt Minh：越盟，即1941年5月19日宣告成立的越南民族统一战线组织"越南独立同盟"（Mặt trận Việt Nam độc lập đồng minh）的简称。越盟主席为胡志明，其成员包括越南各阶层的爱国人士，以越南各界所组成的16个救国会为基础，印度支那共产党党员是各救国会的骨干。

9. Tuyên ngôn độc lập：《独立宣言》，1945年9月2日在河内巴亭广场举行的群众集会上，胡志明代表越南临时政府宣读他本人起草的《独立宣言》，宣告越南民主共和国成立。

10. Hiến chương Đại Tây Dương：《大西洋宪章》，又称《罗斯福丘吉尔联合宣言》，是美国总统罗斯福与英国首相丘吉尔在1941年8月举行的大西洋会议上签署并发表的联合宣言。

11. Đờ Gôn：夏尔·戴高乐（Charles de Gaulle, 1890—1970），法兰西第五共和国第一任总统，即法国第18任总统。

12. Hiệp định Song thập：双十协定，又称《政府与中共代表会谈纪要》，或国共双方代表会谈纪要，中国国民党政府代表与中国共产党代表于1945年10月10日在重庆签定。

BÀI SỐ 2
NHIỆM VỤ CÁCH MẠNG, CHỦ TRƯƠNG ĐỐI NGOẠI VÀ NHỮNG BIỆN PHÁP NGOẠI GIAO ĐẦU TIÊN CỦA NHÀ NƯỚC VIỆT NAM DÂN CHỦ CỘNG HÒA (II)
越南民主共和国首要的革命任务、对外主张以及外交措施（下）

(Tiếp theo bài trước)

Tuy được công bố trong hoàn cảnh phức tạp và có nhiều tế nhị, chính sách ngoại giao của Nhà nước ta đã thể hiện tính cơ bản, tính toàn diện và tính thực tiễn của nó. Và cùng với những thành quả trong quá trình thực hiện, chính sách ngoại giao đầu tiên đã góp phần quan trọng vào việc định hướng về tư tưởng, nội dung cơ bản và sách lược của đường lối đối ngoại độc lập tự chủ của Đảng và Nhà nước ta xuyên suốt cuộc đấu tranh vì tự do, độc lập trong những thập kỷ kế tiếp.

Vận dụng chính sách đối ngoại ngày 3-10-1945, hoạt động ngoại giao nhà nước đã chủ động thực hiện những biện pháp linh hoạt, có nguyên tắc trong việc đón tiếp các lực lượng Đồng minh vào nước ta, duy trì quan hệ với phái bộ Mỹ đến nước ta sau chiến tranh, tranh thủ mọi lực lượng trung gian; kiềm chế và cô lập thế lực thực dân Pháp khi chúng mới vào nước ta, đi đến thỏa thuận ngừng bắn cục bộ Anh-Pháp-Việt ở Nam Bộ (từ ngày 3 đến ngày 8-10-1945), tạo thời gian ngừng chiến tạm thời để ta chuẩn bị lực lượng ở phía Nam và đưa quân Nam tiến từ phía Bắc, v.v..

Tạo lập mối quan hệ kiểu mới với các nước láng giềng Campuchia và Lào trên cơ sở khơi dậy và phối hợp hành động nhằm chống kẻ thù chung của ba dân tộc theo đúng nội dung của chính sách ngoại giao mới đề ra.

Hơn thế nữa, Chủ tịch Hồ Chí Minh còn chủ trương thực thi một chính sách ngoại giao mở, tăng cường tiếp cận với mọi lực lượng dân chủ yêu hòa bình, chuộng công lý đang chống lại chính sách cường quyền áp đặt của các nước lớn. Cuối năm 1946, trong lời kêu gọi gửi Liên hợp quốc, Người khẳng định: "Chúng tôi trịnh trọng tuyên bố rằng nhân dân chúng tôi thành thật mong muốn hòa bình. Nhưng nhân dân chúng tôi cũng kiên quyết chiến đấu đến cùng để bảo vệ những quyền thiêng liêng nhất: toàn vẹn lãnh thổ cho Tổ quốc và độc lập cho đất nước.

Đồng thời trong chính sách đối ngoại của mình, nhân dân Việt Nam sẽ tranh thủ những nguyên tắc dưới đây:

(1) Đối với Lào và Miên, nước Việt Nam tôn trọng nền độc lập của hai nước đó và bày tỏ

lòng mong muốn hợp tác trên cơ sở bình đẳng tuyệt đối giữa các nước chủ quyền.

(2) Đối với các nước dân chủ, nước Việt Nam sẵn sàng thực thi chính sách mở cửa và hợp tác trong mọi lĩnh vực;... dành sự tiếp nhận thuận lợi cho đầu tư của các nhà tư bản, nhà kỹ thuật nước ngoài trong tất cả các ngành kỹ nghệ của mình;... chấp nhận tham gia mọi tổ chức hợp tác kinh tế quốc tế..."[1].

5. Đấu tranh và hòa hoãn với thế lực Tưởng Giới Thạch trong thời gian trước khi có Hiệp định Hoa-Pháp (28-2-1946) là bước đi đầu tiên dùng Tưởng để kiềm chế mưu đồ của thực dân Pháp, khai thác sự khác nhau về lợi ích ở Đông Dương giữa Pháp-Anh và Mỹ-Tưởng.

Trong lúc tình hình kinh tế, tài chính của ta rất khó khăn, quân đội Tưởng và lực lượng tay sai của chúng vào đất nước ta gây sức ép về nhiều mặt, rêu rao "Hồ Chí Minh thập đại tội" để gây rối và lật đổ. Chủ tịch Hồ Chí Minh kể lại nội dung trao đổi, bàn bạc với cụ Huỳnh Thúc Kháng thời đó: "Nay trong nước ta có 20 vạn quân Quốc dân Đảng Trung Quốc, lại có một số Việt Nam Quốc dân Đảng sẵn sàng cướp chính quyền, cần tranh thủ thời gian để cũng cố chính quyền rồi thế nào sau sẽ liệu. Bây giờ phải làm chính sách "Câu Tiễn" đã"[2].

Chỉ thị của Ban chấp hành Trung ương về kháng chiến kiến quốc ngày 25-11-1945 vạch rõ: "Kẻ thù chính của chúng ta lúc này là *thực dân Pháp xâm lược*, phải tập trung ngọn lửa đấu tranh vào chúng"[3]. Đồng thời với thế lực của Tưởng, ta vẫn chủ trương "Hoa-Việt thân thiện", coi người Hoa như dân tối huệ quốc. Vì vậy, ngay khi quân đội Tưởng vào đất nước ta, Chủ tịch Hồ Chí Minh đã chủ động tiếp xúc với những tướng lĩnh cầm đầu nhằm từng bước cảm hóa họ. Những cuộc gặp gỡ đó, ngay từ đầu đã tạo ra không khí hòa hoãn hai bên. Ta khai thác được những điểm khác nhau giữa từng lực lượng trong nội bộ quân Tưởng, giữa tập đoàn quân Tưởng ở Đông Dương và Trùng Khánh, và nhất là giữa quân Tưởng và quân Pháp trong vấn đề Việt Nam-Đông Dương. Hòa hoãn giữa ta và quân Tưởng làm cho Pháp, Anh thêm lo ngại và bọn tay sai của Tưởng, Pháp thêm hoang mang. Tuy bọn "Việt Quốc", "Việt Cách" vẫn tìm mọi cách để gây bạo lực, làm rối loạn xã hội, nhưng qua thái độ kiên quyết trấn áp và kiên trì thương lượng của ta nên cuối cùng bọn chúng phải thỏa hiệp với ta để tồn tại. Có lúc thế lực quân Tưởng và tay sai của chúng gây căng thẳng, đưa ra những yêu sách không thể chấp nhận được như đòi Nguyễn Hải Thần làm Chủ tịch Chính phủ thay Hồ Chí Minh, đòi cải tổ Việt Minh, thay quốc kỳ... Trước tình hình như vậy, ta vẫn chủ trương giải quyết vấn đề gay cấn giữa đôi bên thông qua đối thoại. Ngày 29-10-1945, Hồ Chí Minh gặp Nguyễn Hải Thần và phe cánh, tổ chức cuộc họp liên tịch giữa đại biểu Việt Minh với Việt Nam Cách mạng Đồng minh Hội và Việt Nam Quốc dân Đảng. Các cuộc họp đó đã đem lại kết quả là các bên đi đến thỏa thuận chung, ghi nhận việc đình chỉ công kích lẫn nhau; ủng hộ kháng chiến ở Nam Bộ; thành lập chính phủ liên hiệp kháng chiến; quyết tâm không để đổ máu giữa người Việt Nam và các bên cam kết kiên quyết cùng nhau chống lại mưu đồ của thực dân Pháp để tranh lấy độc lập hoàn toàn cho Việt Nam, v.v.. Các tướng lĩnh chỉ huy quân đội

---

[1] Hồ Chí Minh: *Toàn tập*, Nxb. Chính trị quốc gia, Hà Nội, 2000, t. 4, tr. 469-470.
[2] Học viện Quan hệ quốc tế: *Bác Hồ nói về ngoại giao*, Hà Nội, 1994, tr. 10.
[3] Đảng Cộng sản Việt Nam: *Văn Kiện Đảng Toàn tập*, Nxb. Chính trị quốc gia, Hà Nội, 2000, t. 8, tr. 26.

Tưởng cũng từ chối hợp tác với thực dân Pháp. Lư Hán không chấp nhận việc Aléchxăngđri làm đại diện cho chính quyền Đờ Gôn ở miền Bắc, không cho phép Pháp lập cơ quan hành chính dân sự bên cạnh quân Tưởng ở phía Bắc.

Rõ ràng, chính sách "Câu Tiễn" của Việt Nam trong giai đoạn 1945—1946 đã từng bước làm cho thế lực của Tưởng Giới Thạch và bọn tay sai không thể thực hiện được mục tiêu của chúng trong "Hoa quân nhập Việt", dù là với tư cách Đồng minh vào Việt Nam để thực thi quyết định của các nước lớn về Đông Dương. Hơn thế nữa, nó đã tạo ra được một liên hiệp hành động nào đó giữa ta với Tưởng trong việc chống lại mưu đồ gây chiến, thôn tính nước ta của thực dân Pháp. Nó làm cho lực lượng Đồng minh vào nước ta để áp đặt quyết định Pốtxđam bị phân hóa. Việt Nam Dân chủ Cộng hòa cải thiện vị thế của mình trong quan hệ với lực lượng Đồng minh và các nước lớn. Về ý nghĩa của việc hòa hoãn với Tưởng, Chủ tịch Hồ Chí Minh đã kể lại: "… Tình hình lúc đó rất rối ren. Ngoài thì thực dân Pháp, thực dân Anh uy hiếp, trong thì Quốc dân Đảng phá… Phải cân nhắc kỹ lợi hại, chọn cái nào ít hại nhất mà làm. Phải làm như thế không thì bị kẹp cả hai phía: Bọn Pháp và bọn Quốc dân Đảng"[4].

Tóm lại, Cách mạng Tháng Tám thành công, nhà nước công nông ra đời cũng là thời điểm nền ngoại giao mới, độc lập ra đời.

—Nhìn lại lịch sử, trong hơn 80 năm dưới ách thống trị của thực dân Pháp và phát xít Nhật, Việt Nam không có độc lập; chủ quyền quốc gia, dân tộc nói chung và chủ quyền ngoại giao nói riêng đều bị thực dân và phát xít tước đoạt.

Trong những năm từ 1920 đến 1940, chính quyền thực dân ở Đông Dương đã ký nhiều thỏa ước với các nhà cầm quyền nhiều nước ở châu Á-Thái Bình Dương nhằm tăng cường hợp tác với các nước này đàn áp phong trào yêu nước, cách mạng ở Đông Dương, cắt mọi quan hệ của cách mạng Đông Dương với bên ngoài.

Sau cuộc đảo chính ngày 9-3-1945, thế lực quân phiệt Nhật áp dụng chiến lược Đại Đông Á bằng 5 nguyên tắc: "Ngoại giao liên hiệp, quân sự đồng minh, kinh tế hợp tác, văn hóa câu thông, chính trị độc lập".

Dù lời có khác nhau, nhưng tựu trung lại, Nhật Bản vẫn chủ trương thống trị Đông Dương và biến Đông Dương thành thuộc địa của Nhật.

—Chỉ sau khi giành lại nền độc lập dân tộc, nhân dân ta làm chủ đất nước, nền ngoại giao mới, độc lập tự chủ ra đời. Sự hiện diện của nền ngoại giao độc lập được đánh dấu bằng sự hình thành về mặt cơ chế, chính sách và hệ thống các biện pháp sách lược đối ngoại của Nhà nước Việt Nam Dân chủ Cộng hòa.

Trong bối cảnh bộn bề khó khăn và thách thức, thế lực thù địch mạnh hơn ta gấp nhiều lần, khi "vận mệnh dân tộc như ngàn cân treo sợi tóc", nền ngoại giao nước ta xuất hiện và trở thành phương tiện đấu tranh sắc bén trong tay nhà nước cách mạng, góp phần tích cực vào việc bảo vệ thành quả Cách mạng Tháng Tám.

---

4 Học viện Quan hệ quốc tế: *Bác Hồ nói về Ngoại giao*, Hà Nội, 1994, tr. 10.

BÀI SỐ 2　NHIỆM VỤ CÁCH MẠNG, CHỦ TRƯƠNG ĐỐI NGOẠI VÀ NHỮNG BIỆN PHÁP NGOẠI GIAO ĐẦU TIÊN CỦA NHÀ NƯỚC VIỆT NAM DÂN CHỦ CỘNG HÒA（II）

——Nổi bật trong hoạt động ngoại giao lúc bấy giờ là đi đôi với việc sớm hoạch định và ban hành chính sách đối ngoại của Nhà nước Việt Nam Dân chủ Cộng hòa, ta đã kịp thời vận dụng sách lược tranh thủ Mỹ và hòa hoãn với thế lực Tưởng Giới Thạch, nhất là với lực lượng quân đội của chúng ở Bắc Việt Nam, để phân hóa và làm suy yếu các thế lực thù địch, đặc biệt là dùng lực lượng Tưởng để kiềm chế và chống lại mưu đồ của quân viễn chinh Pháp đang được Anh giúp sức, hòng trở lại thống trị nước ta bằng quân sự. Hòa hoãn với thế lực Tưởng lúc này có ý nghĩa to lớn là phá được khả năng các lực lượng Đồng minh liên kết cùng thực dân Pháp, dùng lực lượng vũ trang nhằm nhanh chóng thủ tiêu chính quyền cách mạng non trẻ.

注　释

1. Miên：即Cao Miên，高棉（柬埔寨）。

2. Hiệp định Hoa-Pháp：中法协定，即1946年2月28日中国国民党政府与法国政府代表在重庆签订的一系列文件，包括《关于法国放弃在华治外法权及其有关特权条约》、《交收广州湾租借地专约》、《中法关于中越关系之协定》、《关于中国驻越北军队由法国军队接防之换文》和《关于法国供给中国驻越北军队越币之换文》。

3. Huỳnh Thúc Kháng：黄叔抗（1876—1947），字介生（Giới Sanh），号铭援（Mính Viên），越南广南省人，近代著名的抗法志士、学者。作为越南维新运动的领导人之一，1908年被法国殖民者逮捕并被关押在昆仑岛13年。1927年他在顺化创办了在当时越南中圻创刊时间最早、办报时间最长（1927—1943）并在全国最具威信的《民声报》（Tiếng dân）。他曾使用许多不同的笔名，用国语字和汉字写有大量的诗文、著作。

4. Câu Tiễn：勾践（前497—前465在位），春秋末越国国君，曾败于吴国，后卧薪尝胆，终成强国，公元前473年灭吴国。

5. Việt Quốc：越南国民党（Việt Nam Quốc dân đảng, Đảng Quốc dân Việt Nam, Quốc dân đảng Việt Nam），1927年由抗法志士阮太学（Nguyễn Thái Học）创立。阮太学领导了1930年越南国民党举行的安沛起义，起义失败后，他与其他12名越南国民党的主要领导者于1930年6月17日被法国殖民者杀害。

6. Việt Cách：越南革命同盟会（Việt Nam Cách mạng Đồng minh Hội）。二战期间，越南革命同盟会与越南国民党均为中国国民党培养的所谓"亲华"党派，战时避居中国，战后随中国军队返越，企图建立蒋介石的傀儡政权。

7. Nguyễn Hải Thần：阮海臣（1878—1954），原名武海秋（Võ Hải Thu），别名阮锦江（Nguyễn Cẩm Giang），越南河东省（tỉnh Hà Đông，今属河内）人，抗法活动家，越南革命同盟会领导人。1905年他随潘佩珠到中国，曾就读于黄埔军校。1946年他曾任越南民主共和国临时政府副主席，后流亡中国。

8. Lư Hán：卢汉(1895—1974)，原名邦汉，字永衡，云南昭通人，彝族，原国民党滇军高级将领。1945年蒋介石派其赴越南接受日本投降。1949年12月9日他率部在昆明起义，和平解放云南，1955年被授予一级解放勋章。

9. Aléchxăngđri：亚历山德利（Alesandri），原法国驻印度支那殖民军司令，日本侵占越南时期，逃到中国的云南。1945年9月28日，卢汉在河内举行接受日军投降的典礼，拒绝亚历山德利以法国正式代表的资格参加，并拒绝悬挂法国国旗。

10. Hoa quân nhập Việt：中国军队入越。1945年8月17日，盟军统帅部发布第一号命令："台湾及北纬16度以北法属印度支那境内的日本高级指挥官以及所有陆海空军和辅助部队，应向蒋介石委员长投降。"蒋介石命令国民党陆军第一方面军司令卢汉率其全军入越，在河内设立占领军司令部，接受日本投降。

11. cuộc đảo chính ngày 9-3-1945：1945年"三·九政变"，即1945年3月9日日本在印度支那发动的取代法国殖民统治、独占整个印度支那的倒法政变。

12. chiến lược Đại Đông Á：大东亚战略，指日本在第二次世界大战中提出的试图以"大东亚共荣圈"为整体，以日本与东亚、东南亚"共存共荣的新秩序"作为建设目标的战略。

BÀI SỐ 3
MỘT SỐ ĐIỂM CẦN CHÚ Ý KHI SỬ DỤNG THUỐC NAM
使用南药时需要注意的几点

Thuốc đông (bao gồm cả thuốc nam và thuốc bắc) là những vị thuốc kinh nghiệm của ông cha ta, có tác dụng chữa bệnh tốt, dễ kiếm, lại rẻ tiền, việc sử dụng tương đối dễ dàng. Nhưng việc sử dụng chỉ mới dựa vào kinh nghiệm, phần lớn chưa được giải thích bằng cơ sở khoa học hiện đại. Có người nói thuốc bắc là thuốc nhập của Trung Quốc. Sự thực, không phải thuốc nào nhập của Trung Quốc cũng gọi là thuốc bắc. Ví dụ ta nhập của Trung Quốc nào phục linh, đương quy, bạch truật, hoàng kỳ... nào penixilin, sunfamit, glucoza... nhưng chỉ gọi các vị phục linh, đương quy, bạch truật, hoàng kỳ là thuốc bắc còn penixilin, sunfamit thì gọi là thuốc tây nhập của Trung Quốc.

Có người gọi *thuốc nam* là thuốc sản xuất ở trong nước ta. Sự thực, ta cũng lại chia thuốc sản xuất ở trong nước ta ra thuốc tây bào chế ở Việt Nam và thuốc nam thực sự. Thuốc nam, theo định nghĩa ở trên, được nhân dân một số nơi ở miền Nam gọi là *"thuốc vườn"* vì có thể kiếm quanh vườn.

Do thuốc đông, trong đó có thuốc nam phần lớn chưa được giải thích trên cơ sở khoa học, cho nên một số người thường đòi hỏi ta hãy nghiên cứu để biết trong vị thuốc đó có những hoạt chất gì, cơ chế tác dụng ra sao rồi mới sử dụng.

Một số người thường quan niệm việc nghiên cứu thuốc khá đơn giản nhanh chóng. Thực tế, nó không đơn giản, nhanh chóng như ta đã nghĩ.

Khó khăn này không phải chỉ riêng đối với nước ta do điều kiện nghiên cứu còn hạn chế, mà còn chung đối với nhiều nước trên thế giới có nền khoa học tiên tiến, vì đối tượng nghiên cứu là những cây thuốc, động vật làm thuốc là những sinh vật còn chứa đựng nhiều bí mật chưa khám phá ra được. Vì vậy ở ngay những nước có nền khoa học tiên tiến, bên cạnh những thuốc đã biết rõ cấu tạo, cơ chế, còn rất nhiều thuốc được nhân dân tiếp tục sử dụng theo kinh nghiệm cổ truyền, mà người ta thường gọi là *y học nhân dân*.

Thường phải rất lâu, ta mới thấy các nước đó đưa được một vị thuốc từ lĩnh vực y học nhân dân sang lĩnh vực y học khoa học.

Ở nước ta, lĩnh vực y học nhân dân rất rộng lớn. Những kinh nghiệm đó nằm rải rác trong nhân dân. Nhiều thuốc có tác dụng chữa bệnh rõ rệt, nhưng ta chưa thể giải thích và chứng minh bằng khoa học hiện đại.

Phương châm kết hợp đông y và tây y của Đảng và của ngành đề ra đòi hỏi *chúng ta phải vừa áp dụng những kinh nghiệm chữa bệnh của ông cha ta bằng thuốc nam, vừa tiến hành nghiên cứu*, chứ không đợi nghiên cứu xong rồi mới sử dụng. Vì những kinh nghiệm chữa bệnh của ông cha ta đã được thực tế chứng minh trên người thực, bệnh thực từ bao đời nay rồi.

1. Nhưng vì những kinh nghiệm đó thường chỉ được truyền miệng từ người này qua người khác, qua mỗi người lại thay đổi một tí, có khi bị che dấu, xuyên tạc do người có kinh nghiệm muốn giữ độc quyền, cho nên trong công tác điều tra sưu tầm bài thuốc cũng như khi áp dụng những kinh nghiệm nhân dân, vấn đề quan trọng là *phải biết phân biệt kinh nghiệm thực sự và kinh nghiệm đã bị xuyên tạc, thần bí hóa.*

Trong bộ sách này, chúng tôi chỉ giới thiệu những vị thuốc phát hiện trong nhân dân mà chúng tôi đã có dịp kiểm tra lại về mặt thực giả, tốt xấu, bản thân có dịp sử dụng hay chứng kiến sử dụng; rồi chúng tôi lại đã tham khảo đối chiếu nhiều năm qua các tài liệu cổ, tài liệu mới ở trong và ngoài nước.

2. Một đặc điểm nữa của thuốc nam hiện nay là *tên gọi vị thuốc chưa thống nhất*: cùng một cây có khi mỗi nơi gọi một khác (sài đất tại một vài địa phương tỉnh Vĩnh Phú gọi là húng trám), hoặc nhiều cây khác hẳn nhau lại cùng mang một tên (như bồ công anh, nhân trần, cam thảo). Cho nên khi sử dụng cần chú ý phân biệt, nếu không, kết quả điều trị không thống nhất sẽ ảnh hưởng tới sự tin tưởng vào thuốc nam. Sự thiếu thống nhất này làm công tác điều trị và nghiên cứu của chúng ta thêm phức tạp, nhưng trái lại, nếu biết vận dụng, lại làm cho công tác điều trị và nghiên cứu thêm phong phú, độc đáo. Trong khi giới thiệu vị thuốc, hình vẽ, phần mô tả cây và những cây thực trồng ở vườn thuốc địa phương sẽ giúp chúng ta phân biệt được cây nọ với cây kia.

3. Biết đúng cây thuốc rồi, nhưng còn *cần thu hái đúng mùa, đúng lúc cây thuốc, vị thuốc có chứa nhiều hoạt chất nhất* (ví dụ: ổi xanh ăn chát, ổi chín ăn thơm và ngọt); dùng đúng bộ phận cây để làm thuốc (ví dụ: dầu thầu dầu uống vào có tác dụng tẩy, nhưng ăn hạt thầu dầu thì có thể gây ngộ độc chết người; thịt cóc ăn được nhưng da cóc, trứng cóc gây ngộ độc chết người); chế biến phải đúng phép (ví dụ: hạt thảo quyết minh dùng sống thì gây tẩy hay nhuận tràng, sao vàng hay sao đen thì không còn thấy tác dụng tẩy nữa). Có như vậy mới bảo đảm hiệu lực thực tế của thuốc. Ngay cả việc sử dụng thuốc tươi hay thuốc khô nhiều khi cũng đưa lại những kết quả khác hẳn nhau (ví dụ ta có thể ăn chuối khô, nhãn khô, vải khô, nhưng không ai ăn mía phơi khô) vì trong quá trình phơi hay sấy khô có thể có một số hoạt chất bị phá hủy.

Để cho vị thuốc khô giữ được tác dụng như lúc còn tươi, đối với một số vị thuốc ta có thể đem đồ hơi nước sôi trong vòng 3 đến 5 phút trước khi đem phơi hay sấy khô.

Dạng thuốc sắc, thuốc viên hay thuốc rượu đều ảnh hưởng ít nhiều đến tác dụng chữa bệnh của đơn thuốc hay vị thuốc.

Qua kinh nghiệm bản thân, chúng tôi thấy dạng thuốc sắc đóng ống rồi hấp tiệt trùng như những thuốc ống để uống là một dạng thuốc để lâu không hỏng, gần giống hình thức thuốc sắc dùng trong nhân dân, lại dễ làm. Với dạng thuốc này, chúng ta có thể theo dõi tác dụng của một bài thuốc hay vị thuốc một cách tương đối chính xác, vì ta có thể ngay từ đầu thống nhất phương pháp bào chế, do nội dung của ống thuốc lần nào cũng giống nhau.

Tuy nhiên, cũng cần thấy rằng đối với từng vị thuốc cụ thể, ta có thể tìm một dạng thuốc thích hợp hơn, tiện dụng hơn, rẻ hơn mà vẫn bảo đảm hiệu lực.

Không những trong điều kiện khó khăn của ta hiện nay, mà cả sau này nữa, chúng ta phải sáng tạo để đảm bảo có đủ thuốc có hiệu lực trong bất kể tình huống nào. Cho nên chúng tôi nghĩ, chính trong quá trình nghiên cứu sử dụng thuốc nam, công tác chế biến, bào chế nhất định sẽ thu được những kết quả quan trọng.

4. Để bảo đảm nguồn nguyên liệu lâu dài, hiệu lực đồng đều, song song với việc khai thác cây thuốc mọc hoang, cần tiến hành nghiên cứu trồng nuôi cây con làm thuốc. Trong thực tế công tác, chúng ta sẽ thấy nhiều vấn đề tưởng như dễ nhưng rất khó (ví dụ tại Hà Nội, nhiều người trồng cây sử quân tử, tuy ra rất nhiều hoa nhưng không kết quả) và ngược lại có nhiều vấn đề thoạt nhìn tưởng khó nhưng làm lại dễ.

5. Đối với tác dụng của thuốc nam, bên cạnh một số tên bệnh và triệu chứng bệnh có sự phù hợp giữa tây y và đông y, chúng ta còn chưa hài lòng về một số khá nhiều những danh từ bệnh khá mơ hồ như đau bụng, ho, hậu sản, cam, v. v... *Trách nhiệm của người thầy thuốc là phải theo dõi tác dụng của thuốc trên lâm sàng, có đủ những xét nghiệm, phương tiện chẩn đoán hiện đại để dần dần có thể viết lại những tên bệnh, triệu chứng tật bệnh theo đúng như khoa học y học hiện đại.* Có như vậy chúng ta mới thực hiện đúng chủ trương thừa kế nhưng phải phát huy hết vốn cũ của ông cha ta. Chúng ta không thể đứng ngoài mà chê trách các cụ lương y, các tài liệu y học cũ là lạc hậu, là mơ hồ để rồi không dùng, không theo, mà thái độ đúng của chúng ta là lao vào nghiên cứu tìm hiểu trên thực tế những tên bệnh đó tương ứng với những bệnh nào theo nghĩa hiện đại.

Để tiện cho các bạn tham khảo, đối chiếu, trong phạm vi có thể, ngoài những tên bệnh mới, chúng tôi đều có ghi tác dụng và tính chất của vị thuốc theo các tài liệu cổ, theo tiếng nói của các cụ lương y. Kinh nghiệm bản thân tôi, là những tính chất và tác dụng đó tuy viết theo những danh từ cổ, nhưng cũng giúp ta một ý niệm quan trọng về những chỉ định của người xưa để có thể rút kinh nghiệm vận dụng trong điều kiện hiện nay.

Mặc dầu chúng tôi đã cố gắng để có nhiều tài liệu và dẫn chứng Việt Nam, nhưng chúng tôi vẫn tiếc rằng còn quá ít, vì phần lớn những kinh nghiệm dùng thuốc nam chưa được chính thức công bố.

Chúng tôi hy vọng rằng, với chủ trương đẩy mạnh sử dụng thuốc nam có theo dõi, tổng kết, tập tài liệu này sẽ ngày càng được bổ sung thêm nhiều những dẫn chứng và số liệu Việt Nam.

注　释

　　本课节选自杜必利（Đỗ Tất Lợi）教授著、越南河内科技出版社（Nxb Khoa học và Kỹ thuật）1981年版《越南草药》（*Những cây thuốc và vị thuốc Việt Nam*）第一章。

　　1. phục linh：茯苓，一种常用的中草药，具有利尿、镇静、益脾和胃等药用功能。因功效广泛，古人称其为"四时神药"。

　　2. đương quy：当归，一种常用的中草药，具有调节机体免疫、抗缺氧、补血活血、抗动脉硬化、护肤美容等药用功能。

　　3. bạch truật：白术，一种常用的中草药，具有健脾益气、燥湿利水、止汗、安胎等药用功能。

　　4. hoàng kỳ：黄芪，一种常用的中草药，具有补气固表、利水退肿、托毒排脓、生肌等药用功能。

　　5. penixilin：盘尼西林（penicillin），又称青霉素，是人类最早用于治疗疾病的抗生素。

　　6. sunfamit：磺胺药（sulfonamides），是现代医学中常用的一类品种繁多的抗菌消炎药。

　　7. glucoza：葡萄糖（glucose）。

　　8. sài đất：蟛蜞菊，具有减痛、退热、杀菌等药用功能。

　　9. húng trám：sài đất的别名，因为在越南有些地方象食用香菜（húng）一样把它用来生吃，当揉搓它时则散发出橄榄（trám）味，因而得名。

　　10. nhân trần：茵陈，具有清湿热、退黄疸等药用功能。

　　11. sử quân tử：使君子，具有驱蛔虫蛲虫、抗皮肤真菌等药用功能。

BÀI SỐ 4
THIÊN NHIÊN VIỆT NAM VÀ VẤN ĐỀ SỬ DỤNG KINH TẾ
越南自然资源及其经济开发利用

Nước ta ở xứ nóng, khí hậu tốt,
Rừng vàng, biển bạc, đất phì nhiêu.
Nhân dân dũng cảm và cần kiệm,
Các nước anh em giúp đỡ nhiều.

Hồ Chí Minh

Một lãnh thổ giàu đẹp, có núi và đồng bằng kết hợp theo một tỉ lệ hợp lý, có nguồn nhiệt ẩm phong phú đến mức thừa thãi, có sông ngòi rậm rạp và nhiều nước, có biển liền kề bao quanh thông ra các đại dương, trên đất nổi và dưới đáy biển giàu khoáng sản các loại, có một lớp phủ sinh vật nhiều tầng nhiều lớp phân hóa cả theo vĩ độ lẫn theo chiều cao, đấy là nước Việt Nam, Tổ quốc của chúng ta.

Một lãnh thổ đã trải qua một quá trình phát triển lâu dài đến hàng trăm triệu năm, trong những điều kiện khí hậu gần như không đổi ít nhất là trong vài chục vạn năm gần đây, nguyên là một trong những cái nôi cổ nhất của nhân loại và của giới sinh vật nói chung, đấy cũng là Việt Nam, Tổ quốc mà chúng ta yêu quý.

Thiên nhiên ở đây có một động lực cao và một sức sống mãnh liệt. Sức sống đó thấy biểu hiện rõ rệt nhất trong lớp vỏ phong hóa sâu và dày, có nơi đến hàng chục mét, trong lớp phủ thực vật rừng giàu (ước tính có 12.000 loài) bao phủ gần một nửa diện tích đất nước (43,8%), khối lượng tăng trưởng hàng năm đến 4-5m^3/năm. Không ở đâu tốc độ tái sinh rừng lại nhanh hơn ở đây và mặt bao giờ cũng có một thảm cỏ hoặc thảm cây bụi che chở: danh từ núi trọc, đồi trọc do đó chỉ mang một ý nghĩa tương đối. Những khoảnh rừng bị đốn trụi chỉ sau 5-10 năm là đã được phủ kín nếu không tiếp tục bị phá hoại, còn những rừng già thì mang tính chất của một rừng nhiệt đới ẩm thực sự.

Không riêng gì thực vật hoang dại, cây trồng ở nước ta cũng rất giàu có, gồm đến hơn 200 trong số 270 loài thấy có mặt ở khu vực Đông Nam Á. Cả về mặt này nữa, Việt Nam cũng là một trong ba cái nôi cây trồng quan trọng nhất ở trên thế giới.

Giới động vật cũng tràn trề sức sống như thế biểu hiện ở số lượng các loài. Cả nước có vào khoảng 300 loài thú, khoảng 1000 loài chim, hơn 300 loài bò sát, hơn 200 loài cá nước ngọt, 800 loài cá nước mặn và sự sinh sản của chúng cũng khá cao.

Tốc độ hình thành thổ nhưỡng cũng nhanh. Nhờ có lớp vỏ phong hóa sâu, tầng đất vụn bở bao giờ cũng dày, cây cỏ bám nhanh vào đấy mà sống. Cành rơi lá rụng nhiều và được phân hủy quanh năm nên đất tơi, xốp, giữ nước tốt, càng lên các sườn núi cao thì tỷ lệ mùn đạm càng tăng. Ngay các bãi cát ven sông được bồi sau một mùa mưa lũ cũng nhanh chóng được phủ kín thực vật, người ta có thể tranh thủ trồng lên đấy một vụ màu mùa cạn. Chúng không còn là những thành tạo địa chất thuần túy nữa, đến một chừng mực nào đó, chúng đã biến thành đất trồng dù là trong một thời gian ngắn ngủi.

Thiên nhiên nước ta quanh năm căng phồng sức sống như thế đó. Sự im ắng của những buổi trưa hè hay của những đêm đông giá lạnh, bộ mặt hầu như không thay đổi của rừng rậm hay của đồng cỏ cao, toàn bộ sự yên tĩnh đó chỉ là bề ngoài. Trong thực tế, tất cả đều sống động ở bên trong: đất đang được bồi thêm mùn, quả chín đang rụng và nụ non đang nhú, giun dế đang đào thông đất, nước đang gặm mòn đá... toàn bộ thiên nhiên đang hoạt động và điều đó được tiến hành quanh năm, không lúc nào nghỉ.

Nhưng sức sống đó trong những điều kiện nhất định cũng thấy biểu hiện cả trong sức phá hoại của các lực lượng tự nhiên: không ở nơi nào quá trình khoáng hóa mùn trong đất lại tiến hành nhanh như ở đây, quá trình xói mòn-mỗi khi đã được phát động, chủ yếu là do hoạt động vô ý thức của con người-đạt đến một cường độ đáng kinh sợ, các cơn bão và lũ lụt nhiệt đới có sức tàn phá tai họa..., tất cả những cái đó cũng sống động trong tự nhiên Việt Nam.

Con người ở đất nước này sống giữa một thiên nhiên hào phóng, có thể nói chủ yếu là hào phóng, nhưng cũng không thiếu những bất trắc. Do đó ngoài việc phải luôn luôn tiến hành những cuộc đấu tranh chống kẻ thù thèm muốn những tài nguyên của mình, nhân dân ta còn phải đấu tranh với thiên nhiên và cuộc đấu tranh này cũng khó khăn không kém.

Từ lâu, các đồng bằng và châu thổ đã được khai thác triệt để vào mục đích nông nghiệp. Tác động liên tục của con người vào tự nhiên ở đây sâu sắc và có hiệu quả đến mức là đã tạo ra một loại đất chỉ do trồng lúa nước mới có: đấy là đất lúa nước. Cũng để trồng lúa và sinh sống, con người đã đắp hàng nghìn kilômét đê ven các sông lớn và ven biển. Bằng cách đó con người đã ngăn chặn sự phát triển bề mặt của châu thổ, nhưng lại thúc đẩy sự phát triển ra biển khơi, thí dụ như ở châu thổ Bắc Bộ. Các đồng bằng châu thổ do đó đều là những nơi tập trung đông dân cư nhất, có hoạt động kinh tế phong phú nhất và sức hút rất mạnh đối với các luồng năng lượng, hàng hóa và cả về nhiều mặt khác nữa.

Nhưng đồng bằng chỉ chiếm có một phần tư diện tích toàn lãnh thổ đất liền, ba phần tư diện tích còn lại là đồi núi vẫn chưa được khai thác mấy. Diện tích rộng lớn của các vùng biển ven bờ, đặc biệt là của các thềm lục địa lại còn ít được khai thác hơn.

Sự sử dụng tự nhiên vào một hoạt động kinh tế đơn thuần như hoạt động kinh tế nông nghiệp (ở đây là ngành trồng trọt) chỉ đánh dấu một giai đoạn phát triển còn thấp kém của sức sản xuất. Trong thời đại ngày nay, hoạt động nông nghiệp quy mô lớn không thể tách rời được với hoạt động công nghiệp quy mô lớn, hoạt động sau này lại không thể được tiến hành nếu không khai thác các nguồn tài nguyên trên miền núi, ở đồng bằng, trong lòng đất và dưới đáy biển. Thế mà tự nhiên miền núi và miền biển nước ta lại rất giàu có. Với sự phát triển của khoa học kỹ thuật hiện nay, vấn đề tận dụng các tài nguyên ở hai khu vực này tuy khó khăn nhưng không phải không thực hiện được.

Đường lối chiến lược về mặt sử dụng tự nhiên ở nước ta vì vậy phải là tiến lên miền núi và cao nguyên và ra phía biển.

Thế mạnh của miền núi và cao nguyên là ở chỗ, bằng cách mở rộng diện tích canh tác để tăng thêm nguồn lương thực, phát triển nghề rừng, chăn nuôi và cây công nghiệp, và trên cơ sở đó, phát triển các ngành công nghiệp các loại; các ngành công nghiệp này đến lượt chúng lại hỗ trợ cho nông nghiệp đạt những đỉnh cao mới.

Thế mạnh của miền biển là khai thác các tài nguyên trong biển, chủ yếu là mở rộng khả năng khai thác hải sản, và trong một tương lai rất gần, phải tận dụng các nguồn lợi lớn lao của thềm lục địa, trong đó có khí đốt và dầu mỏ.

Sự sử dụng tự nhiên Việt Nam đòi hỏi phải nghiên cứu sâu sắc đặc tính của từng thành phần một của tự nhiên và các mối quan hệ phức tạp giữa những thành phần ấy với nhau. Do việc xây dựng kinh tế bao giờ cũng phải tiến hành trong một địa phương nhất định nên sự nghiên cứu các đặc điểm địa phương của tự nhiên trở thành vấn đề hàng đầu: Tất cả những điều đó phải dẫn đến việc sử dụng một cách đầy đủ và hợp lý nhất các tài nguyên vũ trụ (như tài nguyên khí hậu, tài nguyên năng lượng mặt trời), các tài nguyên trong lòng đất (các khoáng sản) và trên mặt đất (tài nguyên thực vật, tài nguyên nước). Một thí dụ về việc sử dụng tài nguyên năng lượng mặt trời còn lãng phí sau khi triệt tiêu thực vật rừng *nhiều tầng*, chúng ta trồng cây *một tầng*, để thay thế. Năng lượng mặt trời dư thừa sẽ đốt và phá hủy cấu tượng đất, tạo điều kiện cho khi mưa xuống chảy tràn hoặc thành dòng, và xói mòn được tiến hành mạnh mẽ hơn.

Hoạt động kinh tế hợp lý còn nhằm tạo ra một năng suất sinh vật cao bằng cách đưa một số lượng lớn nguyên tố hóa học vào quá trình tuần hoàn sinh vật, hoặc là do huy động các tài nguyên bên trong của chính lãnh thổ, hoặc là đưa từ ngoài vào những nguyên tố mà lãnh thổ đó thiếu hụt, thí dụ như phân bón các loại.

Đi đôi với việc khai thác thế mạnh một vấn đề khác cũng có tầm quan trọng chiến lược đối với đất nước ta là vấn đề bảo vệ các tài nguyên tự nhiên và cải thiện môi trường sống.

Không còn là bí mật gì nếu chúng ta nói rằng lớp phủ thực vật rừng-đặc biệt là rừng già- ở nước ta và nhất là ở miền Bắc-phần lớn đã bị triệt tiêu do sự khai thác rừng, không kiểm soát được làm mỗi năm mất đi 1,7% diện tích lớp phủ thực vật và thay thế vào đó chỉ còn những rừng thứ sinh giá trị kinh tế kém hơn nhiều. Cũng không phải là bí mật gì nếu ở nhiều địa phương miền núi, thổ nhưỡng đang bị xói mòn nghiêm trọng, động vật quý đang bị tiêu diệt dần, một số nguồn nước đang bị khô cạn. Những tài nguyên vừa mới kể trên đều là những tài nguyên có thể phục hồi nhưng điều đó đòi hỏi rất nhiều thời gian và công sức.

Những tài nguyên không thể phục hồi như các mỏ quý lại càng cần phải khai thác và sử dụng có kế hoạch hơn bởi vì dự trữ của chúng, dù to lớn đến đâu, cũng có giới hạn.

Do hậu quả của việc can thiệp thiếu thận trọng của con người vào tự nhiên, bản thân môi trường sống cũng đang thay đổi, có khi theo hướng không mong muốn. Ở nhiều nơi, người ta đã phải kêu cứu về nạn thiếu nước ngọt, nạn không khí bị ô nhiễm, nạn khí hậu thay đổi và hàng loạt các nạn khác mà các nước công nghiệp đang gặp phải. Mặc dù những hiện tượng này chưa đạt đến quy mô ngoài vòng kiểm soát ở nước ta nhưng nhiều dấu hiệu đáng lo ngại khác thấy biểu hiện ở những trận lũ ngày càng to, những thời gian hạn hán kéo dài hơn mức bình thường trong những năm gần đây và đấy là điều chúng ta phải chú ý.

Thiên nhiên Việt Nam giàu đẹp và có đủ khả năng để đảm bảo cho nhân dân ta một đời sống kinh tế phong phú và vững chắc. Đấy là điều chắc chắn. Dưới sự lãnh đạo của Đảng, những đường lối chiến lược trong việc khôi phục và phát triển kinh tế-xã hội đã được vạch ra và ngày càng được hoàn thiện, nhằm không những đạt được hiệu quả thiết thực mà còn bảo vệ được môi trường sống. Tuy nhiên những đường lối chiến lược này chỉ có thể đạt được hiệu quả tối đa, đặc biệt là trong lĩnh vực bảo vệ môi trường, nếu mỗi người trong chúng ta không những biết yêu quý thiên nhiên mà còn biết các nguyên tắc và phương pháp sử dụng và bảo vệ nó, biết đặt lợi ích của đất nước trên các lợi ích cục bộ trước mắt. Sự tự giác của từng người trong điều kiện này trở thành yếu tố quyết định.

注　释

本课节选自黎伯草（Lê Bá Thảo）著、越南河内科技出版社（Nxb Khoa học và Kỹ thuật）1990年版《越南自然地理》（Thiên nhiên Việt Nam）第一章"狭长一体的国土"（Đất nước liền một dải）。

1. lớp vỏ phong hóa：风化壳。风化作用使岩石破碎、理化性质改变而形成结构疏松的物质层，其上部可称为土壤母质。

2. rừng giàu：高产优质林

3. rừng già：成熟林。林木按照林龄划分为幼龄林、中龄林、成熟林等。

4. tầng đất vụn bở：风化碎屑土壤层。地表岩石经风化作用形成的松散碎屑，是形成土壤的基本原始物质。坚实的大块岩石变成碎屑后，产生了孔隙，具有通气透水性；化学风化使部分营养元素成为简单易溶盐状态供植物吸收；土壤母质中细小黏粒也具有一定保蓄养分和水分的性能。

5. mùn：腐殖质，指新鲜有机质经过微生物分解转化所形成的黑色胶体物质，一般占土壤有机质总量的85—90%以上。有机质含量的多少是衡量土壤肥力高低的一个重要标志，各类植物的凋落物、死亡的植物体及根系是自然状态下土壤有机质的主要来源。

6. khoáng hóa：矿化。矿化作用是在土壤微生物作用下，土壤中有机态化合物转化为无机态化合物过程的总称。

7. xói mòn：水土流失，即在水力、风力及人力等作用下，水土资源和土地生产力的破坏和损失。

8. rừng nhiều tầng：复层林，由两层或数层树冠组成。

9. **cây một tầng**: 单层林，由单一树冠组成。

10. **cấu tượng**: 即**kết cấu đất**, 土壤结构, 是土壤固相颗粒（土壤中不同颗粒）的大小及其空间排列和组合的形式。土壤矿物质是岩石经过风化作用形成的不同大小的矿物颗粒（砂粒、土粒和胶粒）。土壤矿物质种类很多，化学组成复杂，它直接影响土壤的物理、化学性质，是作物养分的重要来源。

BÀI SỐ 5
NỀN KINH TẾ HÀNG HÓA NHIỀU THÀNH PHẦN VẬN HÀNH THEO CƠ CHẾ THỊ TRƯỜNG CÓ SỰ QUẢN LÝ CỦA NHÀ NƯỚC THEO ĐỊNH HƯỚNG XÃ HỘI CHỦ NGHĨA
沿着社会主义方向、由国家管理、按照市场机制运行的多种成分的商品经济

Trong thời kỳ quá độ lên chủ nghĩa xã hội, sản xuất hàng hóa tồn tại và phát triển là một tất yếu khách quan do các căn cứ sau:

Thứ nhất, phân công lao động xã hội và sự chuyên môn hóa sản xuất ngày càng phát triển làm cho các quan hệ kinh tế, những sự trao đổi hoạt động lao động trong xã hội phải dựa trên thước đo giá trị và chỉ được thực hiện tốt nhất bằng quan hệ hàng hóa-tiền tệ. Cách mạng khoa học-công nghệ, lực lượng sản xuất phát triển thì phân công và phân công lại lao động xã hội càng phát triển theo. Đó chính là cơ sở của kinh tế hàng hóa.

Thứ hai, nền kinh tế quá độ nhiều thành phần với nhiều hình thức sở hữu khác nhau, có nhiều chủ thể kinh tế khác nhau. Các chủ thể này độc lập, tách biệt nhau, mặc dù đều nằm trong một hệ thống phân công lao động xã hội, do đó trong sản xuất, kinh doanh chúng vừa cạnh tranh vừa hợp tác với nhau. Quan hệ kinh tế giữa các chủ thể có thể thực hiện bằng con đường trao đổi hàng hóa-tiền tệ theo cơ chế thị trường. Chính phát triển kinh tế hàng hóa là để sử dụng có hiệu quả những tiềm năng của các thành phần kinh tế.

Thứ ba, các mối liên hệ kinh tế giữa các doanh nghiệp nhà nước cũng được thực hiện thông qua quan hệ hàng hóa-tiền tệ. Vì giữa các doanh nghiệp vẫn có sự tách biệt tương đối về kinh tế, có quyền tự chủ trong sản xuất, kinh doanh, do đó chúng là những chủ thể khác biệt về lợi ích. Mặc dù các doanh nghiệp đều dựa trên sở hữu nhà nước, nhưng được giao quyền sử dụng những tư liệu sản xuất khác nhau, do đó có sự tách biệt giữa quyền sở hữu và quyền sử dụng. Giữa chúng vẫn có mối quan hệ vừa cạnh tranh vừa hợp tác. Cần phải nói thêm rằng giữa các doanh nghiệp nhà nước còn có sự khác biệt nhất định về lợi ích kinh tế, do giữa chúng còn có sự khác biệt về trình độ kỹ thuật, trình độ quản lý, tính hiệu quả trong sản xuất, kinh doanh. Quan hệ hàng hóa - tiền tệ là hình thức cần thiết, thuận lợi, công bằng, hợp lý trong quan hệ kinh tế giữa các doanh nghiệp nhà nước.

Thứ tư, kinh tế hàng hóa là loại hình kinh tế mà việc sản xuất và lưu thông sản phẩm phải

BÀI SỐ 5 NỀN KINH TẾ HÀNG HÓA NHIỀU THÀNH PHẦN VẬN HÀNH THEO CƠ CHẾ THỊ TRƯỜNG CÓ SỰ QUẢN LÝ CỦA NHÀ NƯỚC THEO ĐỊNH HƯỚNG XÃ HỘI CHỦ NGHĨA

hạch toán thu-chi, lỗ-lãi. Do đó, nó kích thích đổi mới kỹ thuật và công nghệ, cải tiến tổ chức lao động và quản lý nhằm nâng cao năng suất lao động để hạ chi phí cá biệt so với chi phí xã hội nhằm thu lợi nhuận siêu ngạch. Như vậy, kinh tế hàng hóa là loại hình kinh tế tạo ra động lực kinh tế, kích thích nâng cao hiệu quả sản xuất, kinh doanh.

Thứ năm, sản xuất hàng hóa, quan hệ hàng hóa-tiền tệ là tất yếu trong quan hệ kinh tế đối ngoại của các nước trên thế giới, vì mỗi nước là một quốc gia riêng biệt, là những chủ sở hữu khác nhau về sản xuất hàng hóa.

Phát triển kinh tế hàng hóa có vai trò quan trọng. Đối với nước ta muốn chuyển từ nền kinh tế còn kém phát triển lên sản xuất lớn xã hội chủ nghĩa thì không còn con đường nào khác là phải phát triển kinh tế hàng hóa. Kinh tế hàng hóa khắc phục được kinh tế tự nhiên tự cấp tự túc, đẩy mạnh phân công lao động xã hội, phát triển ngành nghề, tạo việc làm cho người lao động, khuyến khích ứng dụng công nghệ - kỹ thuật mới nhằm tăng năng suất lao động, tăng số lượng, chủng loại, chất lượng hàng hóa, dịch vụ, thúc đẩy tích tụ, tập trung sản xuất, mở rộng giao lưu kinh tế giữa các địa phương, các vùng lãnh thổ, thúc đẩy việc phát huy tính năng động sáng tạo của mỗi người lao động, mỗi đơn vị kinh tế, đồng thời tạo ra cơ chế phân bổ và sử dụng các nguồn lực của xã hội một cách hợp lý, tiết kiệm… Vì vậy, phát triển kinh tế hàng hóa được coi là chiếc đòn xeo để xây dựng chủ nghĩa xã hội, là phương tiện khách quan để xã hội hóa xã hội chủ nghĩa nền sản xuất.

Để phát triển nền kinh tế hàng hóa nhiều thành phần vận hành theo cơ chế thị trường, có sự quản lý của nhà nước theo định hướng xã hội chủ nghĩa cần chú trọng những vấn đề sau:

Một là, thực hiện nhất quán chính sách kinh tế nhiều thành phần. Đây là điều kiện cơ sở để thúc đẩy kinh tế hàng hóa phát triển, nhờ đó mà sử dụng có hiệu quả sức mạnh tổng hợp của mọi thành phần kinh tế, huy động những tiềm năng to lớn còn bị phân tán của xã hội vào phát triển sản xuất. Để thực hiện tốt chính sách này, một mặt, phải thể chế hóa các quan điểm của Đảng thành pháp luật, chính sách cụ thể để khẳng định sự phát triển nền kinh tế hàng hóa nhiều thành phần là một chính sách lâu dài, nhất quán của Đảng, Nhà nước ta, để tạo môi trường pháp lý cho các doanh nghiệp thuộc các thành phần kinh tế yên tâm đầu tư làm ăn lâu dài; mặt khác, phải kiên quyết xử lý, ngăn chặn mọi hành vi lừa đảo, buôn lậu, làm hàng giả… nhằm bảo vệ sản xuất, kinh doanh bình thường của các doanh nghiệp.

Hai là, mở rộng phân công lao động, phân bố lại lao động và dân cư trong phạm vi cả nước cũng như từng địa phương, từng vùng theo hướng công nghiệp hóa, hiện đại hóa. Muốn khai thác mọi nguồn lực, cần phát triển nhiều ngành nghề, sử dụng có hiệu quả cơ sở vật chất kỹ thuật hiện có và tạo việc làm cho người lao động. Phân công lại lao động giữa các ngành theo hướng chuyên môn hóa, hợp tác hóa, lao động công nghiệp và dịch vụ tăng tuyệt đối và tương đối, lao động nông nghiệp giảm tuyệt đối, cân đối giữa lao động và tài nguyên, bảo vệ và phát triển môi trường sinh thái. Cùng với mở rộng phân công lao động xã hội trong nước, tiếp tục mở rộng phân công và hợp tác lao động quốc tế.

Ba là, tạo lập và phát triển đồng bộ các yếu tố thị trường. Đây là biểu hiện và tiền đề quan trọng nhất để phát triển kinh tế hàng hóa. Thị trường là sản phẩm tất yếu của sản xuất và lưu thông hàng hóa. Sản xuất và lưu thông hàng hóa càng phát triển thì thị trường càng mở rộng. Sản xuất, lưu thông hàng hóa quyết định thị trường, song thị trường cũng tác động trở lại, thúc đẩy kinh tế hàng hóa. Để mở rộng thị trường và tạo lập đồng bộ các yếu tố thị trường cần tôn trọng quyền tự chủ sản xuất, kinh doanh của các doanh nghiệp, bảo đảm sự cạnh tranh bình đẳng giữa các thành phần kinh tế, xây dựng thị trường xã hội thống nhất và thông suốt cả nước; phát triển mạnh thị trường hàng hóa và dịch vụ, trên cơ sở tìm hiểu nhu cầu, mà tăng quy mô, chủng loại, nâng cao chất lượng, tăng sức cạnh tranh của hàng tiêu dùng và dịch vụ để thỏa mãn nhu cầu trong nước và mở rộng kim ngạch xuất khẩu. Đẩy mạnh công nghiệp hóa, hiện đại hóa để tăng năng suất lao động, hạ giá thành sản phẩm, tạo điều kiện giảm giá cả hàng hóa, tăng thu nhập, tăng sức mua, làm cho dung lượng thị trường, nhất là thị trường nông thôn tăng lên. Hình thành và phát triển các thị trường sức lao động, vốn, tiền tệ, chứng khoán. Để các thị trường này phát triển cần triệt để xóa bỏ bao cấp, thực hiện nguyên tắc: tự do hóa giá cả, tiền tệ hóa tiền lương; mở rộng các loại thị trường, thực hiện giao lưu hàng hóa thông suốt trong cả nước, lành mạnh hóa thị trường, khắc phục tình trạng kinh tế ngầm, kiểm soát và xử lý nghiêm minh các vi phạm thị trường.

Bốn là, đẩy mạnh cách mạng khoa học-công nghệ, nhằm phát triển nền kinh tế theo hướng công nghiệp hóa, hiện đại hóa. Trong kinh tế hàng hóa các doanh nghiệp chỉ có thể đứng vững trong cạnh tranh nếu thường xuyên tổ chức lại sản xuất, đổi mới thiết bị, công nghệ nhằm tăng năng suất lao động để hạ thấp chi phí sản xuất, nâng cao chất lượng sản phẩm. Muốn vậy, phải đẩy mạnh công tác nghiên cứu và ứng dụng các thành tựu mới của cách mạng khoa học-công nghệ vào sản xuất và lưu thông, bảo đảm cho hàng hóa đủ sức cạnh tranh trên thị trường. Tiến hành công nghiệp hóa, hiện đại hóa để tạo điều kiện thuận lợi cho kinh tế hàng hóa phát triển.

Năm là, giữ vững ổn định chính trị, hoàn thiện hệ thống pháp luật, đổi mới các chính sách tài chính, tiền tệ, giá cả. Đó là những nhân tố quan trọng để phát triển kinh tế hàng hóa, để các nhà sản xuất, kinh doanh trong và ngoài nước yên tâm đầu tư. Giữ vững ổn định chính trị là giữ vững sự lãnh đạo của Đảng đối với sự nghiệp đổi mới, tăng cường vai trò quản lý của nhà nước, vai trò làm chủ của nhân dân theo phương châm "dân biết, dân bàn, dân làm, dân kiểm tra"; đồng thời phải giữ vững định hướng xã hội chủ nghĩa. Nhà nước cần hạn chế can thiệp trực tiếp vào sản xuất, kinh doanh của các doanh nghiệp, mà tập trung làm tốt các chức năng tạo môi trường, hướng dẫn, hỗ trợ những yếu tố cần thiết để các doanh nghiệp phát triển. Nhà nước cần tăng cường quản lý và kiểm soát việc sử dụng mọi nguồn lực nhằm bảo toàn và phát triển những tài sản quốc gia. Xây dựng và hoàn thiện hệ thống pháp luật đồng bộ là công cụ rất quan trọng để quản lý nền kinh tế hàng hóa nhiều thành phần. Nó tạo nên hành lang pháp lý cho mọi hoạt động sản xuất, kinh doanh của các doanh nghiệp trong và ngoài nước. Với hệ thống pháp luật đồng bộ, các doanh nghiệp chỉ có thể làm giàu trên cơ sở tuân thủ pháp luật. Nhà nước bằng các công cụ quản lý vĩ mô: kế hoạch, các chính sách kinh tế-xã hội (tài chính, tín dụng, tiền tệ, giá cả, kinh tế đối ngoại, khoa học-công nghệ, chính sách xã hội…) thực hiện việc điều tiết sản xuất-lưu thông hàng hóa trong nước và hoạt động xuất nhập khẩu, tăng cường vai trò kiểm tra, kiểm soát để ổ định kinh tế

BÀI SỐ 5 NỀN KINH TẾ HÀNG HÓA NHIỀU THÀNH PHẦN VẬN HÀNH THEO CƠ CHẾ THỊ TRƯỜNG CÓ SỰ QUẢN LÝ CỦA NHÀ NƯỚC THEO ĐỊNH HƯỚNG XÃ HỘI CHỦ NGHĨA

vĩ mô, kích thích tăng trưởng kinh tế cao, bảo đảm công bằng, bảo vệ môi trường sinh thái.

Sáu là, đào tạo đội ngũ cán bộ quản lý kinh tế và các nhà kinh doanh giỏi, phù hợp với yêu cầu của kinh tế hàng hóa định hướng xã hội chủ nghĩa. Con người bao giờ cũng là lực lượng sản xuất cơ bản nhất của xã hội. Con người vừa là kết quả, vừa là điều kiện để sản xuất phát triển. Mỗi cơ chế quản lý kinh tế có đội ngũ cán bộ quản lý, kinh doanh tương ứng. Chúng ta cần đẩy mạnh việc đào tạo và đào tạo lại đội ngũ cán bộ quản lý kinh tế, kinh doanh cho phù hợp với mục tiêu phát triển kinh tế trong thời kỳ mới. Cần sử dụng bồi dưỡng, đãi ngộ đúng đắn đội ngũ cán bộ nhằm nâng cao trình độ nghiệp vụ, bản lĩnh quản lý, kinh doanh của họ. Cơ cấu đội ngũ cán bộ cần chú ý bảo đảm cả cán bộ quản lý lẫn cán bộ kinh doanh cả ở phạm vi vĩ mô lẫn vi mô.

Bảy là, mở rộng quan hệ kinh tế đối ngoại để phát triển kinh tế hàng hóa. Trong xu thế quốc tế hóa đời sống kinh tế, mọi quốc gia muốn thúc đẩy phát triển kinh tế hàng hóa phải hội nhập với nền kinh tế thế giới (mở rộng thị trường ngoài nước, mở rộng hợp tác đầu tư với nước ngoài). Muốn vậy, phải đa dạng hóa hình thức, đa phương hóa đối tác; phải quán triệt nguyên tắc đôi bên cùng có lợi, không can thiệp vào công việc nội bộ của nhau và không phân biệt chế độ chính trị - xã hội; phải triệt để khai thác lợi thế so sánh của đất nước trong quan hệ kinh tế quốc tế nhằm khai thác tiềm năng lao động, tài nguyên thiên nhiên của đất nước, tăng xuất khẩu để nhập khẩu, thu hút vốn, kỹ thuật, công nghệ hiện đại, kinh nghiệm quản lý.

注　释

本课节选自越南胡志明国家政治学院教师武文福（Vũ Văn Phúc）博士和陈氏明珠（Trần Thị Minh Châu）著、越南河内国家政治出版社（Nxb Chính trị quốc gia）2001年版《关于我国社会主义定向市场经济的若干问题》（Một số vấn đề về kinh tế thị trường định hướng xã hội chủ nghĩa ở nước ta）的第一部分"社会主义定向市场经济"（Kinh tế thị trường định hướng xã hội chủ nghĩa）。

1. các vi phạm thị trường：各种违反市场的行为

2. hành lang pháp lý：法律通道、法律途径

3. đa phương hóa：多元化

4. lợi thế so sánh：比较优势（Comparative advantage），源于英国著名经济学家大卫·李嘉图（David Ricardo, 1772—1823）在其1817年出版的代表作《政治经济学及赋税原理》中提出的著名的比较优势原理（Law of Comparative Advantage）。

BÀI SỐ 6
ĐỔI MỚI GIÁO DỤC (I)
教育革新（上）

Mười năm (1986—1997) có vị trí đặc biệt trong quá trình tồn tại và phát triển đất nước (1945—1999). Đó là thời kỳ đổi mới đất nước do Đảng Cộng sản Việt Nam đề xướng từ Đại hội lần thứ VI của Đảng tháng 12-1986, Đại hội lần thứ VII, VIII của Đảng ta tiếp tục khẳng định và phát triển đường lối đổi mới. Đường lối đổi mới đã đưa đất nước ta, trong đó có giáo dục (bao gồm cả đào tạo) sang một giai đoạn phát triển tốt đẹp. Thời kỳ này là thời kỳ phát triển giáo dục theo đường lối đổi mới (cũng có thể gọi là thời kỳ điều chỉnh cuộc cải cách giáo dục lần thứ ba).

Đường lối đổi mới bắt đầu từ đổi mới tư duy, trong đó có đổi mới tư duy về giáo dục, đưa tư duy về giáo dục lên một trình độ phát triển mới.

1. Đổi mới tư duy giáo dục[1]

Các nhà nghiên cứu, quản lý giáo dục, đội ngũ giáo viên và các lực lượng xã hội đã phân tích thực trạng của nền giáo dục nước nhà và đi kết luận rằng, bên cạnh những thành tựu to lớn, đáng tự hào, ngành giáo dục phải làm cho toàn xã hội thấy rõ và từng bước giải quyết các vấn đề đang đặt ra đối với sự phát triển giáo dục:

—Mất cân đối giữa phát triển kinh tế - xã hội và phát triển giáo dục; giữa mong muốn phát triển giáo dục thật nhanh và chính sách đầu tư thấp cho giáo dục; giữa yêu cầu phát triển số người đi học và khả năng bảo đảm chất lượng giáo dục; giữa ý định phổ cập ngay giáo dục phổ thông trung học (cấp III) trong cả nước và các điều kiện thực hiện.

—Mất cân đối giữa cơ cấu kinh tế - xã hội và cơ cấu giáo dục; giữa đòi hỏi của sự phát triển cơ cấu lao động và cơ cấu đào tạo; giữa đào tạo và sử dụng.

—Trong nội bộ ngành cũng như trong hoạt động dạy học ngày càng bộc lộ nhiều mất cân đối, ảnh hưởng rõ rệt tới chất lượng giáo dục, như giữa yêu cầu giáo dục toàn diện và số lượng giáo

---

[1] Xem thêm: Phạm Minh Hạc: *Góp phần đổi mới tư duy giáo dục*, Nxb Giáo dục, Hà Nội, 1991.

viên, cơ cấu đội ngũ giáo viên; giữa phát triển thể chất và tinh thần; giữa dạy lý thuyết và dạy thực hành, thực nghiệm; giữa kiến thức và kỹ năng lao động; giữa hiểu biết và năng lực hành động… ở học sinh.

Để giải quyết từng bước các mất cân đối trên, trước hết phải có cách nhìn mới, quan niệm mới về giáo dục.

—*Trước hết*, phải khắc phục tư tưởng coi giáo dục chỉ nằm trong phạm vi của cách mạng tư tưởng-văn hóa, mà phải khẳng định giáo dục giữ vị trí trọng yếu đối với toàn bộ công cuộc phát triển đất nước: chiến lược phát triển giáo dục là một bộ phận trong chiến lược con người, và chiến lược con người đứng vị trí trung tâm của toàn bộ chiến lược kinh tế-xã hội của đất nước, lấy con người là mục tiêu và động lực của sự phát triển kinh tế-xã hội. Từ năm 1991 giáo dục cùng với khoa học-công nghệ được coi là quốc sách hàng đầu.

—*Thứ hai*, phải khắc phục quan niệm đầu tư cho giáo dục như là một thứ phúc lợi đơn thuần, đầu tư đến đâu hay đến đó. Đầu tư cho giáo dục là đầu tư cho phát triển, đầu tư cơ bản cho chiến lược kinh tế-xã hội. Sau này, nhất là từ năm 1991 và từ Hội nghị Ban Chấp hành Trung ương Đảng lần thứ tư khóa VII (1993) đã phát triển sáng tỏ hơn thành tư tưởng coi *giáo dục là kết cấu hạ tầng kinh tế-xã hội*, nên phải đầu tư cho giáo dục như đầu tư vào giao thông, bưu điện. Nhấn mạnh việc tạo nguồn đầu tư theo hướng "Nhà nước và nhân dân cùng làm".

—*Thứ ba*, một trong các khâu đột phá đổi mới giáo dục phải bắt đầu từ trường học-đơn vị cơ sở của hệ thống giáo dục. Đã xác định rõ nội dung giáo dục, đào tạo cụ thể, xác định tính chất của trường phổ thông, thể hiện cụ thể ở việc kết hợp học tập với lao động sản xuất có kỹ thuật, truyền thụ và lĩnh hội tri thức phổ thông với hiểu biết, kỹ năng, thái độ lao động…, chuẩn bị cho học sinh tham gia cuộc sống lao động bằng việc đưa công việc hướng nghiệp và nghề phổ thông vào dạy cho học sinh trong trường phổ thông trung học. Chỉ đạo nhà trường phổ thông theo hướng này được thể hiện trong quyết định của Bộ trưởng Bộ Giáo dục về "Mục tiêu và kế hoạch dạy học trường phổ thông cơ sở" ban hành năm 1986 và "Mục tiêu và kế hoạch dạy học phổ thông trung học" ban hành năm 1990. Các văn bản này quy định *nội dung giáo dục gồm tri thức, kỹ năng và thái độ*, theo đây, xây dựng chương trình các bộ môn và sách giáo khoa.

—*Thứ tư*, toàn bộ quá trình đổi mới tư duy giáo dục phải bám sát mục tiêu giáo dục là hình thành và phát triển toàn diện nhân cách, đào tạo con người có lòng yêu nước và lý tưởng xã hội chủ nghĩa, tiếp thụ truyền thống tốt đẹp của dân tộc và tinh hoa văn hóa loài người, có sức khỏe, có phẩm chất và kỹ năng để làm tốt một nghề (tuy có chuyển đổi nghề). Phải làm cho học sinh thực sự là chủ thể của hoạt động học tập, học sinh cùng với giáo viên là chủ thể của hoạt động dạy và học.

—*Thứ năm*, cần đặc biệt nhấn mạnh tới vai trò quyết định của đội ngũ giáo viên đối với phát triển giáo dục và thực hiện chất lượng giáo dục.

Các quan điểm chỉ đạo phát triển giáo dục

Mùa hè năm 1987 tại Vũng Tàu, Hội nghị của Bộ Giáo dục đã đề ra 10 quan điểm chỉ đạo:

—Xác định rõ vai trò, vị trí của giáo dục trong công cuộc xây dựng chủ nghĩa xã hội và bảo vệ Tổ quốc.

—Giáo dục là sự nghiệp của quần chúng, trường học là công cụ của chính quyền nhân dân.

—Kế hoạch phát triển giáo dục là một bộ phận của kế hoạch kinh tế-xã hội: duy trì, củng cố, ổn định, phát triển giáo dục, xây dựng nền nếp, kỷ cương, kỷ luật trong dạy và học, trong trường, lớp, trong quản lý giáo dục.

—Chất lượng và hiệu quả, trước mắt và lâu dài, kịp thời và đón đầu.

—Phát triển theo vùng, phổ cập và nâng cao, đại trà và mũi nhọn.

—Giáo dục toàn diện, trò ra trò, học ra học.

—Các loại hình trường, lớp đa dạng, linh hoạt.

—Thầy ra thầy, dạy ra dạy, trường ra trường, lớp ra lớp.

—Tăng cường nghiên cứu khoa học, đẩy mạnh áp dụng tiến bộ khoa học-kỹ thuật và kinh nghiệm giáo dục tiên tiến.

—Đổi mới quản lý giáo dục.

Các chương trình hành động cụ thể (1987—1990)

Theo các quan điểm chỉ đạo nói trên, ngành giáo dục phổ thông đã tập trung triển khai các chương trình hành động cụ thể:

—Giữ vững, ổn định, củng cố và phát triển giáo dục.

—Thể chế hóa mục tiêu và kế hoạch dạy học, điều chỉnh chương trình, cải tiến sách giáo khoa, khôi phục nền nếp, kỷ cương, kỷ luật trong dạy và học, trong trường lớp.

—Tập trung vào chỉ đạo "lớp 1, cấp I". Từ năm 1987 tách cấp I ra khỏi phổ thông cơ sở và gọi là *trường tiểu học*, thực hiện phổ cập giáo dục tiểu học, từ năm 1990 Quốc hội đề ra chương trình quốc gia về xóa mù chữ và phổ cập giáo dục tiểu học; năm 1991 đưa ra chương trình giáo dục cho mọi người (1991—2000), điều chỉnh một vài cuốn sách giáo khoa, từng bước thực hiện chất lượng giáo dục tiểu học. Đó là hướng đại trà.

—Tập trung một lực lượng đáng kể triển khai "mũi nhọn" bằng cách mở rộng trường chuyên, lớp chọn (mỗi tỉnh có một trường phổ thông trung học chuyên, mỗi huyện có một trường phổ thônng cơ sở chuyên).

—Đa dạng hóa, xã hội hóa, dân chủ hóa giáo dục nói chung, các loại hình trường lớp và quản lý giáo dục nói riêng.

Trung học chuyên nghiệp, dạy nghề, cao đẳng và đại học

Cũng vào mùa hè năm 1987 tại Hội nghị ở Nha Trang, ngành đại học và giáo dục chuyên nghiệp[2] đề ra *chủ trương*: tạo ra cơ cấu mới của hệ thống giáo dục đại học và chuyên nghiệp; làm sao thực hiện được một cơ cấu đầu tư hợp lý; đổi mới cơ chế quản lý hệ thống; cải tiến nội dung, phương pháp, nâng cao tính tích cực trong giảng dạy và học tập. Các chủ trương này được thực

---

2 Trước năm 1987 Việt Nam có 4 cơ quan phụ trách giáo dục: (1) Bộ Giáo dục, (2) Bộ Đại học, trung học chuyên nghiệp, (3) Ủy ban Bảo vệ bà mẹ và trẻ em, (4) Tổng cục Dạy nghề. Từ tháng 1-1987 đến tháng 3-1990 có 2 bộ: Bộ Giáo dục (1+3), Bộ Đại học, trung học chuyên nghiệp và dạy nghề (2+4). Từ tháng 4-1990 hợp nhất thành Bộ Giáo dục và Đào tạo, phó tiến sĩ Trần Hồng Quân làm Bộ trưởng, tiến sĩ Phạm Minh Hạc làm thứ trưởng thứ nhất.

hiện bằng *các biện pháp lớn*:

— Giải quyết một số vấn đề cấp bách để ổn định ngành.

— Tăng cường công tác giáo dục chính trị-tư tưởng.

— Tổ chức lại hệ đào tạo dài hạn tập trung thành hệ có chất lượng chuẩn.

— Tổ chức và mở rộng nhiều loại hình đào tạo.

— Tiếp tục xác định cụ thể mục tiêu đào tạo cho từng ngành học, xây dựng lại danh mục ngành nghề, đào tạo đại học theo diện rộng.

— Thực hiện cải cách nội dung đào tạo theo hướng "cơ bản, hiện đại Việt Nam". Thí điểm đơn nguyên hóa trong tổ chức quá trình đào tạo, ở một số ngành học của đại học sẽ tổ chức đào tạo theo hai giai đoạn.

— Ở bậc sau đại học, dần dần đào tạo ở trong nước là chủ yếu.

— Tiêu chuẩn hóa và đồng bộ hóa đội ngũ cán bộ giảng dạy.

— Đẩy mạnh nghiên cứu khoa học-lao động sản xuất.

— Thực hiện cơ chế quản lý vừa tập trung vừa phân cấp hợp lý, sắp xếp lại mạng lưới trường, thực hiện cơ chế hợp đồng giữa nhà trường và bên có nhu cầu đào tạo.

Các chủ trương, biện pháp đó thể hiện cụ thể vào ba chương trình của ngành đại học và chuyên nghiệp:

Chương trình I: Cải cách đào tạo đại học và chuyên nghiệp: mở nhiều loại hình trường, mềm hóa quá trình đào tạo, đơn nguyên hóa, có cơ chế chuyển đổi.

Chương trình II: Nghiên cứu khoa học-lao động sản xuất, cải thiện điều kiện vật chất-kỹ thuật của đào tạo.

Chương trình III: Xây dựng đội ngũ giáo viên, cán bộ quản lý.

(Còn nữa)

注 释

本课节选自越南河内国家政治出版社（Nxb Chính trị quốc gia）1999年版《进入21世纪前的越南教育》（*Giáo dục Việt Nam trước ngưỡng cửa thế kỷ XXI*）第三章"教育的改革、革新与振兴"（*Cải cách, đổi mới, chấn hưng giáo dục*）。本书作者范明鹤（Phạm Minh Hạc）教授曾经担任越南教育培训部（Bộ Giáo dục và Đào tạo）第一副部长、部长。

1. cuộc cải cách giáo dục lần thứ ba：第三次教育改革，即越南社会主义共和国1979年开始进行的教育改革，此前越南民主共和国分别于1950年和1956年进行的教育改革被称为第一次教育改革和第二次教育改革。

2. phổ thông trung học：高中，又称为trung học phổ thông或cấp III。按照1998年越南颁布的《教育法》（*Luật Giáo dục*），越南国民教育体系的基本构成为：幼教（giáo dục mầm non）、小学（tiểu học）、初中（trung học cơ sở）、高中（trung học phổ thông）和大学（đại học）。以前越南把普通教育的小学、初中、高中分别称为cấp I、cấp II和cấp III。

3. chiến lược con người：人才战略

4. sáng tỏ：清楚、明了、明确

5. phổ thông cơ sở：（包括1—9年级的）小学初中

6. Vũng Tàu：头顿，越南巴地—头顿省（tỉnh Bà Rịa-Vũng Tàu）省会，著名的旅游胜地。

7. đại trà：本课中指某项工作的大范围推广、实施。

8. mũi nhọn：本课中指某项工作的小范围试行、实施。

9. trường chuyên：课程专设中学，全校根据不同的课程分成不同的课程专设班（lớp chuyên），如数学班、语文班、物理班、化学班等，学生在学校除了学习国家规定的一般课程外，还要学习所在班的专门课程，在该门课程上得到更深、更高的教育。现在，越南几乎每一个省都有一所课程专设中学。

10. lớp chọn：课程选择班，形式与课程专设班相似，所不同的是，课程选择班是在普通中学里设置的特别班，通常全校只有几个这样的班。现在，越南有几所教学质量较高、规模较大的中学设有课程选择班。

11. Nha Trang：芽庄，越南庆和省（tỉnh Khánh Hòa）省会，著名的海滨旅游城市。

12. cán bộ giảng dạy：大学教师

BÀI SỐ 7
ĐỔI MỚI GIÁO DỤC (II)
教育革新（下）

(Tiếp theo bài trước)

2. Một mốc mới

a) Hội nghị Ban Chấp hành Trung ương Đảng lần thứ tư khóa VII (1993) là mốc mới trong quá trình phát triển giáo dục nước nhà. Đây là Hội nghị Trung ương đầu tiên trong lịch sử Đảng Cộng sản Việt Nam đã ra một Nghị quyết "Về tiếp tục đổi mới sự nghiệp giáo dục-đào tạo" với 4 quan điểm chỉ đạo:

— Giáo dục và đào tạo là quốc sách hàng đầu, là động lực thúc đẩy, là điều kiện cơ bản bảo đảm việc thực hiện các mục tiêu kinh tế-xã hội, xây dựng và bảo vệ đất nước. Phải coi đầu tư cho giáo dục là một hướng chính của đầu tư phát triển.

— Mục tiêu nhằm nâng cao dân trí, đào tạo nhân lực, bồi dưỡng nhân tài, đào tạo những con người có kiến thức văn hóa, khoa học, có kỹ năng nghề nghiệp, v. v… Mở rộng quy mô, đồng thời chú trọng nâng cao chất lượng, hiệu quả giáo dục, gắn học với hành, tài với đức.

— Gắn chặt với yêu cầu phát triển đất nước và phù hợp với xu thế tiến bộ của thời đại.

— Đa dạng hóa các hình thức đào tạo; thực hiện công bằng xã hội trong giáo dục.

b) Về mục tiêu giáo dục-đào tạo, phân biệt rõ ba loại mục tiêu phát triển:

— Mục tiêu phát triển tổng quát (vĩ mô): nhằm nâng cao dân trí, đào tạo nhân lực, bồi dưỡng nhân tài, tức là tạo ra nền tảng dân trí, chuẩn bị một thế hệ lao động mới có trình độ cao hơn, với mũi nhọn là đội ngũ người tài, thực hiện công bằng xã hội.

— Mục tiêu phát triển nhân cách (vi mô): con người phát triển cao về trí tuệ, cường tráng về thể chất, phong phú về tinh thần, trong sáng về đạo đức, có khả năng lao động, có tính tích cực chính trị-xã hội.

— Mục tiêu phát triển cụ thể các bậc học: xóa mù chữ và phổ cập giáo dục tiểu học, xây dựng bậc trung học mới, mở rộng bậc đại học và sau đại học, xây dựng hệ thống trung tâm chất lượng cao.

Các quan điểm và mục tiêu trình bầy ở trên dựa vào *ba khái niệm cơ bản* sau:

—*Nhân tố người*: Trong các nhân tố tạo nên sự phát triển kinh tế-xã hội, nhân tố người giữ vị trí trung tâm, quyết định đối với toàn hệ thống các nhân tố khác, nhất là ngày nay ngày càng khẳng định vai trò quyết định của trí tuệ và phẩm chất đến mức coi trí tuệ và phẩm chất có quyền lực cao hơn mọi quyền lực, là thước đo mọi giá trị.

—*Phát triển người*: Tuy con người và xã hội loài người tồn tại đương nhiên trong xã hội, nhưng nhân tố người không phải tự nhiên có, mà phải tạo nên, cũng như vai trò trung tâm, vai trò quyết định của nhân tố người cũng do con người tạo nên. Vì vậy, sự khẳng định vị trí và vai trò của nhân tố người đòi hỏi phải có một khái niệm khác-khái niệm phát triển người. Con người sinh ra phải được phát triển thông qua giáo dục (trong nghĩa rộng của từ này, tức là cả tự giáo dục, giáo dục nhà trường và giáo dục ngoài nhà trường, chính quy và không chính quy, thường xuyên suốt đời), bằng hoạt động và giao lưu của mình. Sự phát triển con người đã trở thành tiêu chí ngày càng quan trọng trong việc xếp hạng các nước trên thế giới.

—*Nguồn lực người*: Nhân tố người phải được phát triển, một khi đã phát triển, và phát triển liên tục, nhân tố người chẳng những là nhân lực, mà trở thành một nguồn lực sinh ra các nguồn lực khác (vật lực, tài lực…). Nguồn lực người là vốn thứ nhất, cùng với vốn tài chính tạo nên sự phát triển kinh tế - xã hội. "Cùng với việc tạo ra nguồn lực vật chất và nguồn lực tài chính, và để phát huy các nguồn lực đó, thì điều quan trọng nhất hiện nay là cần tăng trưởng nguồn lực con người Việt Nam, tạo ra *khả năng lao động ở một trình độ mới*, cao hơn nhiều so với trước đây"[1].

3. Kết quả

Đường lối đổi mới đã đưa sự phát triển đất nước đi vào một thời kỳ mới. Nhờ chính sách đổi mới giáo dục, nền giáo dục-đào tạo nước ta có tiến bộ và phát triển. Ở đây trình bày các nhận định khái quát về các thành tựu đã đạt được, đề cập những công việc tiếp theo.

—Nhìn chung đã ngăn chặn được tình trạng tan trường, vỡ lớp, thầy bỏ dạy, trò bỏ học, củng cố được hệ thống giáo dục và bắt đầu có bước phát triển mới.

—Trường, lớp xóa mù chữ, sau xóa mù chữ và tiểu học được mở vào tận bản xa, thôn sâu, xóa phần lớn các điểm dân cư còn "trắng" về giáo dục. Các loại hình trường lớp đa dạng hơn trước và mở ra khắp nơi: nhóm trẻ gia đình, trường mẫu giáo dân lập, lớp tiểu học bán trú, trung tâm giáo dục hướng nghiệp, lao động kỹ thuật và dạy nghề, lớp học linh hoạt để phổ cập giáo dục tiểu học, lớp buổi tối xóa mù chữ, lớp hệ B[2], trường phổ thông cơ sở và trường phổ thông trung học bán công, dân lập, trường phổ thông trung học phân ban, trường đại học dân lập, đại học mở, hệ thống trường chuyên, v. v… Nhưng tất cả đều được tập trung vào một hệ thống giáo dục quốc dân rộng khắp trong cả nước, được thể chế hóa trong Nghị định số 90/CP của Chính phủ, ban hành ngày 24-11-1993. Với hệ thống và nội dung giáo dục ngày nay, *nước nhà thực sự đã có một*

---

[1] *Tiếp tục đổi mới sự nghiệp giáo dục-đào tạo*. Nghị quyết của Hội nghị Ban Chấp hành Trung ương Đảng lần thứ tư (khóa VII), Nxb Chính trị quốc gia, Hà Nội, 1993, tr. 9.

[2] Lúc đầu để phân biệt với số học sinh không phải trả học phí, các học sinh trong cùng một trường phải trả học phí học trong các lớp gọi là hệ B.

nền quốc học nhân dân khá hoàn chỉnh.

— Chấm dứt được tình trạng giảm, và bắt đầu tăng dần số học sinh các cấp. Số học sinh lưu ban, bỏ học giảm hẳn.

Trong 5 năm (1991—1995) số người không biết chữ tham gia các lớp học có tới gần 1,5 triệu; trẻ em ở độ tuổi học sinh mà chưa đi học hay bỏ học nay được đến trường đã hơn 1 triệu.

— Giáo dục con em dân tộc thiểu số được củng cố và phát triển. Đã nghiên cứu và sơ bộ định hướng tiếp tục phát triển giáo dục cho con em đồng bào Khơme, đồng bào Chăm, đồng bào H'mông và các dân tộc vùng cao, v. v... Một hệ thống trường dân tộc nội trú được xây dựng mới, ở nhiều nơi là công trình xây dựng đẹp nhất trong địa phương: 5 trường trung ương, 38 trường tỉnh, bắt đầu xây dựng một số trường huyện, ở một số xã cũng có trường bán trú cho con em dân tộc. Số học sinh dân tộc nội trú tăng vọt lên gấp 5-7 lần.

— Xã hội hóa giáo dục: mọi người làm công tác giáo dục. Chủ trương này đã được Công đoàn giáo dục các cấp phối hợp với nhà trường, các cấp quản lý giáo dục, các ngành, dưới sự lãnh đạo của các cấp ủy Đảng và chính quyền triển khai khá rộng rãi. Đến nay đã có khoảng 3/4 số xã (toàn quốc có khoảng gần 11.000 xã) và nhiều huyện, một vài tỉnh (Hà Tây, Bắc Giang, v. v.) tổ chức đại hội giáo dục của địa phương mình. Thông qua đại hội này sự phối hợp giữa nhà trường-xã hội (Đảng, chính quyền, các đoàn thể, các ngành...)-gia đình được tăng cường, môi trường giáo dục được cải thiện rõ rệt, tạo điều kiện thuận lợi quan trọng để giáo dục tốt con em. Ý thức cộng đồng trách nhiệm giữa đội ngũ giáo viên và các lực lượng giáo dục khác được xác định. Nhờ xã hội hóa giáo dục, nhà trường cũng dân chủ hơn. Ở một số xã, huyện, phần nhân dân đóng góp cho giáo dục bằng hoặc hơn ngân sách của Nhà nước. Năm 1997 Chính phủ đã ban hành Nghị định 90/CP về xã hội hóa giáo dục cùng một số ngành khác.

— Chất lượng giáo dục, tuy vẫn tiếp tục có sự phân cực (một số ít rất tốt, một số ít rất kém, giải tần giữa hai nhóm này ngày càng doãng ra), nhưng nhìn chung cũng có phần tiến bộ, rõ nhất là ở tiểu học, chất lượng đã dần dần đi vào ổn định, ở các trường chuyên, lớp chọn... Nhờ vậy, số học sinh khá giỏi đã tăng từ 3%—5% lên trên 10%-12%-20%, số học sinh dự thi các kỳ thi học sinh giỏi quốc gia và đoạt giải học sinh giỏi các cấp nhiều hơn, số học sinh đoạt giải các kỳ thi quốc tế vẫn đều đặn như trước. Số học sinh được học ngoại ngữ và tin học tăng lên rõ rệt. Giáo dục đạo đức, chính trị tư tưởng được chú ý; kỷ cương, nền nếp, kỷ luật được bảo đảm hơn trước nhiều; nhìn chung nhà trường vẫn giữ được môi trường trong lành. Điều đáng chú ý là học sinh, sinh viên ngày nay đã và đang chuyển mạnh sang tâm lý sống động hơn, linh hoạt tự chủ hơn, thích nghi nhanh hơn và sáng tạo hơn.

Đó là những việc đã làm được, là kết quả của đường lối đổi mới và cũng là thành tựu 50 năm phát triển giáo dục-đào tạo, là công sức của toàn Đảng, toàn dân, của đội ngũ giáo viên, của hàng chục triệu học sinh.

Tuy nhiên, nhiều vấn đề của sự nghiệp giáo dục và đào tạo còn làm cho mọi người lo lắng. Độc lập dân tộc và chủ nghĩa xã hội phụ thuộc phần lớn vào kết quả và hiệu quả giáo dục trong những năm tới. Trong dòng suy nghĩ ấy cần *tập trung vào giáo dục đạo đức-tư tưởng chính trị và giáo dục tay nghề*. Nói khái quát là cần chú ý đến mục tiêu giáo dục và nội dung giáo dục, cả ở nhà trường và gia đình. Giáo dục gia đình đang là một vấn đề cần quan tâm. Thang giá trị trong xã hội, trong thanh niên, học sinh đang có sự đảo lộn lớn, có ý kiến cho là đang khủng hoảng, phát triển xu hướng cá nhân chủ nghĩa, kinh tế đơn thuần, thực dụng, chạy theo đồng tiền[3]. Vấn đề là ở chỗ, trong thời gian có nhiều chuyển đổi chúng ta quan tâm chưa đúng mức đến việc định hướng giá trị xã hội[4]. Thêm vào đó, giáo dục nghề nghiệp kém phát triển, nội dung còn lạc hậu, học sinh sinh viên ra trường chưa được chuẩn bị tốt để hành nghề, chưa đáp ứng được yêu cầu về lao động kỹ thuật, nhất là ở các cơ sở liên doanh hay của nước ngoài. Tình hình đó dẫn tới nguy cơ có khả năng một bộ phận thanh niên trở thành những người cốt đi làm thuê kiếm sống, dần dần biến dạng thành một thứ "nô lệ kiểu mới". Lo cho giáo dục hôm nay là nỗi lo cho tương lai của dân tộc.

Nhìn một cách tổng quát, như Đề án nghiên cứu tổng thể về giáo dục và nguồn nhân lực *VIE-89/022*, do Quỹ Phát triển Liên hợp quốc tài trợ, UNESCO phối hợp với Bộ Giáo dục và Đào tạo thực hiện (1991—1992), đã kết luận có 7 *vấn đề gay cấn*:

—Không phù hợp của công tác giáo dục và đào tạo đối với xã hội trong giai đoạn chuyển tiếp.

—Thiếu và kém hiệu quả trong việc sử dụng các nguồn lực kinh tế cho giáo dục và đào tạo.

—Giảm sút số lượng và chất lượng ở các cấp học.

—Liên kết kém giữa giáo dục kỹ thuật và dạy nghề với sản xuất và việc làm.

—Sự cung ứng không đầy đủ giáo dục đại học, mạng lưới giáo dục đại học không phù hợp, liên kết kém giữa nghiên cứu, sản xuất và sử dụng.

—Các nhược điểm và khó khăn của đội ngũ giáo viên.

—Hệ thống tổ chức, quản lý và pháp luật trong giáo dục và đào tạo không phù hợp.

Mấy năm qua, chúng ta đã khắc phục được một phần và bây giờ vẫn tiếp tục suy nghĩ và giải quyết tốt 7 vấn đề đó.

注　释

1. bản：村、寨，越南北方少数民族地区最小的居住区，相当于"làng"。

2. bán trú：走读（学生在学校学习、吃饭，晚上回家住宿）

3. bán công：（学校、医院）半公立、半民办

4. đại học mở：开放大学（The Open University），最早于1971年在英国成立，是一个独立、自治的国家高等教育机构，有权授予学位。它结合函授、电视、广播、计算机网络等，采用远距离教学和开放式的办学形式，是20世纪后半叶教育界的最大突破，向高等教育大众化和终身教育迈出了一大步。

---

3 Xem Phạm Minh Hạc: *Vấn đề con người trong công cuộc đổi mới*, Chương trình KX-07, Hà Nội, 1994.
4 Xem Phạm Minh Hạc: *Định hướng giá trị xã hội, tăng cường giáo dục đạo đức*, Báo Nhân Dân, ngày 20-4-1996.

5. Khơme：高棉族，亦为 Khmer，越南54个民族之一，主要居住在南部九龙江平原的一些省份。

6. Chăm：占族，亦为 Chàm，越南54个民族之一，主要居住在中南部宁顺、平顺省及南部安江省、胡志明市等。

7. H'mông：赫蒙族，以前称苗族（Mèo），越南54个民族之一，主要居住在北部、西北部和中北部山区的一些省份。

8. giải tần：亦为 dải tần，原意为按规定划分的无线电波频率的界限范围，本课中指教育质量优劣的差距。

9. thang giá trị：价值观、价值取向

10. UNESCO：联合国教科文组织（United Nations Educational, Scientific and Cultural Organization，Tổ chức giáo dục, khoa học và văn hóa của Liên hợp quốc），1945年11月16日在伦敦通过《联合国教育、科学及文化组织法》，1946年11月4日在巴黎宣告正式成立。

BÀI SỐ 8
VĂN HÓA HOA - CÂY CẢNH
花—盆景文化

Thiên nhiên, về bản chất là phong phú và đa dạng, mãi mãi còn tiềm ẩn nhiều kỳ thú và kỳ vĩ, kỳ bí... không hẳn là "bất khả tri" nhưng cho dù con người, qua lịch sử, đã thu thập được một kho tri thức về tự nhiên song chưa bao giờ đã hiểu biết hết tự nhiên. Luôn luôn tự nhiên, cũng như người đàn bà xinh đẹp, duyên dáng, thắm đằm và sâu sắc, lưu giữ một chất "Huyền" nào đó, vẫy gọi, kích thích con người tiếp cận... nhưng bao giờ cũng là cảnh tình "tuy xa mà gần, tuy gần mà xa..."

Thiên nhiên Đông Nam Á và Việt Nam – xứ sở châu Á gió mùa nhiệt... ẩm lại, càng phong phú và đa dạng hơn bất cứ nơi đâu, vừa gắn với đại lục, vừa thông với đại dương, đủ dạng địa hình, hệ thực vật có trên 7000 loài có hạt, xếp vào 267 họ, sấp xỉ 2000 chi... Nhà bác học Lê Quý Đôn của xứ Sơn Nam hạ nói giản dị: Cây cỏ miền nhiệt đới *hương* nồng thắm hơn, *sắc* nhiều màu hơn cây cỏ xứ lạnh...

Con người - loài người là một *sản phẩm của tự nhiên* trên diễn trình lịch sử vũ trụ và là một *thành phần của tự nhiên* từ hàng triệu năm về trước đến ngày nay. Thoạt kỳ thủy, con người lệ thuộc gần như hoàn toàn và nặng nề vào môi sinh tự nhiên, các hệ sinh thái tự nhiên; nhưng về bản thể, con người là một sinh vật có tư duy, có ý thức, có mô hình hành động được lựa chọn và chịu trách nhiệm về sự lựa chọn của mình, do vậy mà con người không thích nghi thụ động với hoàn cảnh tự nhiên, mà là ứng biến - thích ứng và/rồi biến đổi nó - xây dựng các hệ sinh thái–nhân văn mà nhiều người gọi là *Thiên nhiên thứ hai*, xây dựng các nền *Văn hóa* với những ứng xử khác nhau, với tự nhiên, với xã hội và với bản thân mình...

Theo nhiều nhà sử học và văn hóa học, ở phương Tây, trong các nền văn hóa chính thống, từ tư duy La Mã cổ đại qua tư duy Thiên Chúa giáo trung đại đến tư duy duy lý cận hiện đại, đều xem *thiên nhiên là thù nghịch*. Do vậy mà có các khái niệm và hành xử "khai thác", "chinh phục", "thống trị" tự nhiên. Và thiên nhiên bị tàn phá nặng nề, và nói như F. Enghen trong *Phép biện chứng tự nhiên*, thiên nhiên đã, đang và sẽ tìm cách trả thù lại! Tới nửa cuối thế kỷ thứ XX, người ta kêu gọi trở về với lối sống *hòa điệu với tự nhiên* và người ta phát động phong trào "cách mạng xanh" rồi "Hòa bình Xanh" (*Green Peace*). Học giả phương Tây "trở về nguồn cội", "về nguồn phương Đông", điều chế ra triết lý sống của thế kỷ XXI là "chủ nghĩa Tân Tự nhiên" (*néo–naturism*).

Phương Đông - trong đó có Việt Nam - trên đại thể có truyền thống sống hài hòa với tự nhiên. Người Việt Nam dựa vào tự nhiên mà làm ăn và đánh giặc. "Trông Trời - trông Đất - trông Mây, trông Mưa - trông Gió - trông Ngày - trông Đêm…", theo thuyết tinh linh vạn vật đều có Hồn… Hồ Gươm - hồ Tây, núi Nùng, sông Nhị, nơi "Lắng hồn núi sông ngàn năm" (Nguyễn Đình Thi), "người buồn cảnh có vui đâu bao giờ" (Nguyễn Du), vui "tình cá nước", "hoa cười", cây "ngả nghiêng chào", ứng xử tế nhị "nâng như nâng trứng, hứng như hứng hoa", thậm chí tín mê "thần cây Đa, ma cây Gạo…" với tục thờ cây cối…

Văn minh lớn Trung Hoa, đến thời Hán, vài thế kỷ trước sau Công nguyên thì nghề xây dựng hoa viên, trồng hoa, cây cảnh đã trở thành một ngành nghệ thuật lớn và tinh tế, một nghệ thuật cung đình và quý tộc, tất nhiên: Thượng Uyển - Thượng Lâm…

Bon sai (nguyên nghĩa: Cây trồng trong chậu cạn), với thế kỷ XII, gắn liền với Zen (*Thiền*) và Sin tô (*Thần đạo*), đã trở thành một nghệ thuật tuyệt vời của người Nhật Bản: như tự nhiên ư? Vậy mà không phải vậy…

Văn học Trung Hoa Đường - Tống có tư duy *duy mỹ* với thiên nhiên:

Cổ thi thiên ái thiên nhiên mỹ

(Thơ xưa nghiêng chuộng thiên nhiên đẹp)

(Hồ Chí Minh)

Người Việt Nam mang chở "tính người" phổ quát, biết ngưỡng mộ cái Đẹp của *thiên nhiên thứ nhất*:

Cỏ cây chen đá lá chen hoa

(Đèo Ngang - Bà huyện Thanh Quan)

Núi ấp ôm mây, mây ấp núi…

(Hồ Chí Minh)

biết chọn non nước "sơn thủy hữu tình" (Non nước Dục Thúy Sơn Ninh Bình, non nước Ngũ Hành Sơn Quảng Nam, Hương Sơn Hà Tĩnh, Hà Tây…) mà dựng xây Đền - Chùa - Tháp - Miếu…

Từ nơi dân dã: "Cây gạo đầu làng", "Cây đa bến nước"… đến chốn thị thành:

Khen ai khéo vẽ dư đồ

Trước sông Nhị Thủy, sau hồ Hoàn Gươm

(Ca dao Hà Nội cổ)

Mà người Việt Nam cũng/càng biết tạo dựng một *thiên nhiên thứ hai hài hòa với thiên nhiên thứ nhất*, từ làng quê với "ao thu lạnh lẽo nước trong veo", với "trúc xinh trúc mọc bờ ao", với "ngõ trúc quanh co" (Yên Đổ), với "bóng cau với con thuyền một dòng sông" (Văn Cao)… đến cửa nhà quan:

Hé cửa đêm chờ hương quế lọt

Quét hiên ngày lệ bóng hoa tan

(Nguyễn Trãi)

đến nơi ở của Chủ tịch nước:

Trăng lồng cổ thụ bóng lồng hoa...

(Hồ Chí Minh)

Nếu nước Việt phương Nam truyền thống là "tổng" của các làng, thì có làng ruộng, làng vườn ("văn minh miệt vườn" của Sơn Nam), làng nghề, làng buôn... mà cũng có Làng Hoa: "đất Ngọc Hà hoa Hữu Tiệp" làng đào Nhật Tân, "đồng Bông" làng quất Nghị Tàm của Kẻ Chợ-Thăng Long, Vị Khê, Trình Xuyên, Phụ Long của Nam Định, Kim Long của Huế, làng hoa Đà Lạt của miền Nam...

Thăng Long Lý-Trần-Lê, ngoài hoàng thành và tử cấm thành, có 36 phường phố buôn bán-thủ công, có thập tam trại rau-hoa-quả, trong đó có trại Hàng Hoa và chợ Hoàng Hoa, được sử biên niên ghi lại từ đầu thế kỷ XVI.

—Con gái ở trại Hàng Hoa

Ăn cơm nửa bữa, ngủ nhà nửa đêm...

—Đất Ngọc Hà tốt tươi phong cảnh

Gái Ngọc Hà vừa đảm vừa xinh

Cuối thế kỷ XIX đầu thế kỷ XX, người Ngọc Hà khai sinh tiếp làng hoa Đà Lạt ngoài quê gốc Trại/gánh hàng hoa, với phố cây "Đông Hòe" (Hòe Nhai), "Tây Liễu" (Liễu Giai), hiện hữu từ thời Lý.

Ở xứ Bắc; thời Lý có Hoa Lâm (rừng Hoa) bên bờ sông Thiên Đức (Đuống). Ở Thành Nam, quê hương Tức Mặc nhà Trần, với hành cung Thiên Trường rồi với biệt cung Trùng Quang của Thánh Tông-Nhân Tông... thì cũng mọc dựng những Hoa nha, Liễu nha... vườn hoa, bến Liễu, rặng Quất vàng!

—*Đông phong ngự uyển hoa dung động*

(Gió xuân vườn ngự, hoa lay động)

(Nguyễn Phi Khanh: *Cảm xúc sau khi thi ở Thiên Trường*)

—*Lưỡng ngạn tân sương kim quất quốc*

(Sương mới hai bờ xứ quất vàng)

(Phạm Sư Mạnh: *Ghi lại việc hầu vua về Thiên Trường*)

—*Biển chu bang liễu quá tiền khê*

(Thuyền con men liễu lướt khe đi)

(Nguyễn Phi Khanh: *Trong thuyền ở Thiên Trường*)

Đến thăm quê cũ nhà Trần, ngoài tháp chùa Phổ Minh, đền Trần, đền Bảo Lộc... ta còn bắt gặp các địa danh Hoa Nha, Liễu Nha vang bóng một thời "hào khí Đông Á". Song nơi đó giờ đây không còn bến liễu, vườn hoa... và dòng sông xưa nay đã hóa nên đồng. Song văn hóa hoa-cây cảnh vẫn được bảo tồn ở Vị Khê-Nam Điền, ở Trình Xuyên (vốn là Trần Xuyên-dòng sông nhà Trần), ở Phụ Long bên bờ Đại Hoàng giang nay mang tên chung sông Cái-Nhị Hà-Hồng Hà.

BÀI SỐ 8 VĂN HÓA HOA - CÂY CẢNH

Đấy là những làng vườn hoa-cây cảnh cổ truyền nay được phục hồi một phần ở đầu xóm thôn Tức Mặc, vừa mang giá trị cổ truyền, vừa mang bản sắc mới văn hóa kinh doanh trong cơ chế thị trường…

* * *

Thú chơi hoa-cây cảnh cần có sự *thung dung* thong dong của con người không vướng bụi trần hay triết lý Lão-Trang mà nhà Trần hội nhập:

Hòa quang đồng trần

(Hòa ánh sáng (tâm linh) với bụi đời (trần thế))

kể cả sự hội nhập tư duy ấy vào tâm thức cụ Hồ:

Tố sự thung dung nhật nguyệt trường

(Làm việc ung dung ngày tháng dài)

Cần ngày càng nhiều lên một tầng lớp trung lưu, với mức sống có "bát ăn bát để", nếp sống trung lưu và lối sống đan xen lao động căng tràn và thư dãn buông xả…

Ngày xưa, những nếp nhà ở Kẻ Chợ-Thăng Long, ở phố Hiến Nam, ở Vị Xuyên-Vị Hoàng… có hình ống: Nhà thị thành là kết quả xoay dọc đầu hồi ra ngoài đường phố của các nếp nhà thôn dã. Lớp nhà trên cách lớp nhà dưới một khoảng sân con. Ở đó, trong ngôi nhà trung lưu-nho nhã thường có non bộ, một vài chậu cây cảnh, một gốc đinh lăng, một khóm sói, khóm hồng hay một gốc chi mai… Nhà ông nội-ông ngoại tôi, -những cụ tú, cụ cử quê gốc xứ Nam-thường là vậy: Một ngôi nhà 3—5 gian, hàng hiên có tường hoa đặt vài chậu địa lan, trước cửa giữa nhà là đôi sấu, bên cạnh đó là gốc ngâu, gốc mộc. Sân vây "tường hoa", quanh sân đào các hốc trồng đào, mai, tường vi, lửa lựu… và xếp nhiều chậu bồn cây cảnh Đỗ Quyên, quất, hồng… vườn hoa nhỏ trước sân là Vạn tuế, Tùng, Bách, Mẫu Đơn, Trạng Nguyên, Quân Tử…

Nay thì cây cảnh-cây hoa phả vào bao lơn các nhà tầng và ngự trị cả ở phòng khách cơ quan cùng vài góc phòng văn của nhà văn hóa…

注 释

本课选自越南河内民族文化出版社（Nxb Văn hóa dân tộc）2000年版《越南文化——探索与思考》（*Văn hóa Việt Nam—Tìm tòi và suy ngẫm*），作者陈国旺（Trần Quốc Vượng, 1934— ）系越南现代著名学者，河内国家大学所属社会与人文科学大学教授，长期从事历史学、考古学、文化学、民俗学等方面的教学与研究工作，撰写了大量相关的研究专著、论文和教材，并因此获得国内外多种奖项。

1. Lê Quý Đôn：黎贵惇（1726—1784），字尹厚（Doãn Hậu），号桂堂（Quế Đường），越南山南镇（trấn Sơn Nam，今属太平省）人，后黎朝著名学者，被学术界誉为越南古代文化研究领域的博学家。黎贵惇学识渊博，其研究涉及历史、地理、文学、语言、哲学等诸多领域，主要著作及辑录的作品有：《大越通史》（*Đại việt thông sử*）或称《黎朝通史》（*Lê triều thông sử*）30卷、《抚边杂录》（*Phủ biên tạp lục*）7卷、《见闻小录》（*Kiến văn tiểu lục*）3卷、《群书考辨》（*Quần thư khảo biện*）4卷、《春秋略论》（*Xuân thu lược luận*）、《云台类语》（*Vân đài loại ngữ*）4卷、《全越诗录》（*Toàn Việt thi lục*）20卷、《全越文集》（*Toàn Việt văn tập*）10卷、《桂堂文集》（*Quế Đường văn tập*）3卷、《桂堂诗集》（*Quế Đường thi tập*）4卷等。

2. hành xử：处事行为方式（现很少用）

3. F. Enghen：弗里德里希·恩格斯（Friedrich Engels, 1820.11.28—1895.08.05）

4. chủ nghĩa Tân Tự nhiên (neo-naturism)：新自然主义。neo-naturism 应为 néo-naturalisme。

5. Nguyễn Đình Thi：阮庭诗（1924—2003），越南河内人，生于老挝琅勃拉邦（Luang Prabang），现代文学家、音乐家，曾经历任越南文艺协会秘书长、越南作家协会秘书长、越南各文学艺术协会全国联合委员会主席，1996年曾荣获胡志明文学奖。

6. Nguyễn Du：阮攸（1765—1820），字素如（Tố Như），号青轩（Thanh Hiên），越南义安镇（trấn Nghệ An，今属河静省）人，生于升龙（Thăng Long，今河内），越南最伟大的诗人，被世界和平理事会推选为世界文化名人。他用喃字撰写的六八体长诗《断肠新声》（*Đoạn trường tân thanh*），即《翘传》（*Truyện Kiều*）是越南古典文学的代表作。

7. nâng như nâng trứng, hứng như hứng hoa：比喻对人呵护、娇惯、宠爱有加。类似汉语的"含在嘴里怕化了，捧在手上怕掉了"。

8. Thượng Uyển-Thượng Lâm：上林苑，汉武帝刘彻（前140—前88在位）于建元二年（前138）在秦代的一个旧苑址上扩建而成的宫苑，规模宏伟，宫室众多，具有游乐等多种功能。今已无存。

9. Bon sai：盆景（法语，源自日语"盆栽"），源于中国传统的园林艺术。

10. Zen：禅宗（法语，源自日语"禅"），中国佛教宗派，因主张用禅定概括佛教的全部修习而得名，12世纪末传入日本。

11. Sin tô：神道教（法语，源自日语"神道"），简称神道，日本传统宗教，已有两千多年的历史，起源于原始社会的多种信仰、巫术、祭祀、占卜等，在其后的发展过程中，又吸收了外来宗教的某些影响。在日本历史上，教权从属于政权。

12. Bà huyện Thanh Quan：青官知县夫人，生卒年不详，本名阮氏馨（Nguyễn Thị Hinh），越南永顺县（huyện Vĩnh Thuận，今属河内）人，近代女诗人。因其夫曾做过青官县知县，所以被世人称为青官知县夫人。阮朝明命帝时（1820—1840）曾被召入宫，任"宫中教习"，负责教授宫妃和公主。其主要诗作有《升龙城怀古》（*Thăng Long thành hoài cổ*）、《过横隘》（*Qua Đèo Ngang*）等。

13. Yên Đổ：安堵，即阮劝（Nguyễn Khuyến，1835—1909），原名阮胜（Nguyễn Thắng），号桂山（Quế Sơn），越南南定省人，近代著名诗人。因其曾在乡试、会试、殿试中考中三元，又是安堵乡人，所以被时人称为安堵三元（Tam Nguyên Yên Đổ）。阮劝曾在阮朝为官13年，后因不满朝廷对法国殖民者的妥协投降，辞官回乡。其诗作散佚较多，主要辑录在《桂山诗集》（*Quế Sơn thi tập*）和《安堵三元国音诗集》（*Yên Đổ Tam Nguyên quốc âm thi tập*）。

14. Văn Cao：文高（1923—1995），原名阮文高（Nguyễn Văn Cao），越南南定省

人，生于海防市，现代著名音乐家、诗人、画家，曾担任越南文学艺术协会副秘书长，其所作《进军歌》1946年后成为越南民主共和国和越南社会主义共和国的国歌，去世后（1996年）被追授胡志明文学艺术奖。

15. Nguyễn Trãi：阮廌（1380—1442），号抑斋（Úc Trai），越南上福县（huyện Thượng Phúc，今属河西省）人，生于升龙（Thăng Long，今河内），古代大文学家。1418年阮廌参加黎利（Lê Lợi）领导的蓝山起义，1428年黎利登基后封其为冠服侯，赐王姓，所以亦称黎廌（Lê Trãi）。后因奸臣所害，阮廌被杀，并被诛三族。黎圣宗时（1460—1497），其冤案得到昭雪。阮廌的主要作品有：《平吴大诰》（Bình Ngô đại cáo）、《蓝山实录》（Lam Sơn thực lục）、《抑斋舆地志》（Úc Trai Dư địa chí）、《抑斋诗集》（Úc Trai thi tập）、《国音诗集》（Quốc âm thi tập）等。

16. Tức Mặc：即墨，越南陈朝皇室的家乡天长府即墨乡（làng Tức Mặc, phủ Thiên Trường），今属越南南定省。

17. xứ Bắc：从前越南人把以升龙（今河内）为中心分别往东西南北四个方向延伸开的四个地区称作东区（xứ Đông，包括今天的兴安、海阳、太平省及海防市）、西区（xứ Đoài，Đoài为八卦中的"兑"卦，指西方，包括今天的富寿、永福、河西省）、南区（xứ Nam，包括今天的河南、南定、宁平省）和北区（xứ Bắc，包括今天的北宁、北江省）。

18. sông Thiên Đức (Đuống)：天德河，又称墩河（sông Đuống）、天德江（Thiên Đức Giang），越南北方连接红河（sông Hồng）与太平河（sông Thái Bình）的一条河流。

19. Nguyễn Phi Khanh：阮飞卿（1355-1428），号珥溪（Nhị Khê），原名阮应龙（Nguyễn Ứng Long），越南东都路上福县（huyện Thượng Phúc lộ Đông Đô，今属河西省）人，古代诗人，阮廌的父亲。他19岁考中进士，娶越南陈朝宗室司徒陈元旦（Trần Nguyên Đán）之女为妻，后入仕胡朝。胡朝被中国明朝军队推翻后，阮飞卿被俘并被押解到金陵（今南京），后死于中国。其诗文主要有《珥溪诗集》（Nhị Khê thi tập）、《阮飞卿诗文集》（Nguyễn Phi Khanh thi văn tập）等。

20. Phạm Sư Mạnh：范师孟，生卒年不详，字义夫（Nghĩa Phu），号尉斋（Úy Trai），原名范度（Phạm Độ），越南京门府（Phủ Kinh Môn，今属海阳省）人，古代文学家。范师孟是越南名儒朱文安的学生，科举中第，陈明宗（1300—1357）为其改名为范师孟。其主要汉字诗文大都散佚。

21. đinh lăng：白芷，多年生草本植物，有香气，可入药。

BÀI SỐ 9
LỜI NÓI ĐẦU CỦA "KẾT THÚC CUỘC CHIẾN TRANH 30 NĂM"
《30年战争的终结》序

Năm 1978, Tổng Cục Chính trị Quân đội Nhân dân Việt Nam chủ trương cán bộ đã công tác và chiến đấu ở các chiến trường ghi hồi kí của mình về cuộc chiến tranh chống Mĩ oanh liệt của dân tộc ta và đề nghị tôi viết về B2 trong mùa xuân thắng lợi lớn năm 1975: "B2 đã chấp hành nhiệm vụ của Trung ương giao thế nào? Đã đóng góp gì vào mùa Xuân vẻ vang ấy?"

Vâng, cũng như các chiến trường trên toàn quốc, để làm tròn nhiệm vụ vinh quang của mình, B2 đã đóng góp không nhỏ vào chiến thắng vĩ đại của dân tộc. Vùng đất B2, con người B2, đã tự hào xứng đáng là một bộ phận của Tổ quốc Việt Nam anh hùng, của dân tộc Việt Nam anh hùng. Nhớ lại và ghi về những sự việc xảy ra ở đây là một vinh dự và cũng là trách nhiệm của mọi cán bộ, chiến sĩ, mọi người của B2. Tôi đã nhận lời.

Nhưng tôi nghĩ sự đóng góp của B2, một chiến trường chủ yếu, không những chỉ là riêng lẻ những trận đánh, những cân gạo, những con đường, những con người đã ngã xuống, mà còn là những cái gì lớn hơn nhiều, có giá trị về chiến lược, nghệ thuật tổ chức, bằng thực tế thúc đẩy quá trình thắng lợi cuộc chiến tranh, có tính chất góp phần vào chủ trương, đường lối của Trung ương nữa. Cũng không phải chỉ toàn là những chiến thắng hào hùng, mà còn cả những thất bại chua cay tạm thời, từng nơi, từng lúc, vì tất cả đó là sự thật, và là những kinh nghiệm quí báu. Nó là những nốt nhạc không thể thiếu để dựng thành bản giao hưởng anh hùng thời đại. Vậy thì chỉ ghi lại một số sự việc của những ngày thắng lợi cuối cùng, dù là thắng lợi rất vĩ đại, cũng sẽ là một thiếu sót lớn. Muốn tạo được mùa xuân bừng sáng, không thể không trải qua mùa đông âm u; muốn có được mùa khô thắng lợi, không thể không trên cơ sở của mùa mưa năm trước, chỉ nói về ngọn mà không nói gốc thì thật là khó nói, và nói sẽ không đúng.

Vì vậy, tôi quyết định ghi lại những gì tôi biết và nhớ về B2 trong toàn bộ cuộc chiến tranh chống Mĩ lâu dài. Đây là một việc không đơn giản, phải mất nhiều thời gian suy nghĩ, tìm tòi tư liệu, gặp lại cán bộ cũ, về lại chiến trường xưa, tìm lại sự thật diễn biến hết sức trung thực... Phải nhờ nhiều anh em giúp sức, cộng tác, phải cộng trí nhớ của nhiều đồng chí trên nhiều cương vị, nhiều khu vực chiến trường. Nhưng tôi quyết tâm làm vì xem đó là trách nhiệm cuối cùng của mình về cuộc chiến tranh giải phóng, và cũng không thể trút cho ai, đối với B2, vùng đất mà tôi rất yêu quý vì hầu như suốt cuộc đời mình, sống và phục vụ ở đó từ những ngày hoạt động chính trị bí mật trước cách mạng tháng Tám cho tới thắng lợi hoàn toàn, thống nhất Tổ quốc và có lẽ tôi cũng sẽ chọn nằm xuống mãi mãi ở đây.

Tôi chia tập sách của mình thành năm đoạn:

Đoạn 1: Từ Hiệp định Genève năm 1954 tới phong trào Đồng khởi năm 1960.

Đoạn 2: Từ năm 1961 tới 1965, thời kì chống chiến tranh đặc biệt có kết quả.

Đoạn 3: Từ năm 1965 đến 1968 – đánh bại chiến tranh cục bộ của Mĩ.

Đoạn 4: Từ năm 1969 đến 1973 – chống Việt Nam hóa chiến tranh và đuổi quân Mĩ khỏi Việt Nam.

Đoạn 5: Từ Hiệp định Paris năm 1973 đến ngày toàn thắng (1973—1975).

Tôi bắt đầu viết về giai đoạn chiến lược cuối cùng, giai đoạn còn đang nóng hổi (đoạn 5), vì nó phù hợp với yêu cầu của nhiều người, đặc biệt là anh em B2.

Nhưng B2 là gì? Cho đến nay có thể nhiều người cũng chưa rõ lắm. Để tiện bạn đọc dễ hiểu hơn những sự việc ghi lại, thiết tưởng tôi cần nói một vài nét về chiến trường B2.

B2 là kí hiệu để gọi của một vùng đất và những con người, ở phần phía nam tận cùng của Tổ quốc trong thời kì chiến tranh chống Mĩ. Cả Miền Nam Việt Nam từ vĩ tuyến 17° chạy dài về phía Nam, lúc ấy ta chia làm 4 chiến trường:

B1 hay thường gọi là khu 5 gồm những tỉnh ven biển Miền Trung từ Quảng Nam – Đà Nẵng vào đến Phú Khánh ngày nay. *B3* là vùng Tây Nguyên bao gồm các tỉnh Gia Lai, Kontum và Đắc Lắc. *B4* là Quảng Trị và Thừa Thiên cũ. Và *B2* là phần còn lại của Miền Nam từ tỉnh Gia Nghĩa cũ (một phần của tỉnh Đắc Lắc ngày nay), Lâm Đồng, Thuận Hải chạy vào tới mũi Cà Mau, Côn Sơn, Hà Tiên, Phú Quốc. Nó bao gồm vùng rừng núi bao la, cái đuôi của dãy Trường Sơn hùng vĩ. Từ những ngọn núi cao 1.500-2.000 mét ở bắc Đà Lạt, Lâm Đồng, hạ thấp dần xuống Miền Đông Nam Bộ. Tiếp ngay theo đó là vùng đồng bằng rộng rãi phì nhiêu, đông dân, vùng lưu vực sông Cửu Long, với những căn cứ kháng chiến nổi tiếng của ta từ xưa như Rừng U Minh, Đồng Tháp Mười… Đây là một vùng địa hình bằng phẳng, trống trải, ẩm thấp, ruộng lúa xen kẽ vườn tược, xóm làng, bị chia cắt bằng những hệ thống sông lớn như: Đồng Nai, Soài Rạp, Vàm Cỏ, Cửu Long và rất nhiều sông con, kinh, rạch. Có khu vực hầu như quanh năm ngập nước, hoặc sáu tháng nước, sáu tháng khô. Có nơi bốn mùa đều thiếu nước ngọt. Một bờ biển dài hàng ngàn kilômét và một thềm lục địa rộng, giàu tài nguyên thiên nhiên, với các cảng biển và cảng sông lớn như Vũng Tàu, Sài Gòn, Mĩ Tho, Cần Thơ, Rạch Giá… có lợi thế cho bọn giặc xâm lược từ đại dương vào. Hệ thống đường sá ở Nam Bộ phát triển cao nhất trong toàn Miền Nam được Mĩ củng cố xây dựng để đảm bảo và thích hợp với những cuộc hành quân cơ giới của chúng. Thủ đô Sài Gòn của ngụy quyền tay sai là thành phố lớn nhất, có lúc lên đến 4 triệu dân; là trung tâm chính trị, quân sự; kinh tế của cả Miền Nam Việt Nam, nằm ngay giữa B2, liên kết với nhiều thành phố lớn khác như Đà Lạt, Phan Thiết, Biên Hòa, Tây Ninh, Mĩ Tho, Vĩnh Long, Cần Thơ, Cà Mau,

Rạch Giá thành một hệ thống căn cứ xuất phát hành quân của Mĩ-Ngụy đánh phá khắp nơi. Đó cũng là trung tâm áp dụng chính sách thực dân kiểu mới, nơi lan truyền cách sống Mĩ sa đọa, nơi tiêu dùng hàng hóa Mĩ phục vụ cho các đội quân viễn chinh đông đảo và cho lực lượng tay sai. Mĩ ngụy tổ chức Miền Nam thành bốn vùng chiến thuật. Kể từ sông Bến Hải trở vào, tính là vùng 1 cho đến vùng 4 ở đồng bằng sông Cửu Long. Thành phố Sài Gòn nằm giữa vùng 3 chiến thuật, tổ chức thành biệt khu Thủ đô, nơi đầu não chỉ huy, là trung tâm bộ máy chiến tranh xâm lược của Mĩ-Ngụy.

Chiến trường B2 của ta chiếm khoảng 1/2 đất đai và khoảng 2/3 dân số của toàn Miền Nam, tương ứng với một phần vùng 2 và cả vùng 3 và vùng 4 của địch cộng lại.

Để tiện cho việc chỉ đạo, chỉ huy trong cuộc chiến tranh vô cùng ác liệt, ta chia B2 thành: Khu 6 (Phần cuối đất Trung Bộ), Khu 7 (Miền Đông Nam Bộ), Khu 8 (Miền Trung Nam Bộ), Khu 9 (Miền Tây Nam Bộ) và thành phố Sài Gòn – Gia Định.

Cũng cần nói thêm là khoảng 3/4 biên giới giữa nước ta và Kampuchia là nằm trên phạm vi B2. Nơi đó có các đường bộ, đường sông nối liền hai nước như các quốc lộ số 1, 22, 13, sông Cửu Long, Sở Thượng, Kinh Vĩnh Tế và các đường, các sông nhỏ khác. Nhân dân hai nước từ xưa quan hệ tốt với nhau công việc làm ăn, buôn bán, quen biết, bà con… thường qua lại thuận lợi trên các đường sá sông rạch dọc biên giới. Và cũng từ xưa đến nay số phận hai dân tộc trên hai bờ biên giới khi nào cũng gắn bó nhau, cũng đâu lưng chiến đấu cho hạnh phúc chung của nhau, có vui cùng hưởng, có buồn cùng chia.

Vì vậy mà khiến cho lũ giặc căm tức lồng lộn để rồi mở rộng xâm lược, vươn nanh vuốt vào cả hai đất nước.

Con người B2 ngay thẳng, trung thực, tính tình phóng khoáng, vốn có nguồn gốc của ông cha xa xưa từ Miền Bắc, Miền Trung thân thiết, có lòng yêu nước nồng nàn; luôn luôn hướng về Bác Hồ muôn vàn kính yêu; hướng về thủ đô Hà Nội, Thăng Long với niềm tin bất diệt.

Từ thuở mang gươm đi mở nước.

Ngàn năm thương nhớ đất Thăng Long.

(Thơ Huỳnh Văn Nghệ một chỉ huy quân sự ở Nam Bộ thời kì kháng chiến chống Pháp)

Con người B2 có niềm tự hào với những truyền thống quật cường cứu nước, cách mạng từ xưa như các phong trào chống Pháp của Nguyễn Trung Trực, Thiên hộ Dương, Đốc binh Kiều, Thủ Khoa Huân, Trương Định, có tâm hồn yêu nước, cương trực của Nguyễn Đình Chiểu. B2 còn ôm ấp chiến công hiển hách của người anh hùng áo vải Nguyễn Huệ, còn lưu luyến thiết tha dấu vết người đã ra đi tìm đường cứu nước, cứu dân, vị lãnh tụ Hồ Chí Minh anh minh – ở thị xã Phan Thiết, ở Bến Nhà Rồng… Rồi bao nhiêu máu của những người đi trước đã đổ trong các phong trào Nam Kì khởi nghĩa năm 1940, cách mạng tháng 8 năm 1945… Tất cả những cái ấy luôn luôn nhắc nhở, thôi thúc người dân B2, sẵn sàng đứng lên một khi đã thức tỉnh, hi sinh tất cả vì độc lập, tự do.

Viết những dòng suy, nhớ này tôi chỉ mong làm tròn nghĩa vụ của một chiến sĩ được may mắn sống và hoạt động ở một thời đại vinh quang của Tổ quốc, của dân tộc, trước hết là nghĩa vụ đối với B2, đúng ra là với những con người của B2 mà tôi hằng yêu mến; những con người từ thành thị đến nông thôn, sống rải rác ở rừng núi, bưng biền hay tập trung ở các khóm phường, làng mạc. Đặc biệt là đối với những bạn bè; người thân; đồng chí; đồng đội, những người đã quen biết cũng như chưa hề quen biết, có quê hương khắp đất nước từ Lạng Sơn đến Mũi Cà Mau, đã ngã xuống trên đất B2, đã đem máu của mình nhuộm thắm từng tấc đất B2 để đổi lấy độc lập, tự do, đã hi sinh tất cả cho Bắc – Nam một nhà, cùng nhau xây dựng chủ nghĩa xã hội tức là những con người có công to đối với thắng lợi vĩ đại vừa qua của dân tộc, của Tổ quốc. Đúng, chỉ có họ, những người không chút tính toán, hiến dâng trọn vẹn cuộc sống của mình là những người xứng đáng nhất cho con cháu nghìn đời sau mãi mãi ghi nhớ công ơn. Nghĩa vụ rất đỗi thiêng liêng ấy, mà cũng là mệnh lệnh của lịch sử, của nhân dân là ghi nhớ lại một cách trung thực, suy nghĩ một cách đúng đắn về những diễn biến; những sự kiện; những chịu đựng và hi sinh cao cả của mảnh đất và con người B2 mà tôi đã chứng kiến; được biết và còn nhớ.

  Tất nhiên, do sự hiểu biết cũng như trình độ ghi chép có hạn, do phạm vi mỗi bài viết, mỗi tập sách chỉ có thể tập trung nói về một số vấn đề nào thôi, nên tiếc thay, tôi không thể nói hết ở đây những sự tích thần kì của những con người Việt Nam trên đất B2 thực hiện kiên quyết, dũng cảm và sáng tạo, sự lãnh đạo và chỉ đạo tài tình của Trung ương Đảng trong suốt cuộc kháng chiến lâu dài và oanh liệt, đã đóng góp sức lực, tài trí của mình vào cuộc chiến thắng lịch sử. Tôi chỉ mong ghi lại chút ít sự tích ấy trong phạm vi hiểu biết của mình, để đóng góp phần suy nhớ của mình với những con người còn sống của ngày nay và của cả mai sau. Đó cũng là trả nợ được phần nào cho những người đã bỏ mình vì dân tộc, vì giai cấp trên đất B2.

  Chính vì trách nhiệm nặng nề như vậy mà tôi đã tự đề ra cho mình một qui định: Viết đúng sự thật hoàn toàn, những sự thật có người đã biết cũng có người chưa hề biết, có người thích cũng như có người không. Vì lịch sử khi nào cũng công minh sẽ loại trừ không thương tiếc những gì sai sự thật, không hôm nay thì cũng ngày mai. Tôi mong rằng bạn đọc khắp nơi, nhứt là anh em đã từng hoạt động ở chiến trường B2, góp ý kiến và bổ sung những thiếu sót, những gì chưa đạt. Tôi sẽ rất hãnh diện và hàm ân.

Mùa xuân 1980
Tr. V. T.

注　释

  本课节选自越南胡志明市文艺出版社（Nxb Văn nghệ TP Hồ Chí Minh）1982年版《30年战争的终结》（*Kết thúc cuộc chiến tranh 30 năm*）的前言部分。本书作者陈文茶（Trần Văn Trà, 1919—1996）原名阮震（Nguyễn Chấn），越南中部广义省人，越南人民军著名将领、作家，曾当选为越共中央委员、越南国会代表，1959年受封为中将，1974年晋升为上将，被授予胡志明勋章。

1. Hiệp định Genève năm 1954：1954年《日内瓦协议》，即在1954年4月26日至7月21日举行的关于恢复印度支那和平问题的日内瓦会议上，与会各国达成并签署的关于在印支三国停止敌对行动的协定。

2. phong trào Đồng khởi năm 1960：1960年共同奋起运动。1959年越共中央15次会议决定：越南南方革命的基本发展道路是依靠群众力量，搞武装暴力斗争。1960年越共"三大"做出对南方发动总攻势的决策。根据上述精神，越南南方人民共同奋起，开始武装斗争。1960年12月20日，越南南方民族解放阵线成立，领导越南南方人民进行抗美救国战争。

3. chiến tranh đặc biệt：特种战争。1961年至1965年美国肯尼迪政府在越南南方发动了一场以美国派遣的特种部队为骨干，由美国军事顾问团直接组织指挥南越军队，打击消灭越南南方人民武装力量的特种战争。

4. chiến tranh cục bộ：局部战争。自1965年3月8日美国海军陆战队在越南岘港登陆至1968年，美国约翰逊政府不断增兵南越，把在越南南方的特种战争升级为一场局部战争。

5. Hiệp định Paris năm 1973：1973年《巴黎协定》，即1973年1月27日越南和美国在巴黎签订并生效的《关于在越南结束战争、恢复和平的协定》，简称《关于越南问题的巴黎协定》。

6. đâu：紧靠、紧挨在一起，属方言，同đấu。

7. Huỳnh Văn Nghệ：黄文艺（1914—1977），越南南部平阳省人，越南人民军少将、诗人，曾担任越南林业部副部长，被授予"祖国铁壁铜墙"徽章。

8. Nguyễn Trung Trực：阮中直（1837—1868），别名阮真（Nguyễn Chơn）、阮历（Nguyễn Lịch），越南嘉定省新安府（phủ Tân An tỉnh Gia Định，今属隆安省）人，近代抗法志士，新安与迪石（Rạch Giá，今属坚江省）抗法起义的领导者。1861年，他响应"勤王"檄文率民众起义抗法，转战多年。1868年，义军据守富国岛（đảo Phú Quốc），为保存义军实力，阮中直自行被俘。法国殖民者诱降不成，1868年10月27日在迪石市场行刑，将其杀害。

9. Thiên hộ Dương：阳千户，本名武维阳（Võ Duy Dương，？—1866），祖籍越南中部，后移居嘉定，近代抗法英雄。因为朝廷曾赐封他为千户，后人通常称其为阳千户。他与张定为结义至交，参加张定领导的抗法义军。张定牺牲后，他回到同塔梅（Đồng Tháp Mười）地区建立根据地，继续领导抗法斗争。1866年，他在乘船前往越南中部以召集军民继续斗争的途中遇到风暴，不幸遇难。

10. Đốc binh Kiều：桥督兵，本名黎公桥（Lê Công Kiều），生卒年不详，越南高领（Cao Lãnh，今属同塔省）人，近代抗法志士。法国侵占南圻后，组织义军抗法，并被推举为义军首领，因此通常被称为桥督兵。

11. Thủ Khoa Huân：勋首科，本名阮有勋（Nguyễn Hữu Huân，1816—1875），越南定祥省（tỉnh Định Tường，今属前江省）人，近代抗法志士。1852年他在乡试中考中头名，因此俗称勋首科。法国侵占南圻后，他参加义军抗法，先后3次被俘。面对法国殖民者的诱降，他坚贞不屈，最后在敌人行刑前，在刑场上咬舌自尽。

12. Trương Định：张定（1820—1864），别名张公定（Trương Công Định），出生于越

南广义省，从小随父亲移居嘉定，近代抗法英雄。1861年，张定在鹅贡（Gò Công）举旗抗法，得到多方响应，被公推为"平西大元帅"（Bình Tây Đại Nguyên soái）。义军的斗争给予法国侵略者沉重的打击。1864年8月19日凌晨，由于叛徒的出卖，张定陷入敌人的包围圈，在战斗中中弹牺牲。

13. Nguyễn Đình Chiểu：阮廷炤（1822—1888），字孟泽（Mạnh Trạch），号仲甫（Trọng Phủ），越南嘉定省（tỉnh Gia Định, 今属胡志明市）人，近代著名诗人、反法志士。在为母奔丧途中，因悲伤过度而生病导致双目失明，后转习医学，办学授徒，从事诗文创作，以笔为武器，声讨殖民者，讴歌抗法义士。其主要作品有：以他自己为原型的六八体长篇喃字叙事诗《蓼云仙》（Lục Vân Tiên）、祭奠抗法义士的《悼张定》（Điếu Trương Định）诗12首、《祭张定文》（Văn tế Trương Định）、《六省阵亡义士祭文》（Văn tế nghĩa sĩ trận vong Lục tỉnh）以及《渔樵医术问答》（Ngư Tiều y thuật vấn đáp）等。

14. Nguyễn Huệ：阮惠（1753—1792），别名光平（Quang Bình）、文惠（Văn Huệ），祖籍越南义安省。1771年，阮惠与其兄阮岳（Nguyễn Nhạc）、阮侣（Nguyễn Lữ）领导了越南历史上最大的西山农民起义，被视为越南的民族英雄。1788年，阮惠在顺化称帝，建立西山朝，年号光中（Quang Trung），因此又被称为光中帝。

BÀI SỐ 10
PHONG TRÀO ĐÔNG DU TRONG GIAO LƯU VĂN HÓA VIỆT - NHẬT
越日文化交流中的东游运动

Cách đây 100 năm, trên đất nước Việt Nam đang nằm dưới sự thống trị của chủ nghĩa thực dân Pháp, đã bùng lên một cuộc vận động cách mạng mang nhiều ý nghĩa và tác dụng sâu xa. Đó là Phong trào Đông Du do nhà yêu nước lớn Phan Bội Châu lãnh đạo.

Thực hiện chủ trương Đông Du, hạ tuần tháng 4 năm Ất Tỵ (khoảng cuối tháng 5-1905) Phan Bội Châu lần đầu tiên đặt chân đến Nhật Bản cho đến lúc Chính phủ Nhật Bản ra lệnh giải tán lưu học sinh Việt Nam tháng 10-1908 và Phan bị trục xuất khỏi Nhật Bản tháng 3-1909, thời gian Đông Du chỉ có gần 4 năm.

Số du học sinh gửi sang Nhật Bản vào thời điểm cao nhất năm 1907 là khoảng 200 người đến từ ba miền: Bắc (hơn 40), Trung (khoảng 50), Nam (hơn 100) của Việt Nam. Số học sinh này được sắp xếp vào học tại Chấn Võ học hiệu và Đông Á đồng văn thư viện. Cho đến khi bị giải tán, chỉ một số rất ít học hết khóa học (3 học sinh tốt nghiệp Chấn Võ học hiệu), còn phần lớn đang dở dang. Trong số du học sinh này, ngoại trừ mấy người phản bội, còn phần nhiều là những thanh niên ưu tú và sau đó, nhiều người tham gia các hoạt động cách mạng ở trong nước hay nước ngoài. Một trong những du học sinh đó là Lương Ngọc Quyến, con nhà lãnh đạo phong trào Đông Kinh nghĩa thục Lương Văn Can, đã trở thành người cầm đầu cuộc khởi nghĩa Thái Nguyên năm 1917.

Nhưng kết quả của phong trào Đông Du không chỉ giới hạn trong thời gian và số lượng du học sinh ở Nhật Bản. Vượt ra ngoài những kết quả cụ thể đó, phong trào Đông Du còn tác động và ảnh hưởng sâu sắc đến đời sống tư tưởng và phong trào yêu nước của nhân dân Việt Nam đầu thế kỷ XX.

Thành công của Nhật Bản trên con đường công nghiệp hóa sau Duy Tân Minh Trị, rồi chiến thắng của Nhật Bản trong chiến tranh Nga-Nhật đã cổ vũ các dân tộc phương Đông về khả năng khắc phục tình trạng lạc hậu và khả năng phục hưng của mỗi nước. Phan Bội Chau và một số sĩ phu cấp tiến Việt Nam mở đường Đông Du bởi sự thôi thúc và hấp dẫn của tấm gương phục hưng tự cường của nước "đồng chủng, đồng văn" Nhật Bản.

Hành trang tư tưởng của Phan Bội Châu lúc thành lập Hội Duy Tân và hoạt động ở Nhật Bản có một hằng số không thay đổi trong suốt cả cuộc đời của ông là lòng yêu nước, là khát vọng giải phóng dân tộc, là quyết tâm giành lại độc lập, nhưng về khuynh hướng tư tưởng thì có nhiều biến đổi. Là một sĩ phu Nho học và trong điều kiện đất nước đầu thế kỷ XX chưa có những tiền đề kinh tế xã hội cho sự nảy sinh tư tưởng mới, Phan Bội Châu lúc đầu theo chủ nghĩa quân chủ lập hiến. Nhưng rồi trong thời gian ở Nhật Bản và Trung Quốc, tiếp xúc với những nhà cách mạng và tư tưởng cấp tiến, trong đó có Lương Khải Siêu và Tôn Trung Sơn, tư tưởng của Phan Bội Châu đã chuyển hướng theo chủ nghĩa dân chủ. Ngay từ năm 1907, qua những tiếp xúc và trao đổi với các nhà cách mạng nước ngoài, ông đã nói: "tư tưởng của tôi cũng ngấm ngầm xoay về dân chủ, sở dĩ chưa dám kêu to nói lớn là chỉ vì kế hoạch gốc từ thưở trước chưa thể thay đổi được"[1]. Chúng ta hiểu là do những ràng buộc của Hội Duy Tân, việc lập Cường Để làm minh chủ và những quan hệ trong nước. Năm 1912 Phan bộc bạch "tôi từ sau khi đến Nhật Bản, từng nghiên cứu nguyên nhân cách mệnh ngoại quốc và chính thể ưu liệt ở Đông-Tây, càng nhận được lý luận của Lư Thoa (J.J. Rousseau) là tinh đáng lắm. Vả lại, kết hợp với bạn đồng chí Trung Hoa thì từ lâu chủ nghĩa quân chủ đã đặt ra ở sau ót"[2]. Xu hướng tư tưởng dân chủ đó sau này được nhà chí sĩ họ Phan thực hiện khi cải tổ Duy Tân hội thành Việt Nam Quang phục hội rồi Việt Nam Quốc dân đảng.

Trong việc tiếp nhận những tư tưởng dân chủ phương Tây, Phan Bội Châu đã tận dụng được một thành quả của giới trí thức Nhật Bản thời kỳ canh tân là hệ thống các khái niệm Hán-Nhật. Nhiều trí thức cấp tiến Nhật Bản đã dùng từ Hán-Nhật chuyển dịch các khái niệm tư tưởng phương Tây trong khi dịch các tác phẩm phương Tây sang tiếng Nhật. Cho đến năm 1890, có 633 sách về khoa học xã hội của phương Tây, chủ yếu từ Anh, Pháp, Hoa Kỳ, được dịch sang tiếng Nhật. Số sách về văn học cho đến năm 1887 được dịch sang tiếng Nhật là 120[3]. Những khái niệm mới này được các nhà cải cách Trung Quốc tiếp nhận qua chữ Hán. Theo kết quả nghiên cứu của nhiều nhà Trung Quốc học, chữ Hán là một hệ thống chữ ghi ý (idéographie/écriture idéographique) mà mỗi chữ theo nguyên tắc cấu tạo của nó, biểu thị một nội hàm cụ thể và là phương tiện vận chuyển, giao lưu văn hóa tư tưởng hữu hiệu giữa các nước sử dụng chữ Hán[4]. Phan Bội Châu và các sĩ phu cấp tiến Việt Nam đã tiếp nhận tư tưởng dân chủ phương Tây qua các khái niệm gốc Hán này và đọc theo lối Hán-Việt hoặc trực tiếp từ Nhật Bản hoặc qua sách báo Trung Quốc. Đây là mối quan hệ giao lưu văn hóa tư tưởng ba chiều của ba nước "đồng văn": Trung Quốc-Nhật Bản-Việt Nam. Những khái niệm này giữ vai trò rất quan trọng trong việc truyền bá những tư tưởng dân chủ phương Tây. Những từ như dân tộc, dân chủ, kinh tế, triết học… đều là từ Hán-Việt mà nguồn gốc là do các trí thức cấp tiến Nhật Bản sáng tạo và trực tiếp qua Phan Bội Châu hoặc gián tiếp qua các sách báo tiến bộ Trung Quốc vào Việt Nam. Khi nghiên cứu vấn đề dân tộc, tôi rất thích thú

---

1 *Phan Bội Châu niên biểu* trong *Phan Bội Châu toàn tập*, Nxb Thuận Hóa, 1990, T. 6, tr. 143.

2 *Phan Bội Châu niên biểu*, Sđd, T. 6, tr. 211.

3 Vĩnh Sính: *Việt Nam và Nhật Bản trong thế giới Đông Á*, thành phố Hồ Chí Minh, 1993.

4 Léon Vandermeerch: *Le nouveau monde sinisé*, Paris, 1998.

khi biết từ "dân tộc" được Phan Bội Châu dùng lần đầu tiên ở Việt Nam năm 1906.

Trong hoạt động Đông Du, Phan Bội Châu có thời cơ tiếp xúc và trao đổi quan điểm với một số chính khách và trí thức Nhật Bản, với những nhà cách mạng Trung Quốc và một số nước phương Đông như Triều Tiên, Philippines, Ấn Độ… Những quan hệ quốc tế này nâng cao tầm kiến văn của Phan Bội Châu, giúp ông thấy rõ hơn mối quan hệ giữa các nước khu vực trong cuộc đấu tranh chống chủ nghĩa thực dân. Trên cơ sở nhận thức này, Phan đã thành lập "Đông Á đồng minh hội" và "Điền-Quế-Việt liên minh hội" năm 1908.

Phong trào Đông Du cùng những hoạt động sôi nổi và những tác phẩm tràn đầy nhiệt huyết của Phan Bội Châu kết hợp với phong trào Duy Tân, hoạt động của Đông Kinh nghĩa thục ở trong nước thực sự đã làm thức tỉnh nhân dân cả nước, tạo ra những chuyển biến mới trong nhận thức tư tưởng và hình thái đấu tranh giải phóng dân tộc của nhân dân Việt Nam. Phong trào yêu nước của nhân dân Việt Nam chuyển hướng mạnh mẽ từ hệ tư tưởng phong kiến sang tư tưởng dân chủ và làm dấy lên sức mạnh tiềm tàng của dân tộc, kết hợp với tư tưởng tiên tiến của thời đại lúc bấy giờ.

Phong trào Đông Du còn để lại dấu ấn khá đậm trong quan hệ giao lưu Việt-Nhật.

Quan hệ Việt-Nhật đã có lịch sử lâu đời, có thể ngược lên thế kỷ VIII khi một đoàn nghệ thuật Chămpa được cử sang kinh đô Nara dự lễ khánh thành tượng Đại Phật trong Đại Phật điện chùa Đông Đại tự. Cũng trong thế kỷ VIII, một trí thức Nhật Bản là Abe no Nakamara (An Bội Trung Ma Lã, 701—770) sau khi du học ở kinh đô Trường An của nhà Đường, đã có thời gian sống tại An Nam đô hộ phủ tức thành Đại La mà gần đây khảo cổ học Việt Nam đã phát hiện dấu tích tại khu di tích Hoàng thành Thăng Long ở quận Ba Đình. Trong thời gian ở đây, nhớ về quê hương Nara, ông làm bài thơ còn lưu truyền ở Nhật Bản.

Vào thế kỷ XIII, trong cuộc chiến đấu chống họa bành trướng của đế chế Mông Cổ và Đại Nguyên, bốn lần kháng chiến thắng lợi của Đại Việt và Chămpa (Việt Nam) đã có tác động khách quan phá vỡ kế hoạch tiếp tục xâm lược Nhật Bản lần thứ ba.

Kết quả nghiên cứu khảo cổ học cho thấy quan hệ giao lưu gốm sứ giữa hai nước đã bắt đầu từ cuối thế kỷ XIV và phát triển trong những thế kỷ sau. Gốm Việt Nam đã tìm thấy ở nhiều thành phố Nhật Bản như Sakai, Osaka, Nagasaki… và được lưu giữ tại Bảo tàng quốc gia hay các sưu tập tư nhân. Những gốm nhập cảng từ Việt Nam thời trung đại được gọi là "gốm Cauchi" hay "gốm An Nam" và người Nhật mô phỏng sản xuất một loại gốm tương tự gọi là "gốm phong cách Cauchi".

Đặc biệt, vào đầu thế kỷ XVII, trong thời kỳ Châu ấn thuyền, nhiều thuyền Châu ấn đã cặp bến các thương cảng Việt Nam. Đây là một giai đoạn phát đạt trong quan hệ mậu dịch giữa hai nước. Người Nhật có mặt và giữ vai trò quan trọng trong các thương cảng và đô thị nổi tiếng của Việt Nam từ Thăng Long (Hà Nội), Phố Hiến (Hưng Yên) ở Đàng Ngoài đến Thanh Hà (Huế), Touran (Đà Nẵng), Hội An (Quảng Nam)… ở Đàng Trong. Sau khi Mạc Phủ ra lệnh cấm xuất dương, người Nhật và hàng hóa Nhật vẫn tiếp tục hiện diện trên nhiều đô thị Việt Nam. Gốm Nhật Bản, nhất là gốm Hizen có niên đại từ giữa thế kỷ XVII, đã được tìm thấy không những ở Thăng

Long (Tràng Tiền, Văn Miếu, Hậu Lâu, khu di tích Hoàng Thành), Phố Hiến, Thanh Hà, Hội An, mà còn ở những vùng xa xôi như khu mộ Mường ở Hòa Bình, khu Lam Sơn ở Thanh Hóa, khu mộ cổ ở Lâm Đồng... Quan hệ giao lưu một thời thịnh vượng này để lại những dấu ấn và nhiều di tích, kỷ vật quý giá được các dòng họ, đền chùa của hai nước gìn giữ, bảo tồn cho đến ngày nay. Có lẽ ít người biết rằng bộ bài tổ tôm còn sử dụng ở Việt Nam, theo kết quả nghiên cứu của các học giả Nhật Bản và Hàn Quốc, những hình người trên các quân bài đều mang trang phục Nhật Bản thế kỷ XVII.

Phong trào Đông Du cần được coi như một bước phát triển mới của quan hệ giao lưu đó trong bối cảnh lịch sử đầu thế kỷ XX. Dù cho trong hoàn cảnh lúc đó, năm 1908 theo hiệp ước ký kết với Pháp, chính phủ Nhật Bản ra lệnh trục xuất du học sinh Việt Nam, nhưng ảnh hưởng và tác động của phong trào vẫn phát huy ảnh hưởng to lớn trong lịch sử cách mạng giải phóng dân tộc Việt Nam. Đặc biệt, quan hệ và tình cảm với một số chính khách, trí thức Nhật Bản được Phan Bội Châu ghi lại với thái độ trân trọng trong hồi ký của mình. Biểu tượng tốt đẹp nhất là tình nghĩa giữa Phan Bội Châu với bác sĩ Asaba Sakitaro (Thiển Vũ Tá Hỷ Thái Lang) mà tấm bia và những kỷ vật cho đến nay được hậu duệ của dòng họ và nhân dân thị trấn Asaba lưu giữ, tôn tạo với tấm lòng tự hào và trân trọng. Tấm bia trước mộ do Phan Bội Châu và dân trong thôn góp của lập nên năm 1918 còn ghi lại lòng biết ơn và cảm tạ của nhà chí sĩ họ Phan: "Hào hiệp chưa từng có xưa nay, nghĩa lớn bao trùm cả trong ngoài, ngài ban thời như trời lớn, tôi nhận thời như biển đầy. Chí tôi chưa thành mà ngài chẳng đợi, thăm thẳm lòng này, ngàn thu ghi tạc"[5].

Tiếp nối những giá trị truyền thống của quan hệ giao lưu văn hóa lâu đời, ngày nay quan hệ hữu nghị, giao lưu và hợp tác giữa hai nước Việt-Nhật đang phát triển lên một tầm cao trên mọi lĩnh vực. Riêng số lưu học sinh Việt Nam tại Nhật Bản năm 2004 đã lên đến 1.570 người[6]. Trong quan hệ giao lưu kinh tế, văn hóa, khoa học, không chỉ người Việt Nam tiếp tục Đông Du sang Nhật Bản ngày càng đông mà người Nhật cũng Nam du sang Việt Nam khá nhiều để nghiên cứu, học tập, du lịch và đầu tư kinh tế. Từ quan hệ giao lưu trên một vài phương diện và nặng về một chiều, nay đã phát triển lên trình độ toàn diện và hai chiều. Sau một thế kỷ từ phong trào Đông Du, giao lưu văn hóa Việt-Nhật đã giữ lại và phát huy những giá trị tốt đẹp, khắc phục và vượt qua những mặt hạn chế của lịch sử, và đang vươn lên một tầm cao tương xứng với lợi ích, tiềm năng của mỗi nước và xu thế phát triển của thời đại.

---

5 Trong *Phan Bội Châu niên biểu*, tác giả chép rõ việc này và trích dẫn bài minh, xem *Phan Bội Châu toàn tập*, Sđd, T. 6, tr. 185. Nhân dịp kỷ niệm 100 năm phong trào Đông Du, Hiệp hội Asaba-Việt Nam đã sao chụp toàn bộ bài minh cùng tấm bia và một số tư liệu ảnh gửi sang tặng Việt Nam.

6 Theo thống kê của Bộ Giáo dục, Văn hóa, Thể thao, Khoa học và Công nghệ Nhật Bản (Tư liệu của Hiệp hội Asaba-Việt Nam)

注 释

  本课选自越南河内国家大学所属社会与人文科学大学编辑、河内国家大学出版社（Nxb Đại học quốc gia Hà Nội）2006年版《越日文化、教育关系与东游运动100周年》（Quan hệ văn hóa, giáo dục Việt Nam-Nhật Bản và 100 năm Phong trào Đông Du）。作者潘辉黎（Phan Huy Lê）系河内国家大学所属社会与人文科学大学教授。

  1. Phan Bội Châu：潘佩珠（1867—1940），号巢南（Sào Nam），原名潘文珊（Phan Văn San），越南义安省人，著名抗法志士和抗法运动领导者。1904年他领导成立了"维新会"（Hội Duy Tân, Duy Tân hội），随后掀起了东游运动（Phong trào Đông Du）。1912年他领导成立了"越南光复会"（Hội Việt Nam Quang phục, Việt Nam Quang phục hội），并在1923年曾商议改组其为越南国民党。1925年他在上海被法国特务秘密逮捕并被押解回国。法国殖民政府判处他终身监禁，将其关押在顺化，直至1940年10月29日去世。潘佩珠的文章、著作颇丰，在越南民众中影响广泛，主要有：《潘佩珠年表》（Phan Bội Châu niên biểu）、《流球血泪新书，越亡惨状》（Lưu cầu huyết lệ tân thư, Việt vong thảm trạng）、《国魂录》（Quốc hồn lục）、《越南亡国史》（Việt Nam vong quốc sử）、《潘巢南先生国文诗集》（Phan Sào Nam tiên sinh quốc văn thi tập）、《巢南文集》（Sào Nam văn tập）等。

  2. Chấn Võ học hiệu：振武学校，即振武陆军学校（học trường Chấn Võ lục quân）。

  3. Lương Ngọc Quyến：梁玉眷（1890—1917），别名梁立岩（Lương Lập Nham），越南河东省（tinh Hà Đông，今属河内）人，近代爱国志士，曾任越南光复会军事委员，是东京义塾运动领导者梁文玕（Lương Văn Can）的长子。1905年赴日留学，就读于振武学校。他与其弟梁毅卿（Lương Nghị Khanh）等几人是首批进入日本学校学习的越南留学生。1915年12月，法国殖民政府判处他终身监禁并关押在太原。虽然他在狱中受尽酷刑折磨，但仍然坚持斗争，对看押他的越南士兵进行宣传教育，最终促成并参与领导了1917年的太原士兵起义。义军失利弃守太原时，梁玉眷因身残，不愿拖累义军，自杀身亡。

  4. phong trào Đông Kinh nghĩa thục：东京义塾运动。1907年3月，梁文玕、阮权（Nguyễn Quyền）等一些爱国士大夫在河内成立东京义塾，旨在开发民智、唤醒民众。除了在校学习，学生们还面向社会大力宣传、提倡新思想、新风尚，摒除陈规陋习。法国殖民当局惧怕其影响的日益扩大，1907年11月下令关闭东京义塾，逮捕了阮权等人。

  5. Lương Văn Can：梁文玕（1854—1927），字温如（Ôn Như），号山老（Sơn Lão），越南河东省（tinh Hà Đông，今属河内）人，近代爱国志士、教育家，东京义塾运动的领导者。1914年法国殖民政府判处他有期徒刑10年并流放到柬埔寨的金边，1921年被提前释放。回到河内后，他继续办学、著书。他的儿子梁玉眷（Lương Ngọc Quyến）、梁毅卿（Lương Nghị Khanh）、梁竹潭（Lương Trúc Đàm）均为国捐躯，女婿阮昆（Nguyễn Côn）被流放。去世前，他给子女留下"保国粹，雪国耻（Bảo quốc túy, tuyết quốc sỉ）"的遗嘱。其主要著作有：《家训》（Gia huấn）、《汉字国音》（Hán tự quốc âm）、《大越地舆》（Đại Việt địa dư）等。

6. cuộc khởi nghĩa Thái Nguyên：太原士兵起义，越籍士兵的抗法武装起义。起义领导者郑文艮（Trịnh Văn Cấn，？—1918）是蓝带兵（khố xanh）的一名队长，受黄花探爱国精神和光复会成员梁玉眷的感化，决定武装起义。1917年8月30日，起义爆发，并占领了太原。义军坚持了6个月，起义失败。1918年1月10日，郑文艮自杀身亡。

7. hành trang：本课中指用以从事某一领域活动的基础、要素。

8. Cường Để：强砥（1882-1951），全名阮福强砥（Nguyễn Phúc Cường Để），越南阮朝第一位皇帝阮福映的五世孙，近代抗法活动家。越南维新会成立时，潘佩珠推举他担任会长，利用他的皇室身份联络、动员、号召那些爱国的士大夫。1906年他到日本，进入振武陆军学校学习，期间著有《劝告国民文》（Khuyến cáo quốc dân văn），号召国人响应东游运动。东游运动失败后，他被日本政府驱逐，辗转于暹罗（泰国）、香港、日本、中国、欧洲，最后定居在日本东京。

9. Lư Thoa (J.J. Rousseau)：让·雅克·卢梭 (Jean Jacques Rousseau, 1712—1778)，法国著名启蒙思想家、哲学家、教育家、文学家，18世纪法国大革命的思想先驱，启蒙运动最卓越的代表人物之一。

10. tinh đáng：正确的、合理的

11. chữ ghi ý：表意文字

12. Đông Á đồng minh hội：东亚同盟会，潘佩珠与中国、朝鲜、印度、菲律宾等国家的一些在日爱国志士相互交流、共同商讨救国计策的组织。会长是中国的章炳麟（1869—1936，又名章太炎），潘佩珠任副会长。这个组织只成立了5个月，就被日本政府取缔。

13. Điền-Quế-Việt liên minh hội：滇—桂—越联盟会，潘佩珠倡导成立的组织，旨在吸收中国云南、广西的青年学生与越南的革命者，互相帮助，解放在帝国主义统治、压迫下的祖国。这个组织只成立了3个月，就被清政府、法国殖民政府和日本政府联合绞杀了。

14. Chămpa：占婆，亦为Champa，公元2世纪在今天越南的中部建立的一个受印度文化影响的国家，17世纪末基本被越南吞并解体。

15. Nara：奈良，日本的古都，奈良县首府。

16. Abe no Nakamara：阿倍仲麻吕（698—770），中国名晁衡，日本奈良时代入唐留学生。唐天宝十二年（753年），在归国途中遇到风暴，所乘之船触礁，曾一度滞留在安南都护府（今越南），天宝十四年（755年）返回长安。唐肃宗时曾任左散骑常侍兼安南都护。大历五年（770年）终于长安，享年73岁。

17. An Nam đô hộ phủ：安南都护府，唐朝六个重要的都护府之一，是唐朝管理南部边疆地区的主要机构。调露元年（679）以交州都督府改置安南都护府，属岭南道，治所在宋平（今越南河内）。至德二年（757）改名镇南都护府，永泰二年（760）复名安南都护府。

18. thành Đại La：大罗城，亦称罗城，唐懿宗咸通年间（860—873）由时任安南都护高骈修建，是今天河内市的前身。

19. Sakai：堺市，日本大阪府的城市。

20. Osaka：大阪，日本第二大城市，大阪府首府。

21. Nagasaki：长崎，日本著名港市，长崎县首府。

22. Cauchi：" 交趾"的日语译音。

23. Châu ấn thuyền：朱印船，指持有"异国渡海朱印状"，被许可前往安南、暹罗、吕宋、柬埔寨等东南亚国家进行贸易活动的船只。朱印状是指盖有幕府将军红色大印的远航许可证。朱印船贸易是德川幕府时期日本与东南亚地区特有的官方许可贸易方式，当时的越南是朱印船贸易网络的重要区域之一。这种贸易始于16世纪末17世纪初，一直持续了30几年。

24. Đàng Ngoài：外路，亦为 Đường Ngoài。17—18世纪越南郑阮纷争时期，争江（sông Gianh）以北郑氏集团控制的地区称为外路，争江以南阮氏集团控制的地区称为里路或内路（Đàng Trong, Đường Trong）。

25. Touran：土伦（沱瀼），今称岘港（Đà Nẵng），越南中部最大的城市。

26. Mạc Phủ：幕府，古代日本一种中央政府机构，权力曾一度凌驾于天皇之上，其最高权力者为征夷大将军，亦称幕府将军。

27. gốm Hizen：应为 gốm Bizen，日本备禅陶器。

28. Asaba Sakitaro：浅羽佐喜太郎（1867—1910），毕业于东京医科大学（今东京大学医学部），在日本神奈川县小田原市郊外开设浅羽医院，期间结识越南东游运动领导者潘佩珠并给予潘佩珠及越南留日学生许多支持与帮助。

BÀI SỐ 11
TUYÊN NGÔN ĐỘC LẬP
独立宣言

Hỡi đồng bào cả nước,

"Tất cả mọi người đều sinh ra có quyền bình đẳng. Tạo hóa cho họ những quyền không ai có thể xâm phạm được; trong những quyền ấy, có quyền được sống, quền tự do và quyền mưu cầu hạnh phúc".

Lời bất hủ ấy ở trong bản *Tuyên ngôn độc lập* năm 1776 của nước Mỹ. Suy rộng ra, câu ấy có ý nghĩa là: tất cả các dân tộc trên thế giới đều sinh ra bình đẳng; dân tộc nào cũng có quyền sống, quyền sung sướng và quyền tự do.

Bản *Tuyên ngôn nhân quyền và dân quyền* của Cách mạng Pháp năm 1791 cũng nói:

"Người ta sinh ra tự do và bình đẳng về quyền lợi, và phải luôn luôn được tự do và bình đẳng về quyền lợi".

Đó là những lẽ phải không ai chối cãi được.

Thế mà hơn tám mươi năm nay, bọn thực dân Pháp lợi dụng lá cờ tự do, bình đẳng, bác ái, đến cướp đất nước ta, áp bức đồng bào ta. Hành động của chúng trái hẳn với nhân đạo và chính nghĩa.

Về chính trị, chúng tuyệt đối không cho nhân dân ta một chút tự do dân chủ nào.

Chúng thi hành những luật pháp dã man. Chúng lập ba chế độ khác nhau ở Trung, Nam, Bắc để ngăn cản việc thống nhất nước nhà của ta, để ngăn cản dân tộc ta đoàn kết.

Chúng lập ra nhà tù nhiều hơn trường học. Chúng thẳng tay chém giết những người yêu nước thương nòi của ta. Chúng tắm các cuộc khởi nghĩa của ta trong những bể máu.

Chúng ràng buộc dư luận, thi hành chính sách ngu dân.

Chúng dùng thuốc phiện, rượu cồn để làm cho nòi giống ta suy nhược.

Về kinh tế, chúng bóc lột dân ta đến xương tủy, khiến cho dân ta nghèo nàn, thiếu thốn, nước ta xơ xác, tiêu điều.

Chúng cướp không ruộng đất, hầm mỏ, nguyên liệu.

Chúng giữ độc quyền in giấy bạc, xuất cảng và nhập cảng.

Chúng đặt ra hàng trăm thứ thuế vô lý, làm cho dân ta, nhất là dân cày và dân buôn, trở nên bần cùng.

Chúng không cho các nhà tư sản ta ngóc đầu lên. Chúng bóc lột công nhân ta một cách vô cùng tàn nhẫn.

Mùa thu năm 1940, phát-xít Nhật đến xâm lăng Đông Dương để mở thêm căn cứ đánh Đồng minh, thì bọn thực dân Pháp quỳ gối đầu hàng, mở cửa nước ta rước Nhật. Từ đó dân ta chịu hai tầng xiềng xích: Pháp và Nhật. Từ đó dân ta càng cực khổ, nghèo nàn. Kết quả là cuối năm ngoái sang đầu năm nay, từ Quảng Trị đến Bắc Kỳ hơn hai triệu đồng bào ta bị chết đói.

Ngày 9 tháng 3 năm nay, Nhật tước khí giới của quân đội Pháp. Bọn thực dân Pháp hoặc bỏ chạy hoặc đầu hàng. Thế là chẳng những chúng không "bảo hộ" được ta, trái lại, trong 5 năm, chúng đã bán nước ta hai lần cho Nhật.

Trước ngày mồng 9 tháng 3, biết bao lần Việt Minh đã kêu gọi người Pháp liên minh để chống Nhật. Bọn thực dân Pháp đã không đáp ứng, lại thẳng tay khủng bố Việt Minh hơn nữa.

Thậm chí đến khi thua chạy, chúng còn nhẫn tâm giết nốt số đông tù chính trị ở Yên Bái và Cao Bằng.

Tuy vậy, đối với người Pháp, đồng bào ta vẫn giữ một thái độ khoan hồng và nhân đạo. Sau cuộc biến động ngày 9 tháng 3, Việt Minh đã giúp cho nhiều người Pháp chạy qua biên thùy, lại cứu cho nhiều người Pháp ra khỏi nhà giam Nhật, và bảo vệ tính mạng và tài sản cho họ.

Sự thật là từ mùa thu năm 1940, nước ta đã thành thuộc địa của Nhật, chứ không phải thuộc địa của Pháp nữa. Khi Nhật hàng Đồng minh thì nhân dân cả nước ta đã nổi dậy giành chính quyền lập nên nước Việt Nam Dân chủ Cộng hòa.

Sự thật là dân ta đã lấy lại nước Việt Nam từ tay Nhật, chứ không phải từ tay Pháp.

Pháp chạy, Nhật hàng, vua Bảo Đại thoái vị. Dân ta đã đánh đổ các xiềng xích thực dân gần một trăm năm nay để gây dựng nên nước Việt Nam độc lập. Dân ta lại đánh đổ chế độ quân chủ mấy mươi thế kỷ mà lập nên chế độ dân chủ cộng hòa.

Bởi thế cho nên, chúng tôi, Lâm thời Chính phủ của nước Việt Nam mới, đại biểu cho toàn dân Việt Nam, tuyên bố thoát ly hẳn quan hệ thực dân với Pháp, xóa bỏ hết những hiệp ước mà Pháp đã ký về nước Việt Nam, xóa bỏ hết tất cả mọi đặc quyền của Pháp trên đất nước Việt Nam.

Toàn dân Việt Nam, trên dưới một lòng, kiên quyết chống lại âm mưu của bọn thực dân Pháp.

Chúng tôi tin rằng các nước Đồng minh đã công nhận những nguyên tắc dân tộc bình đẳng ở các Hội nghị Tê-hê-răng và Cựu-kim-sơn, quyết không thể không công nhận quyền độc lập của dân Việt Nam.

Một dân tộc đã gan góc chống ách nô lệ của Pháp hơn tám mươi năm nay, một dân tộc đã gan góc đứng về phe Đồng minh chống phát xít mấy năm nay, dân tộc đó phải được tự do! Dân tộc đó phải được độc lập!

Vì những lẽ trên, chúng tôi, Chính phủ lâm thời của nước Việt Nam Dân chủ Cộng hòa, trịnh trọng tuyên bố với thế giới rằng:

Nước Việt Nam có quyền hưởng tự do và độc lập, và sự thật đã thành một nước tự do, độc lập. Toàn thể dân tộc Việt Nam quyết đem tất cả tinh thần và lực lượng, tính mạng và của cải để giữ vững quyền tự do, độc lập ấy.

DI CHÚC[1]
遗 嘱

Cuộc chống Mỹ, cứu nước của nhân dân ta dù phải kinh qua gian khổ, hy sinh nhiều hơn nữa, song nhất định thắng lợi hoàn toàn.

Đó là một điều chắc chắn.

Tôi có ý định đến ngày đó, tôi sẽ đi khắp hai miền Nam Bắc, để chúc mừng đồng bào, cán bộ và chiến sĩ anh hùng; thăm hỏi các cụ phụ lão, các cháu thanh niên và nhi đồng yêu quý của chúng ta.

Kế theo đó, tôi sẽ thay mặt nhân dân ta đi thăm và cảm ơn các nước anh em trong phe xã hội chủ nghĩa, và các nước bầu bạn khắp năm châu đã tận tình ủng hộ và giúp đỡ cuộc chống Mỹ, cứu nước của nhân dân ta.

* * *

Ông Đỗ Phủ là người làm thơ rất nổi tiếng ở Trung Quốc đời nhà Đường, có câu rằng "Nhân sinh thất thập cổ lai hy", nghĩa là "Người thọ 70, xưa nay hiếm".

Năm nay, tôi vừa 79 tuổi, đã là lớp người "xưa nay hiếm", nhưng tinh thần, đầu óc vẫn rất sáng suốt, tuy sức khỏe có kém so với vài năm trước đây. Khi người ta đã ngoài 70 xuân, thì tuổi tác càng cao, sức khỏe càng thấp. Điều đó cũng không có gì lạ.

Nhưng ai mà đoán biết tôi còn phục vụ cách mạng, phục vụ tổ quốc, phục vụ nhân dân được bao lâu nữa?

Vì vậy, tôi để sẵn mấy lời này, phòng khi tôi sẽ đi gặp cụ Các Mác, cụ Lê-nin và các vị cách mạng đàn anh khác, thì đồng bào cả nước, đồng chí trong Đảng và bầu bạn khắp nơi đều khỏi cảm thấy đột ngột.

Trước hết nói về Đảng — Nhờ đoàn kết chặt chẽ, một lòng một dạ phục vụ giai cấp, phục vụ nhân dân, phục vụ Tổ quốc, cho nên từ ngày thành lập đến nay, Đảng ta đã đoàn kết, tổ chức và lãnh đạo nhân dân ta hăng hái đấu tranh tiến từ thắng lợi này đến thắng lợi khác.

Đoàn kết là một truyền thống cực kỳ quý báu của Đảng và của dân ta. Các đồng chí từ Trung ương đến các chi bộ cần phải giữ gìn sự đoàn kết nhất trí của Đảng như giữ gìn con ngươi của mắt mình.

Trong Đảng thực hành dân chủ rộng rãi, thường xuyên và nghiêm chỉnh *tự phê bình và phê bình* là cách tốt nhất để củng cố và phát triển sự đoàn kết và thống nhất của Đảng. Phải có tình đồng chí thương yêu lẫn nhau.

---

[1] Công bố tại lễ truy điệu trọng thể Hồ Chủ tịch ngày 9 tháng 9 năm 1969.

Đảng ta là một Đảng cầm quyền. Mỗi đảng viên và cán bộ phải thật sự thấm nhuận *đạo đức cách mạng*, thật sự cần kiệm liêm chính, chí công vô tư. Phải giữ gìn Đảng ta thật trong sạch, phải xứng đáng là người lãnh đạo, là người đầy tớ thật trung thành của nhân dân.

Đoàn viên và thanh niên ta nói chung là tốt, mọi việc đều hăng hái xung phong, không ngại khó khăn, có chí tiến thủ. Đảng cần phải chăm lo giáo dục *đạo đức cách mạng* cho họ, đào tạo họ thành những người thừa kế xây dựng chủ nghĩa xã hội vừa "hồng" vừa "chuyên".

Bồi dưỡng thế hệ cách mạng cho đời sau là một việc rất quan trọng và rất cần thiết.

Nhân dân lao động ta ở miền xuôi cũng như ở miền núi, đã bao đời chịu đựng gian khổ, bị chế độ phong kiến và thực dân áp bức bóc lột, lại kinh qua nhiều năm chiến tranh.

Tuy vậy, nhân dân ta rất anh hùng, dũng cảm, hăng hái, cần cù. Từ ngày có Đảng, nhân dân ta luôn luôn đi theo Đảng, rất trung thành với Đảng.

Đảng cần phải có *kế hoạch* thật tốt để phát triển kinh tế và văn hóa, nhằm không ngừng *nâng cao đời sống của nhân dân*.

Cuộc kháng chiến chống Mỹ có thể còn kéo dài. Đồng bào ta có thể phải hy sinh nhiều của, nhiều người. Dù sao, chúng ta phải quyết tâm đánh giặc Mỹ đến thắng lợi hoàn toàn.

Còn non, còn nước, còn người,

Thắng giặc Mỹ, ta sẽ xây dựng hơn mười ngày nay!

Dù khó khăn gian khổ đến mấy, nhân dân ta nhất định sẽ hoàn toàn thắng lợi. Đế quốc Mỹ nhất định phải cút khỏi nước ta. Tổ quốc ta nhất định sẽ thống nhất. Đồng bào Nam Bắc nhất định sẽ sum họp một nhà. Nước ta sẽ có vinh dự lớn là một nước nhỏ mà đã anh dũng đánh thắng hai đế quốc to-là Pháp và Mỹ; và đã góp phần xứng đáng vào phong trào giải phóng dân tộc.

Về phong trào cộng sản thế giới-Là một người suốt đời phục vụ cách mạng, tôi càng tự hào với sự lớn mạnh của phong trào cộng sản và công nhân quốc tế bao nhiêu, thì tôi càng đau lòng bấy nhiêu vì sự bất hòa hiện nay giữa các đảng anh em!

Tôi muốn rằng Đảng ta sẽ ra sức hoạt động, góp phần đắc lực vào việc khôi phục lại khối đoàn kết giữa các đảng anh em trên nền tảng chủ nghĩa Mác – Lê-nin và chủ nghĩa quốc tế vô sản, có lý, có tình.

Tôi tin chắc rằng các đảng anh em và các nước anh em nhất định sẽ phải đoàn kết lại.

* * *

Về việc riêng-Suốt đời tôi hết lòng hết sức phục vụ Tổ quốc, phục vụ cách mạng, phục vụ nhân dân. Nay dù phải từ biệt thế giới này, tôi không có điều gì phải hối hận, chỉ tiếc là tiếc rằng không được phục vụ lâu hơn nữa, nhiều hơn nữa.

Sau khi tôi qua đời, chớ nên tổ chức điếu phúng linh đình, để khỏi lãng phí thì giờ và tiền bạc của nhân dân.

* * *

Cuối cùng, tôi để lại muôn vàn tình thân yêu cho toàn dân, toàn Đảng, cho toàn thể bộ đội, cho các cháu thanh niên và nhi đồng.

Tôi cũng gửi lời chào thân ái đến các đồng chí, các bầu bạn, và các cháu thanh niên, nhi đồng quốc tế.

Điều mong muốn cuối cùng của tôi là: toàn Đảng, toàn dân ta đoàn kết phấn đấu, xây dựng một nước Việt Nam hòa bình, thống nhất, độc lập, dân chủ và giàu mạnh, và góp phần xứng đáng vào sự nghiệp cách mạng thế giới.

Hà Nội, ngày 10 tháng 5 năm 1969

HỒ CHÍ MINH

注　释

本课两篇文章均选自越南河内真理出版社（Nxb Sự Thật）1975年编辑出版的胡志明文集《没有什么比独立自由更宝贵》（Không có gì quý hơn độc lập, tự do）。

1. Tuyên ngôn độc lập năm 1776 của nước Mỹ：1776年《美国独立宣言》（United States Declaration of Independence），美国最重要的立国文书之一。1776年7月4日，北美洲13个英属殖民地宣告自大不列颠王国独立，以此文告宣明此举之正当性。

2. Tuyên ngôn nhân quyền và dân quyền của Cách mạng Pháp：1789年8月26日法国立宪会议通过《人权及公民权宣言》（Déclaration des Droits de l'Homme et du Citoyen），简称《人权宣言》，这是法国大革命时期的纲领性文件。

3. ba chế độ khác nhau ở Trung, Nam, Bắc：北、中、南三种不同的制度。法国殖民者在越南实行"分而治之"的统治政策，在南圻设立直辖制度，在中圻建立保护制度，在北圻设置半保护制度，把越南分成不同的政治制度区域进行统治。

4. hơn hai triệu đồng bào ta bị chết đói：两百多万同胞被饿死。1944年越南粮食欠收，但法、日殖民者并未减轻对越南人民的压榨与盘剥，不仅向日本出口大米90万吨，还要为驻印度支那的日军提供大米；日军囤积大米的同时，法国殖民者则用大米酿造酒精以代替燃煤。所有这些导致1944年底至1945年上半年在越南北部和中北部地区爆发大饥荒，有两百多万人被饿死。

5. cuộc biến động ngày 9 tháng 3：三·九政变（cuộc đảo chính ngày 9 tháng 3 năm 1945）

6. vua Bảo Đại thoái vị：保大皇帝退位。保大皇帝名阮福永瑞（Nguyễn Phúc Vĩnh Thụy，1913—1997），1926年1月继位，年号保大，是越南末代封建王朝阮朝的最后一位皇帝。1945年8月30日保大皇帝宣布退位，标志着越南近千年封建统治的结束。

7. Lâm thời Chính phủ：临时政府，即1945年8月16日越盟在新潮召开的国民大会上选举出的越南民族解放委员会（Ủy ban dân tộc giải phóng Việt Nam）。

8. Hội nghị Tê-hê-răng：德黑兰会议，第二次世界大战期间，美、英、苏三国首脑于1943年11月28日至12月1日在伊朗首都德黑兰，为商讨加速战争进程和战后世界安排的问题而举行的会议。

9. Hội nghị Cựu-kim-sơn：旧金山会议，即1945年4月25日至6月26日在美国旧金山召开的联合国制宪会议。大会一致通过了《联合国宪章》及《国际法院规约》。包括中国在内的51个国家的153名全权代表在宪章上签了字。这些签字国成为联合国的创始国。

10. Các Mác：卡尔·亨利希·马克思（Karl Marx, 1818—1883）

BÀI SỐ 12
KHÁI NIỆM VĂN HÓA VÀ CÁC KHÁI NIỆM KHÁC
文化概念与其他概念

Đây là những công cụ-khái niệm hay công cụ-nhận thức dùng để tiếp cận những vấn đề nghiên cứu. Chúng thường hay bị, hay được sử dụng lẫn lộn, dù mỗi một khái niệm đều có những đặc trưng riêng của mình.

1. Khái niệm văn hóa

Văn hóa là sản phẩm do con người sáng tạo, có từ thuở bình minh của xã hội loài người. Ở phương Đông, từ văn hóa đã có trong đời sống ngôn ngữ từ rất sớm. Trong *Chu Dịch*, quẻ Bi đã có từ văn hóa: Xem dáng vẻ con người, lấy đó mà giáo hóa thiên hạ (Quan hồ nhân văn dĩ hóa thành thiên hạ). Người sử dụng từ văn hóa sớm nhất có lẽ là Lưu Hướng (năm 77-6 trước công nguyên), thời Tây Hán với nghĩa như một phương thức giáo hóa con người-văn trị giáo hóa. Văn hóa ở đây được dùng đối lập với vũ lực (phàm dấy việc võ là vì không phục tùng, dùng văn hóa mà không sửa đổi, sau đó mới thêm chém giết). Ở phương Tây, để chỉ đối tượng mà chúng ta nghiên cứu, người Pháp, người Anh có từ culture, người Đức có từ kultur, người Nga có từ kultura. Những chữ này lại có chung gốc Latinh là chữ cultus animi là trồng trọt tinh thần. Vậy chữ cultus là văn hóa với hai khía cạnh: trồng trọt, thích ứng với tự nhiên, khai thác tự nhiên và giáo dục đào tạo cá thể hay cộng đồng để họ không còn là con vật tự nhiên, và họ có những phẩm chất tốt đẹp.

Tuy vậy, việc xác định và sử dụng khái niệm văn hóa không đơn giản và thay đổi theo thời gian thuật ngữ văn hóa với nghĩa "canh tác tinh thần" được sử dụng vào thế kỉ XVII-XVIII bên cạnh nghĩa gốc là quản lí, canh tác nông nghiệp.

Vào thế kỉ XIX thuật ngữ "văn hóa" được những nhà nhân loại học phương Tây sử dụng như một danh từ chính. Những học giả này cho rằng văn hóa (văn minh) thế giới có thể phân loại ra từ trình độ thấp nhất đến cao nhất, và văn hóa của họ chiếm vị trí cao nhất. Bởi vì họ cho rằng bản chất văn hóa hướng về trí lực và sự vươn lên, sự phát triển tạo thành văn minh, E. B. Taylo (E. B. Taylor) là đại diện của họ. Theo ông, văn hóa là toàn bộ phức thể bao gồm hiểu biết, tín ngưỡng, nghệ thuật, đạo đức, luật pháp, phong tục, những khả năng và tập quán khác mà con người có được với tư cách là một thành viên của xã hộ.

Ở thế kỉ XX, khái niệm "văn hóa" thay đổi theo F. Boa (F. Boas), ý nghĩa văn hóa được quy định do khung giải thích riêng chứ không phải bắt nguồn từ cứ liệu cao siêu như "trí lực", vì thế sự khác nhau về mặt văn hóa từng dân tộc cũng không phải theo tiêu chuẩn trí lực. Đó cũng là "tương đối luận của văn hóa". Văn hóa không xét ở mức độ thấp cao mà ở góc độ khác biệt.

A. L. Kroibơ (A. L. Kroeber) và C. L. Klúchôn (C. L. Kluckhohn) quan niệm văn hóa là loại hành vi rõ ràng và ám thị đã được đúc kết và truyền lại bằng biểu tượng, và nó hình thành quả độc đáo của nhân loại khác với các loại hình khác, trong đó bao gồm cả đồ tạo tác do con người làm ra.

Như vậy, cho đến nay, chưa phải mọi người đã đồng ý với nhau tất cả về định nghĩa của văn hóa. Từ năm 1952, hai nhà dân tộc học mĩ A. L. Kroibơ (A. L. Kroeber) và C. L. Klúchôn (C. L. Kluckhohn) đã trích lục được trên dưới ba trăm định nghĩa, mà các tác giả khác nhau của nhiều nước từng phát ra từ trước nữa cho đến lúc bấy giờ[1]. Từ đó đến nay, chắc chắn số lượng định nghĩa tiếp tục tăng lên và đương nhiên, không phải lúc nào các định nghĩa đưa ra cũng có thể thống nhất, hay hòa hợp, bổ sung cho nhau. Chúng tôi xin trích dẫn một số định nghĩa đã được công bố trong những giáo trình và công trình nghiên cứu về Văn hóa học hay Cơ sở văn hóa Việt Nam. Theo một số học giả Mĩ "Văn hóa là tấm gương nhiều mặt phản chiếu đời sống và nếp sống của một cộng đồng dân tộc". Ở trung tâm của văn hóa quyển là hệ tư tưởng cũng được xem là một hệ văn hóa[2].

Ở Việt Nam, Chủ tịch Hồ Chí Minh đã nói: "Vì lẽ sinh tồn cũng như mục đích của cuộc sống, loài người mới sáng tạo và phát minh ra ngôn ngữ, chữ viết, đạo đức, pháp luật, khoa học, tôn giáo, văn học, nghệ thuật, những công cụ cho sinh hoạt hàng ngày về mặt ăn, ở và các phương thức sử dụng. Toàn bộ những sáng tạo và phát minh đó tức là văn hóa"[3].

Cựu thủ tướng Phạm Văn Đồng viết: "Nói tới văn hóa là nói tới một lĩnh vực vô cùng phong phú và rộng lớn, bao gồm tất cả những gì không phải là thiên nhiên mà có liên quan đến con người trong suốt quá trình tồn tại, phát triển, quá trình con người làm nên lịch sử… cốt lõi của sức sống dân tộc là văn hóa với nghĩa bao quát và cao đẹp nhất của nó, bao gồm cả hệ thống giá trị: tư tưởng và tình cảm, đạo đức với phẩm chất, trí tuệ và tài năng, sự nhạy cảm và sự tiếp thu cái mới từ bên ngoài, ý thức bảo vệ tài sản và bản lĩnh của cộng đồng dân tộc, sức đề kháng và sức chiến đấu để bảo vệ mình và không ngừng lớn mạnh"[4].

PGS. Phan Ngọc đưa ra một định nghĩa văn hóa mang tính chất thao tác luận, khác với những định nghĩa trước đó, theo ông đều mang tính tinh thần luận[5]. "Không có cái vật gì gọi là văn hóa

---

1 Dẫn theo Nguyễn Từ Chi: *Từ định nghĩa của văn hóa..* Trong cuốn Văn hóa học đại cương và cơ sở văn hóa Việt Nam. Nxb khoa học xã hội, Hà Nội, 1996, tr. 53.

2 Dẫn theo GS. Trần Quốc Vượng: *100 năm giao thoa văn hóa Đông Tây.*

3 Hồ Chí Minh *Toàn tập*, in lần 2. Nxb Chính trị quốc gia, Hà Nội, 1995, tập 3, tr. 431.

4 *Văn hóa và đổi mới*, Nxb Chính trị quốc gia, H, 1994, tr. 16.

5 Phan Ngọc: *Văn hóa Việt Nam và cách tiếp cận mới*, Nxb Văn hóa thong tin, Hà Nội, 1993, tr. 105.

cả và ngược lại bất kì vật gì cũng có cái mặt văn hóa. Văn hóa là một quan hệ. Nó là mối quan hệ giữa thế giới biểu tượng và thế giới thực tại. Quan hệ ấy biểu hiện thành một kiểu lựa chọn riêng của một tộc người, một cá nhân so với một tộc người khác, một cá nhân khác. Nét khác biệt giữa các kiểu lựa chọn làm cho chúng khác nhau, tạo thành những nền Văn hóa khác nhau là độ khúc xạ[6]. Tất cả mọi cái mà tộc người tiếp thu hay sáng tạo đều có một độ khúc xạ riêng có mặt ở mọi lĩnh vực và rất khác độ khúc xạ ở một tộc người khác".

Trên cơ sở phân tích các định nghĩa văn hóa, PGS. Trần Ngọc Thêm đã đưa ra một định nghĩa về văn hóa như sau: "Văn hóa là một hệ thống hữu cơ các giá trị vật chất và tinh thần do con người sáng tạo và tích lũy qua quá trình hoạt động thực tiễn trong sự tương tác giữa con người với môi trường tự nhiên và xã hội của mình". Định nghĩa này đã nêu bật 4 đặc trưng quan trọng của văn hóa: tính hệ thống, tính giá trị, tính lịch sử, tính nhân sinh[7].

Chúng tôi cho rằng, trong vô vàn cách hiểu, cách định nghĩa về văn hóa, ta có thể tạm quy về hai loại. Văn hóa hiểu theo nghĩa rộng như lối sống, lối suy nghĩ, lối ứng xử... Văn hóa hiểu theo nghĩa hẹp như văn học, văn nghệ, học vấn... và tùy theo từng trường hợp cụ thể mà có những định nghĩa khác nhau. Ví dụ xét từ khía cạnh tự nhiên thì văn hóa là "cái tự nhiên được biến đổi bởi con người"[8] hay "tất cả những gì không phải là thiên nhiên đều là văn hóa"[9].

Gần đây nhất, trong một bài viết của mình, PGS. Nguyễn Từ Chi đã quy các kiểu nhìn khác nhau về văn hóa vào hai góc độ:

—Góc rộng, hay góc nhìn "dân tộc học", đây là góc chung của nhiều ngành khoa học xã hội.

—Góc hẹp, góc thông dụng trong cuộc sống hàng ngày, còn gọi là góc báo chí.

Theo cách hiểu góc rộng-văn hóa là toàn bộ cuộc sống (nếp sống, lối sống) cả vật chất xã hội và tinh thần của từng cộng đồng. Ví dụ: nghiên cứu văn hóa Việt Nam là nghiên cứu lối sống của các dân tộc Việt Nam.

Văn hóa từ góc nhìn "báo chí" tuy cũng có những cách hiểu rộng hơn hay hẹp hơn, nhưng trước đây thường gắn với kiến thức của con người, của xã hội. Ngày nay, văn hóa dưới góc "báo chí" đã hướng về lối sống hơn là về kiến thức mà theo tác giả là lối sống gấp, đằng sau những biến động nhanh của xã hội.

2. Khái niệm văn minh

Văn minh là danh từ Hán-Việt (văn là vẻ đẹp, minh là sáng), chỉ tia sáng của đạo đức, biểu hiện ở chính trị, pháp luật, văn học, nghệ thuật. Trong tiếng Anh, Pháp, từ civilization với nội hàm nghĩa văn minh, có từ căn gốc Latinh là civitas với nghĩa gốc: đô thị, thành phố, và các nghĩa phái

---

6 Thực ra ý này các GS.Cao Xuân Huy và Trần Quốc Vượng cũng đã phát biểu từ đầu thập kỉ 70 khi bàn về tính dân tộc. Trần Quốc Vượng: *Nhận nhìn bản sắc của văn hóa Việt Nam*, Tổ quốc 2-1980, tr. 28.

7 Trần Ngọc Thêm: *Cơ sở văn hóa Việt Nam*, trường ĐHTH, Thành phố Hồ Chí Minh, 1995, tr. 25.

8 Dẫn theo Nguyễn Từ Chi: Sđd, tr. 54.

9 Dẫn theo Nguyễn Từ Chi: Sđd, tr. 54.

sinh: thị dân, công dân.

W. Đuran (W. Durant) sử dụng khái niệm văn minh để chỉ sự sáng tạo văn hóa, nhờ một trật tự xã hội gây ra và kích thích. Văn minh được dùng theo nghĩa tổ chức xã hội, tổ chức luân lí và hoạt động văn hóa.

Văn minh trong tiếng Đức là để chỉ các xã hội đã đạt được tới giai đoạn tổ chức đô thị và chữ viết.

Theo F. Ăngghen, văn minh là chính trị khoanh văn hóa lại và sợi dây liên kết văn minh là Nhà nước. Như vậy khái niệm văn minh thường bao hàm bốn yếu tố cơ bản: đô thị, nhà nước, chữ viết, các biện pháp kĩ thuật cải thiện, xếp đặt hợp lí, tiện lợi cho cuộc sống của con người.

Tuy vậy, người ta vẫn hay sử dụng thuật ngữ văn minh đồng nghĩa với văn hóa. Các học giả Anh và Pháp thường sử dụng lẫn lộn hai khái niệm văn hóa (culture), văn minh (civilisation) để chỉ toàn bộ sự sáng tạo và các tập quán tinh thần và vật chất riêng cho mọi tập đoàn người.

Thực ra, văn minh là trình độ phát triển nhất định của văn hóa về phương diện vật chất, đặc trưng cho một khu vực rộng lớn, một thời đại, hoặc cả nhân loại. Như vậy, văn minh khác với văn hóa ở ba điểm[10]: Thứ nhất, trong khi văn hóa có bề dày của quá khứ thì văn minh chỉ là một lát cắt đồng đại. Thứ hai, trong khi văn hóa bao gồm cả văn hóa vật chất lẫn tinh thần thì văn minh chỉ thiên về khía cạnh vật chất, kĩ thuật. Thứ ba, trong khi văn hóa mang tính dân tộc rõ rệt thì văn minh thường mang tính siêu dân tộc-quốc tế. Ví dụ nền văn minh tin học hay văn minh hậu công nghiệp và văn hóa Việt Nam, văn hóa Nhật Bản, văn hóa Trung Quốc... Mặc dù giữa văn hóa và văn minh có một điểm gặp gỡ nhau đó là do con người sáng tạo ra.

3. Khái niệm văn hiến

Ở phương Đông, trong đó có Việt Nam, từ xa xưa đã phổ biến khái niệm văn hiến. Có thể hiểu văn hiến là văn hóa theo cách dùng, cách hiểu trong lịch sử. Từ đời Lý (1010) người Việt đã tự hào nước mình là một "văn hiến chi bang". Đến đời Lê (thế kỉ XV) Nguyễn Trãi viết "Duy ngã Đại Việt chi quốc thực vi văn hiến chi bang"(Duy nước Đại Việt ta thực sự là một nước văn hiến). Từ văn hiến mà Nguyễn Trãi dùng ở đây là một khái niệm rộng chỉ một nền văn hóa cao, trong đó nếp sống tinh thần, đạo đức được chú trọng.

Văn hiến (hiến = hiền tài)- truyền thống văn hóa lâu đời và tốt đẹp. GS. Đào Duy Anh khi giải thích từ "văn hiến" khẳng định: "là sách vở" và nhân vật tốt trong một đời[11]. Nói cách khác văn là văn hóa, hiến là hiền tài, như vậy văn hiến thiên về những giá trị tinh thần do những người có tài đức chuyển tải, thể hiện tính dân tộc, tính lịch sử rõ rệt.

4. Khái niệm văn vật (vật = vật chất)

Truyền thống văn hóa tốt đẹp biểu hiện ở nhiều nhân tài trong lịch sử và nhiều di tích lịch sử.

---

10 Trần Ngọc Thêm: Sđd, tr. 20.
11 *Hán Việt từ điển*, Trường Thi xuất bản, S, in lần 3, 1957, tr. 527.

"Hà Nội nghìn năm văn vật". Văn vật còn là khái niệm hẹp để chỉ những công trình hiện vật có giá trị nghệ thuật và lịch sử, khái niệm văn vật cũng thể hiện sâu sắc tính dân tộc và tính lịch sử. Khái niệm văn hiến, văn vật thường gắn với phương Đông nông nghiệp trong khi khái niệm văn minh thường gắn với phương Tây đô thị.

5. Định nghĩa văn hóa của UNESCO

Trong ý nghĩa rộng nhất, "Văn hóa hôm nay có thể coi là tổng thể những nét riêng biệt tinh thần và vật chất, trí tuệ và xúc cảm quyết định tính cách của một xã hội hay của một nhóm người trong xã hội. Văn hóa bao gồm nghệ thuật và văn chương, những lối sống, những quyền cơ bản của con người, những hệ thống các giá trị, những tập tục và những tín ngưỡng. Văn hóa đem lại cho con người khả năng suy xét về bản thân. Chính văn hóa làm cho chúng ta trở thành những sinh vật đặc biệt nhân bản, có lí tính, có óc phê phán và dấn thân một cách đạo lí. Chính nhờ văn hóa mà con người tự thể hiện, tự ý thức được bản thân, tự biết mình là một phương án chưa hoàn thành đặt ra để xem xét những thành tựu của bản thân, tìm tòi không biết mệt những ý nghĩa mới mẻ và sáng tạo nên những công trình vượt trội lên bản thân".[12]

Như vậy, văn hóa không phải là một lĩnh vực riêng biệt. Văn hóa là tổng thể nói chung những giá trị vật chất và tinh thần do con người sáng tạo ra. Văn hóa là chìa khóa của sự phát triển.

Theo quan niệm của UNESCO có 2 loại di sản văn hóa:

Một là, những di sản văn hóa hữu thể (Tangible) như đình, đền, chùa, miếu, lăng, mộ, nhà sàn v.v…

Hai là, những di sản văn hóa vô hình (Intangible) bao gồm các biểu hiện tượng trưng và "không sờ thấy được" của văn hóa được lưu truyền và biến đổi qua thời gian, với một số quá trình tái tạo, "trùng tu" của cộng đồng rộng rãi… Những di sản văn hóa tạm gọi là vô hình này theo UNESCO bao gồm cả âm nhạc, múa, truyền thống, văn chương miệng, ngôn ngữ, huyền thoại, tư thế (tư thái), nghi thức, phong tục, tập quán, y dược cổ truyền, việc nấu ăn và các món ăn, lễ hội, bí quyết và quy trình công nghệ của các nghề truyền thống…

Cái hữu thể và cái vô hình gắn bó hữu cơ với nhau, lồng vào nhau, như thân xác và tâm trí con người.

注 释

本课节选自陈国旺（Trần Quốc Vượng）主编、越南河内教育出版社（Nxb Giáo Dục）2003年版《越南文化概论》（*Cơ sở văn hóa Việt Nam*）第一章。

1. *Chu Dịch*：《周易》，又叫《易经》（*Kinh Dịch*）、《易》（*Dịch*），是中国古老而灿烂的文化瑰宝。

---

12 Tuyên bố về những chính sách văn hóa-Hội nghị quốc tế do UNESCO chủ trì từ 26-7 đến 6-8-1982 tại Mêhicô.

2. Bi：贲，卦名，易经六十四卦第22卦。

3. Quan hồ nhân văn dĩ hóa thành thiên hạ：观乎人文以化成天下。

4. Lưu Hướng：刘向（约前77—前6），原名更生，字子政，沛县（今属江苏）人。西汉经学家、目录学家、文学家。其《说苑·指武》中道："圣人之治天下也，先文德而后武力。凡武之兴，为不服也，文化不改，然后加诛。"

5. E. B. Taylo (E.B. Taylor)：泰勒（Edward Burnett Tylor, 1832-1917），英国人类学家，文化史和民族学进化学派的创始人之一。1871年撰写的《原始文化》及1881年撰写的《人类学》在学术上产生很大的影响，为人类学在英国的全面发展奠定了基础并作出了重大贡献。

6. phức thể：复合体

7. F. Boa (F. Boas)：法兰兹·鲍亚士（Franz Boas, 1858—1942），或译弗朗茨·博厄斯，美国人类学家，现代人类学的先驱之一，享有"美国人类学之父"的名号。

8. A. L. Kroibơ (A. L. Kroeber)：阿尔弗雷德·路易斯·克罗伯（Alfred Louis Kroeber, 1876-1960），是鲍亚士的首位博士生，20世纪上半叶美国有影响的人类学家。

9. C. L. Klúchôn (C. L. Kluckhohn)：应为C. Kluckhohn，克拉克洪（Clyde Kluchholn），美国人类学家。

10. văn hóa quyển：文化圈

11. PGS：副教授，phó giáo sư的缩写。

12. W. Đuran (W. Durant)：威尔·杜兰特（Will Durant, 1885—1981），美国著名学者，终身哲学教授，普利策奖（1968）和自由勋章（1977）获得者。其主要著作《世界文明史》、《哲学的故事》等使他在学术界广受好评。

13. F. Ăngghen：弗里德里希·恩格斯（Friedrich Engels, 1820—1895）

14. Duy ngã Đại Việt chi quốc thực vi văn hiến chi bang：惟我大越之国实为文献之邦。此为阮廌所撰《平吴大诰》中的一句话。

15. hiến：献。在古汉语中，献的其中一个意思为熟知史实的贤人。

16. Đào Duy Anh：陶维英（1904—1988），号卫石（Vệ Thạch），越南清化省人，现代著名学者，其研究涉及语言学、文学、史学等诸多领域，著述颇丰，主要著作有：《汉越词典》（*Hán Việt từ điển*）、《越南文化史纲》（*Việt Nam văn hóa sử cương*）、《金云翘考论》（*Khảo luận về Kim Vân Kiều*）、《越南古代史》（*Lịch sử cổ đại Việt Nam*）、《越南民族形成问题》（*Vấn đề hình thành dân tộc Việt Nam*）等。

BÀI SỐ 13
CHỮ QUỐC NGỮ TRONG LỊCH SỬ TIẾNG VIỆT
越南语言史上的国语字

Trong lịch sử ngôn ngữ Việt, cách gọi "Quốc ngữ" được dùng để chỉ hai loại văn tự khác nhau của người Việt. Ban đầu khi chữ Nôm xuất hiện, tên gọi "Quốc ngữ" cũng được người ta dùng để chỉ chữ Nôm. Cách gọi này cùng song hành với một tên gọi khác là "Quốc âm" (như *Quốc âm thi tập*-Tập thơ bằng quốc âm-của Nguyễn Trãi chẳng hạn), dùng để phân biệt với loại văn tự khác không phải là "Quốc ngữ" hay "Quốc âm" thời bấy giờ. Cách gọi ý nghĩa như vừa nói ở trên còn có ý phân biệt chữ Nôm là thứ chữ của "tiếng nói nước mình", khác với một loại chữ "không phải của nước mình" và về sau không còn được tiếp tục duy trì nữa. Hiện nay, cách gọi "Quốc ngữ" được sử dụng để chỉ loại văn tự dùng con chữ Latinh để ghi âm tiếng Việt. Hiện giờ chúng tôi chưa gặp một tài liệu nào cho biết cách gọi "Quốc ngữ" để chỉ loại văn tự dùng con chữ Latinh có từ bao giờ và khi nào thì người ta không còn dùng tên gọi "Quốc ngữ" để chỉ chữ Nôm nữa. Như vậy, *chữ Quốc ngữ* trong lịch sử tiếng Việt mà chúng tôi trình bày ở đây chỉ có nghĩa là loại văn tự dùng con chữ Latinh để ghi âm tiếng Việt như chúng ta đang dùng.

Như mọi người đều biết, hiện nay có khá nhiều công trình khảo cứu chi tiết về chữ Quốc ngữ ở nhiều khía cạnh, cả của nhà ngôn ngữ học lẫn nhà văn hóa học. Những khảo cứu của họ đã giúp bạn đọc có thể tìm hiểu sâu vào lĩnh vực này. Vì thế ở góc độ lịch sử tiếng Việt, để tránh những sự dài dòng không cần thiết, chúng tôi chỉ xin đề cập đến tính lịch sử của chữ Quốc ngữ, tức là trình bày những suy nghĩ của mình về sự xuất hiện và quá trình hoàn thiện của loại văn tự này và giá trị sử dụng nó sau khi ngôn ngữ đã có một quá trình biến đổi lâu dài. Nói một cách khác, chúng tôi chỉ xin bước đầu đề cập đến vấn đề đang quan tâm trên cơ sở những chú ý ở khía cạnh lịch sử tiếng Việt mà không đặt nhiệm vụ trình bày toàn cảnh vấn đề về chữ Quốc ngữ.

1. Những điểm mốc đáng chú ý của chữ Quốc ngữ trong lịch sử tiếng Việt

Đã từng có rất nhiều ý kiến cho biết rằng một trong những người đầu tiên có công xây dựng chữ viết Latinh cho tiếng Việt là A. de Rhodes. Nhưng điều này không đơn thuần có nghĩa ông mới là người đầu tiên duy nhất sáng tạo ra loại chữ viết ấy. Chúng tôi nghĩ rằng cách nói sau đây của giáo sư Dương Quảng Hàm và nhiều nhà nghiên cứu khác sau này là một sự xác nhận có lý hơn cả: "Việc sáng tác ra chữ Quốc ngữ chắc là *một công cuộc chung của nhiều người*, trong đó có cả giáo sĩ Tây Ban Nha, Bồ Đào Nha và Pháp Lan Tây. Nhưng người có công nhất trong việc ấy là cố Alexandre de Rhodes vì chính ông là người đầu tiên đem in những sách bằng chữ Quốc ngữ, thứ nhất là một cuốn tự điển khiến cho người sau có tài liệu mà học và nghiên cứu"[1]. Như vậy, có thể nói rằng sự sáng tạo ra chữ Quốc ngữ chắc chắn phải là một quá trình và cùng với quá trình ấy là sự tham gia của nhiều người. Nhưng chính nhờ sự in ấn các công trình của mình mà cố Alexandre de Rhodes đã đánh dấu lần đầu tiên chữ Quốc ngữ xuất hiện như một loại văn tự đích thực của tiếng Việt. Nói một cách khoa học, người ta chỉ có quyền lấy thời gian xuất hiện công trình của ông làm điểm mốc để ghi nhận sự xuất hiện một kiểu văn tự mới của tiếng Việt, đó là *chữ Quốc ngữ*. Bởi vì chỉ làm như vậy chúng ta mới có đủ bằng chứng để khẳng định điều đó. Ở đây, rõ ràng công lao cho ra đời các công trình của mình đã làm cho cố Alexandre de Rhodes có vai trò quan trọng nhất của hiện tượng văn tự này.

Tuy nhiên, dạng chữ Quốc ngữ mà ngày nay chúng ta sử dụng so với dạng chữ Quốc ngữ có từ thời A. de Rhodes đã có nhiều thay đổi. Mặc dù đều dùng con chữ Latinh để ghi âm, nhưng trong nội bộ chúng đã có sự sắp xếp lại theo hướng hoàn chỉnh. Chẳng hạn, chúng tôi xin nêu một ví dụ để chúng ta ghi nhận điều đó: vào giữa thế kỷ XVII đã có những con chữ phụ âm mà ngày nay ghi bằng chữ cái tr; những con chữ này vốn được ghi bằng chữ cái tl hay bl thời A. de Rhodes. Ví dụ: *con tlâu* (con trâu), *cá tlích* (cá trích), *tlêu ngươi* (trêu ngươi); *blái núi* (trái núi), *blát nhà* (trát nhà), *blan blở* (trăn trở). Nhìn nhận vấn đề này, các nhà nghiên cứu lịch sử chữ Quốc ngữ đã chỉ ra rằng người có công lập nên hệ thống dạng ký tự như ngày nay nó được sử dụng là Pierre Pigneaux de Béhaine (Bá Đa Lộc Bỉ Nhu). Đây là tác giả đã soạn thảo bộ từ điển "Tự vị Annam Latinh" từ tháng 09 năm 1772 đến tháng 06 năm 1773 làm cơ sở cho những cuốn từ điển tiếng Việt như "Nam Việt dương hiệp tự vị" (1838) của Taberd hay từ điển "Quốc âm tự vị" của Huỳnh Tịnh Của (1895) và "Tự vị Việt Pháp" của Génibrel (1898) sau này. Nhận định về chữ Quốc ngữ trong từ điển của Pigneaux de Béhaine, Nguyễn Khắc Xuyên viết rằng "Từ điển Việt La hay từ điển Annam Latinh (1772—1773) đánh dấu một giai đoạn chính yếu trong việc hình thành chữ Quốc ngữ, kể từ những năm đầu thế kỷ 17 (1615—1621) cho tới 1651 với tác phẩm quan trọng của De Rhodes. Với Bỉ Nhu, đã hoàn chỉnh lối viết chữ Quốc ngữ như chúng ta có ngày nay, trừ một vài chi tiết không đáng kể"[2]. Nhận định của Nguyễn Khắc Xuyên cho thấy, theo cách nhìn nhận của ông, A. de Rhodes chính là dấu ấn đầu tiên ghi nhận sự xuất hiện chữ Quốc ngữ, còn P. de Béhaine là điểm mốc ghi nhận sự hoàn thiện của loại văn tự này như ngày nay chúng ta sử dụng. Về cơ bản, chúng tôi nghĩ rằng nhận định nói trên là một nhận định có nhiều điều hợp lý và về sau có nhiều người cùng chia sẻ, phù hợp với bản chất của hiện tượng văn tự này.

---

1 Dương Quảng Hàm: *Việt Nam văn học sử yếu*, Nxb Hội nhà văn, 1996, tr. 494.
2 Pigneaux de Béhaine P.: *Từ vị Annam Latinh* (Hồng Nhuệ, Nguyễn Khắc Xuyên dịch và giới thiệu), TP Hồ Chí Minh, 1999, tr. 576.

Nói về sự xuất hiện và hoàn thiện chữ Quốc ngữ, rõ ràng, chúng ta đều nhất trí ghi nhận vai trò quan trọng của những người như A. de Rhodes, P. de Béhaine v.v… Nhưng chúng tôi muốn xin nhấn mạnh rằng, trong số những người quan trọng ấy, cộng đồng giáo dân người Việt Nam thời bấy giờ sẽ có một vai trò đặc biệt quan trọng. Người ta có rất nhiều lý do để có thể giành cho họ một nhận xét như vậy. Thứ nhất, ở bình diện lý thuyết chúng ta đều nhận biết rằng một sự kiện ngôn ngữ bao giờ cũng là kết quả của một hoạt động có tính xã hội, do đó sự xuất hiện của chữ Quốc ngữ chắc chắn sẽ là thành quả của cộng đồng sử dụng ngôn ngữ, mà ở đây là cộng đồng người sử dụng tiếng Việt. Thứ hai, đi vào chi tiết cộng đồng giáo dân người Việt Nam thời bấy giờ sẽ là những người chủ yếu "cung cấp tư liệu tiếng Việt" để cho những người như A. de Rhodes, P. de Béhaine v.v… xử lý khi xây dựng và hoàn thiện chữ Quốc ngữ. Thêm vào đó, cũng chính cộng đồng này là lực lượng duy nhất trong một thời gian khá dài sử dụng thành quả của các nhà xây dựng và hoàn thiện chữ Quốc ngữ, do đó chính họ là những người "thẩm định" và bổ túc cho sự hoàn thiện như chúng ta có ngày nay. Mặc dù tên tuổi cụ thể của những giáo dân Việt Nam không được ghi chép một cách rõ ràng, nhưng với những lý do như vừa phân tích ở trên, chúng ta có quyền nói rằng họ đã có vai trò quan trọng trong sự kiện ngôn ngữ quan trọng này của dân tộc Việt Nam.

Chữ Quốc ngữ ra đời, ngoài những lý do xã hội như vừa sơ bộ phân tích ở trên, còn có một lý do nội tại trong bản thân ngôn ngữ. Đó là tiếng Việt của người Việt lúc bấy giờ đã phải có tính thống nhất khá cao, đặc biệt ở bình diện ngữ âm. Chính tính thống nhất này cho phép cư dân của những vùng khác nhau sử dụng cùng một dạng văn tự ghi âm mà không gặp phải một khó khăn nào trong giao tiếp. Chúng ta có thể hình dung rằng chữ viết ghi âm bao giờ cũng phản ánh âm thanh lời nói của một vùng cụ thể xác định. Khi mà những vùng khác nhau không khó khăn trong việc sử dụng văn tự có dạng ngữ âm của một vùng cụ thể xác định ấy thì điều đó có nghĩa là tính thống nhất giữa các phương ngữ hay thổ ngữ là đặc trưng nổi trội của nó. Đối với trường hợp chữ Quốc ngữ, con chữ được dùng trong từ điển của P. de Béhaine xuất phát từ dạng ngữ âm tiếng Việt miền Nam (như ông nói) nhưng giá trị của chúng, về cơ bản, là chung cho cả tiếng Việt trong Nam ngoài Bắc. Và tính thống nhất ấy dường như còn giữ nguyên cho đến ngày nay. Như vậy, sự ra đời và hoàn thiện chữ Quốc ngữ bên cạnh những nỗ lực của những người thực hiện như A. de Rhodes, P. de Béhaine v.v…, bên cạnh vai trò cực kỳ quan trọng của cộng đồng cư dân công giáo là những người sử dụng ngôn ngữ còn phải tính đến ưu thế phát triển thống nhất trong nội tại tiếng Việt. Có thể thấy, sự ra đời và hoàn thiện chữ Quốc ngữ như dạng thức ngày hôm nay là sự tác động tổng hòa của những yếu tố khác nhau mà không thể thiếu đi một yếu tố nào trong những yếu tố đó.

2. Một vài nhận xét qua cách nhìn của lịch sử tiếng Việt

Vào thời điểm hiện nay có một vài ý kiến cho rằng chữ Quốc ngữ mà chúng ta đang sử dụng có những bất hợp lý và nhiều nhà nghiên cứu cũng như những người sử dụng đã nêu vấn đề cần phải "cải tiến". Tuy nhiên có rất nhiều lý do để giải thích rõ ràng việc gán cho chữ Quốc ngữ sự "không ăn khớp" hay bất hợp lý để nhằm "cải tiến" nó là điều không có nhiều thực tế, theo cách bé xé ra to. Nhìn ở mặt lịch sử ngôn ngữ, chúng tôi có những cơ sở để cho rằng trước mắt không nên và không cần thực hiện sự "cải tiến" như nhiều người vẫn luôn luôn đề nghị.

Thứ nhất, như chúng ta đã biết, chữ viết chỉ là ký hiệu đồ hình ghi lại tiếng nói của cá thể ngôn ngữ ở một thời điểm xác định. Khi chữ viết ra đời bao giờ nó cũng phản ánh ngữ âm của ngôn ngữ vào thời kỳ đó. Chính điều đó quy định chữ viết dùng cho một ngôn ngữ có tính cố định tương đối. Trong khi đó ngôn ngữ lại luôn luôn phát triển, biến đổi và sự phát triển ấy là rất khác nhau ở những thời điểm khác nhau, ở những vùng khác nhau. Vì thế, người ta dễ dàng nhận thấy ở vào một thời kỳ nào đó chữ viết của một ngôn ngữ, nhất là loại chữ viết ghi âm, sẽ không tương thích "một cách lô gíc" với ngữ âm ngôn ngữ mà nó ký hiệu. Điều vừa nói ở trên là một hiện tượng tương đối phổ biến. Những người biết tiếng Anh, tiếng Pháp... sẽ thấy có nhiều trường hợp, vào thời điểm hiện nay, con chữ của những ngôn ngữ ấy không phản ánh đồng bộ với cách phát âm mà người ta sử dụng để phát âm từ đó. Đối với chữ Quốc ngữ ghi âm tiếng Việt, vào thời điểm hiện nay, nhất là theo cách phát âm của vùng Bắc Bộ, chúng ta thấy rất rõ sự không tương thích giữa con chữ và cách phát âm. Chẳng hạn, các con chữ *tr* hay *ch* đều được phát âm như con chữ *ch*; như các con chữ *d, gi, r* đều được phát âm như con chữ *gi* với cách phát âm [z]. Ở đây, rõ ràng lý do là chữ viết thường có tính cố định, còn các phát âm do chữ viết phản ánh lại có sự khác biệt. Trong một thực tế không thể tránh được như vậy, vào thời điểm này chúng ta cải tiến con chữ cho tương thích với cách phát âm, thì vào thời điểm khác chúng ta lại "tiếp tục cải tiến" nó lần nữa. Nhìn ở khía cạnh lịch sử như vậy, những người hiểu biết vấn đề sẽ không ai không nhận thấy tính bất hợp lý hay chưa đủ sức thuyết phục của những ý kiến nêu ra đề nghị cải tiến chữ Quốc ngữ.

Thứ hai, chữ Quốc ngữ như cách viết hiện nay đã được định hình cách đây gần hai thế kỷ rưỡi. Điều đó có nghĩa là dạng thức chữ viết ấy đã phản ánh ngữ âm tiếng Việt từ thời điểm ấy trở về trước. Nhờ đó mà chúng ta biết được lý do từ A. de Rhodes đến P. de Béhaine đều dùng con chữ *d* để phân biệt với con chữ *gi* là do nguồn gốc lịch sử khác nhau của chúng. Theo đó, con chữ thứ nhất là để ghi lại âm xát vốn bắt nguồn từ một âm tắc giữa đầu lưỡi răng. Trong khi đó, con chữ thứ hai là để ghi lại âm xát vốn bắt nguồn từ một âm tắc giữa ngạc hay giữa lưỡi. Đồng thời, sự phân biệt giữa con chữ *d* và con chữ *đ* là để phân biệt một bên (chữ *d*) là con chữ ghi âm *xát* vốn trước đó là một âm *tắc*, còn một bên khác (chữ *đ*) là con chữ ghi một âm *hút vào* vốn bắt nguồn từ một âm *tắc vô thanh*. Vậy là, nhìn ở thời điểm hiện nay, cách ghi có vẻ "thiếu nhất quán" nói trên rất hữu ích trong việc người ta tìm hiểu ngữ âm lịch sử tiếng Việt.

Thứ ba, nhìn ở khía cạnh phát triển, chữ Quốc ngữ hiện nay vẫn đáp ứng được nhu cầu sử dụng của xã hội hiện đại, cả ở kỹ thuật xử lý văn bản bằng máy móc lẫn giao tiếp thông thường. Khi phân tích bản chất chữ viết quốc ngữ này, Hoàng Cao Cương đã có nhận xét rất đáng chú ý rằng "Hệ thống âm thanh tiếng Việt như chữ Quốc ngữ đã thể hiện qua thói quen viết các từ ngữ tiếng Việt của chúng ta hiện nay, theo chúng tôi, chính là tính lí tưởng hóa của xu hướng cân bằng động trong bình diện ngữ âm của ngôn ngữ thành văn. Vì nó là sản phẩm của khái quát hóa và lí tưởng hóa nên hệ thống âm thanh này thực chất từ lâu đã được lưu giữ dưới dạng *âm vị học*, chứ không phải ngữ âm học"[3]. Do đó, cũng theo tác giả này "Trong tình hình hiện nay, vì vậy, chuẩn hóa về chữ viết cũng không thể chờ vào thành quả của chuẩn hóa phát âm và tuân theo cái nguyên tắc đầy lãng mạn một thời nào đó: "chỉ có thể phát âm đúng mới có thể viết đúng". Chúng ta hoàn toàn có thể chuẩn hóa chính tả một cách độc lập trên cơ sở một tiếng Việt văn hóa đã có một quá khứ nhất trí cao về mặt này" . Nói một cách khác, chữ viết quốc ngữ mà chúng ta có hiện nay đủ để chúng ta sử dụng theo yêu cầu phát triển xã hội mà không cần tới một sự sửa chữa nào nữa.

Như vậy, nhìn ở góc độ lịch sử tiếng Việt với ba lý do trên, và có thể còn có những lý do khác nữa, dường như không cần và không nên đặt ra vấn đề cải tiến chữ Quốc ngữ theo nghĩa thêm bớt hay thay đổi dạng con chữ. Bởi vì, nếu chúng ta "cải tiến" thì trong lịch sử sẽ phải thực hiện nhiều lần khác nhau mới đảm bảo không có sự khác biệt giữa chữ viết và cách đọc chữ viết. Mà làm như vậy thì chúng ta sẽ liên tiếp cắt đi mối dây lịch sử văn hóa của một dân tộc, điều mà không ai lại muốn làm. Bởi vì, chính "tính lạc hậu, tính không tương thích" của chữ viết với ngữ âm sẽ cung cấp cho chúng ta những chứng cớ minh chứng cho nhiều hiện tượng biến đổi ngôn ngữ mà không có nó khó có lời giải thích thuyết phục. Bởi vì về mặt bản chất chữ Quốc ngữ của chúng ta hiện nay đảm bảo cho việc xây dựng một ngôn ngữ phát triển ở cả bình diện giao tiếp cũng như bình diện kỹ thuật.

注　释

本课节选自越南河内国家大学出版社(Nxb Đại học quốc gia Hà Nội）2005年版《越南语言史教程（初稿）》（*Giáo trình lịch sử tiếng Việt (sơ thảo)*）第四章，作者陈智睿（Trần Trí Dõi, 1953—　）博士曾任越南河内国家大学所属社会与人文科学大学语言学系主任。

1. A. de Rhodes：亚历山大·德·罗德 (Alexandre de Rhodes, 1591—1660)，法国耶稣会传教士，1624年从中国澳门到越南传教，1630年被驱逐回澳门，1640年再次返回越南继续传教，1645年被永远驱逐出境。传教的同时，罗德注重越南语言、历史、文化研究，著有《东京王国历史》（*Lịch sử vương quốc Đông Kinh*）等，特别是1651年在罗马出版了《越葡拉丁词典》（*Từ điển Việt-Bồ-La*）和第一本用国语字编写的书——《教义纲要》（*Phép giảng tám ngày cho kẻ muấn [muốn] chịu phép rửa toi [tội] mà beào [vào] đạo thánh đức chúa blời [trời]*）。因此，罗德通常被视为越南现代国语字的创始人。

2. công trình：著作

3. Pierre Pigneaux de Béhaine：皮埃尔·悲柔·德·贝埃纳（1741—1799），即百多禄（Bá Đa Lộc），又译悲柔（Bi Nhu）或阿德朗主教（évêque d'Adran, giám mục Ađrăng），法国耶稣会主教，1767年到越南传教。1777年他曾助阮福映逃脱西山义军的追击，并力

---

3 Hoàng Cao Cương: *Về chữ quốc ngữ hiện nay*, Ngôn ngữ n⁰ 1 (176)/1-2004, tr. 36-43.
4 Hoàng Cao Cương: *Về chữ quốc ngữ hiện nay*, Ngôn ngữ n⁰ 1 (176)/1-2004, tr. 36-43.

劝其向法国求援。1787年11月，他代表阮福映与法王路易十六的代表签订了《凡尔赛条约》，即越南历史上第一个不平等条约。法国大革命的爆发，使其无法履行条约。百多禄自己募集军队武器，帮助阮福映打败西山义军，建立了阮朝。

4. *Quốc âm tự vị*：《国音词位》，全称《大南国音词位》（*Đại Nam Quốc âm tự vị*），是继罗德《越葡拉丁词典》之后的第二本用国语字解释越语的词典。

5. lô gíc：逻辑，亦为lô gích、logic，源自法语logique。

6. âm xát：擦音

7. âm tắc：塞音

8. âm hút vào：吸气音

9. âm tắc vô thanh：清塞音

10. cân bằng động：动态平衡，即物质系统在不断运动和变化情况下的宏观平衡。事物的动态平衡是相对的，而不是绝对的；是运动的，而不是静止的；是变化的，而不是永恒不变的。

BÀI SỐ 14
TÍNH ĐA DẠNG VÀ TÍNH THỐNG NHẤT CỦA TỰ NHIÊN VIỆT NAM
越南自然地理的多样性和统一性

Tính đa dạng của tự nhiên Việt Nam

Những ai đã từng vô Nam ra Bắc, dù cho đi đường thủy hoặc đi đường bộ, đều phải ngạc nhiên và xúc động trước vẻ đẹp của đất nước. Đấy không phải là một vẻ đẹp đơn điệu mà luôn luôn đổi thay do mỗi một địa phương đều có sắc thái riêng của mình chẳng khác con người sống ở đó.

Đồng bằng Nam Bộ trông vẫn như mới dưới biển trồi lên với mạng lưới kênh lạch chi chít, và đồng lầy làm cho phần đất nổi có diện tích không lớn hơn bao nhiêu so với phần còn được nước bao phủ. Miền núi Trung Bộ với dãy Trường Sơn cổ kính khi thì đổ thành vách đứng xuống biển Đông, khi thì chạy dài thành những cao nguyên rộng lớn xếp chồng lên nhau như những bậc thang khổng lồ, cả hai đều khoác lớp áo phủ bí mật của rừng mưa nhiệt đới, còn Bắc Bộ với dãy Hoàng Liên Sơn cao chót vót nhô lên trên những mạch núi rẻ quạt và những dãy đồi chạy lúp xúp mà ra đến biển vẫn còn nổi lên thành hàng trăm đảo lớn nhỏ, sắc đá như thẫm lại vì giá rét mùa đông…, cảnh vật mỗi nơi một khác làm người đi đường có thể ngắm nhìn không biết chán.

Sự phân hóa theo chiều vĩ tuyến của tự nhiên còn thấy biểu hiện ở trong mọi thành phần, thí dụ như trong sự khác biệt giữa khí hậu miền Nam điều hòa hơn so với miền Bắc, trong lớp phủ thực vật ở đàng trong giàu cây họ Dâu từ Mã Lai và Inđônêxia lên và ở đàng ngoài giàu cây họ Đậu từ Hoa Nam lan xuống, trong thổ nhưỡng mà đặc tính feralit càng vào Nam càng rõ rệt hơn, kể cả trong động vật mà ở miền Nam còn gặp thấy những đại diện cổ xưa của khu hệ cổ nhiệt đới không thấy có ở ngoài Bắc.

Ngay trong sự phân bố khoáng sản cũng có sự khác biệt[1].

---

[1] Để cắt nghĩa tính phong phú của các khoáng sản ở Việt Nam, có một thời kỳ một số tác giả nêu lên vị trí hầu như đặc biệt của đất nước so với hai vành đai sinh khoáng Thái Bình Dương và Địa Trung Hải, hoặc vị trí giữa các nền lục địa cũ của thế giới. Đấy là một nhận xét thú vị nhưng còn gây tranh luận.

Nếu quan sát thật kỹ bản đồ khoáng sản thì ta sẽ thấy điều quan trọng này: tất cả các mỏ quý đều nằm tập trung trên những trục nhất định. Có thể phân biệt một số trục quan trọng như: trục vùng trũng sông Hồng, trục rìa đông bắc châu thổ Bắc Bộ, trục Cao Lạng, trục Thanh Hóa-Tây Nghệ Tĩnh, trục Quảng Nam-Quảng Ngãi. Như vậy, phần lớn các mỏ quý đều tập trung ở Bắc Bộ là nơi chịu ảnh hưởng mạnh của vận động tạo núi Inđôxini (thuộc đại Trung sinh). Bắt đầu từ Trường Sơn bắc được cấu tạo trong vận động Hecxini mỏ đã ít đi, còn từ Đà Nẵng trở xuống thì ít hơn hẳn, tuy rằng các phát hiện gần đây cho thấy cũng có những mỏ có trữ lượng quy mô toàn quốc.

So với một nước có diện tích và dân số trung bình như nước ta thì số lượng và trữ lượng các mỏ có thể coi là tương đối lớn. Chúng ta có than gầy nằm thành một bể lớn ở vùng Quảng Ninh, có than mỡ (tuy không lớn) ở Thái Nguyên, Ninh Bình-Hòa Bình cần thiết cho công nghiệp luyện kim và nằm gần đó là các mỏ sắt, kể cả ở ven thung lũng sông Hồng. Nhiều mỏ than và sắt khác nằm rải rác có thể tạo điều kiện tốt cho công nghiệp địa phương phát triển. Thủy điện có thể xây dựng ở trên các sông lớn và nhất là trên vô vàn các sông nhỏ, còn dầu mỏ thì không những có triển vọng lớn ở miền thềm lục địa mà ngay cả trong đất liền. Các đồng bằng châu thổ sông Hồng và sông Cửu Long cũng có nhiều tiền đề thuận lợi cho việc thành tạo dầu mỏ và khí đốt.

Các mỏ kim loại màu từ thiếc, chì, kẽm, bạc đến đồng, vàng đều thấy có ở miền Bắc cũng như ở Trường Sơn Nam. Ngoài ra có những mỏ kim loại hiếm, những mỏ có giá trị phục vụ trực tiếp nông nghiệp (như mỏ apatit Lào Cai), phục vụ công nghiệp xây dựng (như đá phiến, đá vôi, đá ong và cát, sét) và nhiều công nghiệp chế biến khác.

Cho đến nay, tổng số mỏ và điểm quặng đã biết lên đến gần 2000, gồm hơn 90 loại khoáng sản, trong đó 120 mỏ thuộc 30 loại khoáng sản đã được đưa vào khai thác hoặc thiết kế khai thác. Chúng ta vừa mới nói nhiều về tài nguyên khoáng sản vì sự phân bố và đặc điểm của chúng phụ thuộc vào những quy luật không dễ nhận thức được bằng sự quan sát thông thường. Thế nhưng sẽ là sai lầm nếu hiểu tài nguyên của một nước chỉ là khoáng sản.

Như chúng ta đều biết, các tài nguyên trên mặt đất như vốn đất, vốn rừng, động vật, thủy năng, bức xạ mặt trời, gió, sóng biển, v. v… kể cả tài nguyên về vị trí địa lí của nước ta đều phải tính đến trong chiến lược phát triển kinh tế-xã hội. Rõ ràng là để xây dựng một nền công nghiệp lớn xã hội chủ nghĩa, nước ta không quá nghèo nhiên liệu và nguyên liệu, ngay nếu chỉ dựa trên cơ sở của những tài nguyên đã biết. Nhưng lòng đất chắc chắn còn ôm ấp nhiều tài nguyên khác mà chúng ta chưa nắm được hết. Dù có sự khác biệt thế nào đi nữa về các tài nguyên giữa miền Bắc và miền Nam thì sự đa dạng, sự tập trung ở những đới nhất định, trữ lượng và vị trí dễ khai thác của chúng đều là những điều kiện thuận lợi để cho hai miền bổ sung lẫn cho nhau và đảm bảo việc xây dựng một nền công nghiệp. Tất nhiên cũng có những mặt hạn chế nhất định: thực vật có nhiều giống loài nhưng không thuần chủng, khoáng sản có nhiều loại nhưng cũng có nhiều mỏ trữ lượng chưa có giá trị kinh tế cao. Nhưng làm thế nào được, chúng ta không thể đòi hỏi quá nhiều ở tự nhiên, rõ ràng tự nhiên cũng đã ưu đãi chúng ta về nhiều mặt.

Tính thống nhất của tự nhiên Việt Nam

Khi bàn đến tính thống nhất của lãnh thổ Việt Nam người ta thường hay đi đến những ý kiến thật trái ngược nhau. Những người này tìm cách chứng minh tính thống nhất đó, những người khác lại quả quyết rằng lãnh thổ này không thể thống nhất được. Cuộc tranh luận ấy có tính chất thời sự, do chỗ chúng ta đã phải làm một cuộc chiến tranh lâu dài để giành tự do, độc lập, thống nhất đất nước và mong muốn có sự thống nhất đó trên mọi lĩnh vực.

Một số nhà địa lý thực dân ngày trước, bằng cách tách rời miền núi ra khỏi đồng bằng, tìm cách chứng minh rằng Việt Nam chỉ gồm có những mảnh đồng bằng rải rác, cô lập và những "hoành sơn" sinh ra là để làm điều đó. Họ nói: "Hình thế hình như không đưa xứ này đến sự thống nhất"[2]! Tất nhiên là họ muốn nói đến sự thống nhất chính trị. Và hầu như để tuân thủ theo "quy luật" đó của tự nhiên, họ dùng chính sách "chia để trị" và phân ra ba kỳ (Bắc kỳ, Trung kỳ và Nam kỳ), mặc dù guồng máy thống trị của họ là một cơ cấu thống nhất.

Đế quốc Mỹ và bọn tay sai ngày hôm qua ở miền Nam cũng gào lên sự chia rẽ đó và cũng tìm cách chứng minh sự tồn tại của hai nước Việt Nam! Ai cũng biết rằng những lập luận đó đều phản khoa học: không ai có thể dùng các điều kiện tự nhiên để cắt nghĩa một hiện tượng xã hội - chính trị và ngược lại cũng như thế. Nếu áp dụng chính những lập luận của họ vào Hoa Kỳ chẳng hạn thì chẳng ai còn có thể hiểu tại sao miền băng giá Alaxca lại là một bang của Hợp Chúng Quốc, chứ không phải của Liên Xô hay Canađa, vì các điều kiện tự nhiên rõ ràng là "không đưa đến sự thống nhất" đó!

Những người tìm cách chứng minh sự thống nhất kinh tế chính trị bằng sự thống nhất của lãnh thổ về mặt tự nhiên cũng mắc phải sai lầm tương tự, nghĩa là rơi vào chủ nghĩa duy vật địa lý tầm thường. Và họ sẽ hoang mang khi nghe các nhà địa chất chứng minh rằng miền Nam và miền Bắc là hai miền kiến tạo khác nhau (như chúng ta đã nói đến ở trên), và các nhà địa lý tự nhiên cũng sẽ làm họ hoang mang không kém khi chứng minh sự phân hóa theo chiều vĩ tuyến từ Nam ra Bắc về tất cả các thành phần tự nhiên khác.

Chúng ta sẽ không hiểu tính thống nhất của tự nhiên Việt Nam theo cách đơn giản đó. Thiên nhiên của bất kỳ lãnh thổ nào cũng gồm có những thành phần khác nhau, những thành phần này đều tồn tại và phát triển theo những quy luật riêng của chúng. Tính thống nhất mà chúng ta hiểu là ở chỗ không có một thành phần tự nhiên nào lại phát triển độc lập với nhau, chúng luôn tác động lẫn nhau, luôn trao đổi năng lượng và vật chất cho nhau, do đó mà tạo thành một hệ thống vật chất hoàn chỉnh.

Bản thân lãnh thổ Việt Nam là một hệ thống vật chất như thế. Đấy trước tiên là một bán đảo và đặc tính bán đảo làm nổi bật đặc điểm của tự nhiên Việt Nam đến mức người ta thường hình tượng hóa lãnh thổ này bằng dạng chữ S hoa, một chữ S nằm ở rìa đông nam lục địa châu Á không thể lẫn với bất kỳ lãnh thổ nào khác. Do đặc tính bán đảo đó, các khối khí lạnh của miền cực hay các khối khí nóng xích đạo khi đến Việt Nam đều hoặc là được sưởi ấm lên, chứa nhiều hơi nước

---

2 P. Guru: *Sử dụng đất ở Đông Dương* (trang 8), P. 1941.

hơn, hoặc là được làm dịu đi và mát mẻ hơn. Đặc điểm đó lại có ảnh hưởng đến sự tồn tại và phát triển của tất cả các thành phần tự nhiên khác, đến vị trí chủ yếu và sự đa dạng của các nhân tố và điều kiện tham gia hình thành lãnh thổ.

Toàn bộ Việt Nam lại nằm trong vòng đai nóng, giàu nhiệt và ẩm và chịu ảnh hưởng rất to lớn của chế độ gió mùa. Đặc tính đó cũng thống nhất cho toàn bộ tự nhiên nước ta. Nó để lại dấu vết ở bất kỳ thành phần nào của tự nhiên, từ lớp vỏ phong hóa màu đỏ vàng giàu sắt và nhôm đến lớp phủ thực vật rừng thường xanh và nhiều tầng, đến sự sống của cảnh quan nói chung quanh năm diễn biến theo một nhịp điệu gần như đều đặn và liên tục như nhịp thở.

Ngoài những điểm thống nhất đó, mỗi một địa phương lại có một sắc thái riêng do sự kết hợp độc đáo của các thành phần cấu tạo và động lực biến đổi của các tác nhân hình thành. Ai cũng biết rằng khu Đông Bắc có những nét độc đáo riêng của mình với khí hậu giá rét mùa đông, những dãy núi uốn thành vòng cung lồi ra phía biển, những vùng đồi rộng mà các đỉnh hầu như bị một lưỡi dao vô hình nào đó san phẳng ở những độ cao nhất định, một mạng lưới sông suối dày đặc ngày đêm tiếp tục chia cắt bề mặt đất thành các thung lũng ngoắt ngoéo rậm rạp, những rừng thưa thay đổi màu sắc khi mùa thu đến, cảnh vật đó có một sắc thái không lầm lẫn được.

Khu Tây Bắc, trái lại, để lại cho chúng ta hình ảnh của những dãy núi cao ngất và sắc nhọn bắt đầu từ dãy Hoàng Liên Sơn, của dải cao nguyên thoáng mát và rộng rãi, những hẻm vực sâu hun hút kẹp dòng sông Đà vào giữa các vách đứng, những đồi cỏ tranh khô cằn rộng lớn và những bồn địa chan chứa ánh nắng bỗng nhiên xuất hiện dưới chân những con đường đèo vừa mới quằn quại trong bóng rừng âm u. Cảnh tượng đó cũng không lầm lẫn được. Tất cả các khu khác cũng đều có những cảnh tượng riêng biệt như thế.

Mỗi một địa phương đều có những đặc điểm của riêng mình và những người đi xa quê hương bao giờ cũng nhớ đến chúng trước nhất một cách sâu sắc và da diết. Nhưng không có người dân nào ở miền Nam ra miền Bắc hay ngược lại, lại có cảm tưởng rằng mình đang ở một nơi xa lạ. Chúng ta đều nhận thấy trong cảnh vật mới những nét độc đáo mà riêng Việt Nam mới có, những nét không hẳn là của quê hương nhưng vẫn là của quê hương. Do đó, người nào cũng sẵn sàng đem sức lao động và năng lực trí tuệ để làm cho quê hương "mới" giàu đẹp thêm và khi cần thì đổ máu để chiến đấu và bảo vệ nó chống quân thù.

Sở dĩ như vậy là vì hàng nghìn năm nay, trên lãnh thổ-bán đảo nối liền thành một dải thống nhất này, ông cha ta ngày xưa và cả chúng ta nữa hiện nay đã và đang xây dựng một đời sống kinh tế và một nền văn hóa chung, một tâm lý xã hội và lịch sử đấu tranh chung mà thời gian chỉ làm cho phong phú thêm chứ không xóa nhòa được.

Đấy nói cho cùng là sự thống nhất của trái tim và chính nó đảm bảo cho sự thống nhất lãnh thổ mà chúng ta muốn nói đến.

注 释

  本课节选自黎伯草（Lê Bá Thảo）著、越南河内科技出版社（Nxb Khoa học và Kỹ thuật）1990年版《越南自然地理》（*Thiên nhiên Việt Nam*）第一章"狭长一体的国土"（*Đất nước liền một dải*）。

  1. họ Dâu：桑科。生物分类系统的各级为界（giới）、门（ngành）、纲（lớp）、目（bộ）、科（họ）、属（giống）、种（loài）。

  2. feralit：红壤，热带和亚热带雨林等高温多雨下发育而成的红色土壤，主要特征是缺乏碱金属和碱土金属而富含铁、铝氧化物，呈酸性红色。

  3. vận động tạo núi：造山运动（Orogeny），指地壳局部受力、岩石急剧变形而大规模隆起形成山脉的运动。

  4. vận động Inđôxini, vận động Hecxini：形成今天越南地质面貌的两次造山运动。其中印支运动，即印度支那运动，是三叠纪中期至侏罗纪早期的地壳运动。法国地质学家Gromaget在研究越南的地层时，1934年首次提出这个概念。

  5. apatit：磷灰石（apatite）。

  6. đá phiến：页岩（shale），沉积岩的一种。

  7. đá ong：砂岩（sandstone），沉积岩的一种。

  8. hoành sơn：横向山脉。

  9. Alaxca：阿拉斯加州（Alaska State），位于美国西北太平洋东岸的一个州，也是美国最大的州、世界最大的飞地。

  10. chủ nghĩa duy vật địa lý：地理唯物主义，即地理环境决定论，主张地理环境是人类社会发展的决定性因素的社会理论。启蒙运动的思想家用地理唯物主义反对唯神史观，即以自然过程的作用来解释社会和经济发展的进程，从而归结于地理环境决定政治体制。这一观点曾广泛流行于社会学、哲学、地理学、历史学的研究中。

BÀI SỐ 15
NGHỆ THUẬT SÂN KHẤU CỔ TRUYỀN VIỆT NAM
越南传统舞台艺术

CHÈO

Chèo là một loại hình kịch hát phổ biến ở vùng đồng bằng Bắc Bộ, nhất là ở những địa phương thuộc các tỉnh Thái Bình, Nam Định, Ninh Bình, Hải Dương, Hưng Yên ngày nay. Không có cứ liệu về nguồn gốc và quá trình; chỉ có thể phỏng đoán rằng chèo hình thành trên cơ sở tổ hợp thu hút một số loại hình văn hóa dân gian (các nghi lễ thờ phụng, các trò diễn trong lễ hội, các hình thức ca hát dân gian…). Chèo dân gian thường được trình diễn trong thời gian có các lễ hội (hội xuân, hội làng…). Nhưng ở dạng đã định hình, nó là một nghệ thuật bán chuyên nghiệp, do những nhóm nghệ nhân đảm nhiệm (các tên gọi "phường chèo", "gánh chèo", "hội chèo", đã có từ xưa, trong đó "phường", "gánh", "hội" là trỏ tổ chức nghệ nhân như một đơn vị nghệ thuật, có thể đi trình diễn lưu động tại nhiều làng trong vùng). Sàn diễn của chèo dân gian là khoảng vuông giữa sân đình làng được trải chiếu (do đó gọi là "chiếu chèo"); người xem vây quanh ba phía; các nhạc công và diễn viên chưa đến lượt ra vai ngồi lẫn với người xem sát chiếu chèo. Mỗi vở diễn dựa vào một tích trò (hoặc "chèo bản", tức là kịch bản) làm nòng cốt; các tích trò này khi đem diễn lại được bổ sung, sáng tạo, thêm bớt, tùy năng lực và thiên hướng của các nghệ nhân và nhu cầu của công chúng, tạo thành nhiều dị bản của cùng một tích trò. Ngoài ra, các diễn viên có thể diễn cương (ứng tác, ứng diễn) thêm những màn phụ, đặc biệt là các vai hề, do vậy thịnh hành những màn hề tương đối độc lập có thể ghép vào những vở diễn khác nhau. Lời trong chèo thường lấy từ ca dao, tục ngữ, thành ngữ tiếng Việt. Nhạc chèo là những làn điệu dân ca phổ biến ở vùng đồng bằng miền Bắc như hát cách, hát sắp, sa lệch, làn thảm, hề gậy, hề mồi, v.v… Múa trong chèo là những loại múa mượn từ "múa thiêng" (múa trong các nghi lễ) hoặc mô phỏng cách điệu các sinh hoạt quen thuộc như múa nón, múa quạt, chèo thuyền, thêu thùa, dệt cửi… Nhạc khí của dàn nhạc chèo thường gồm trống, sênh, mõ, thanh la, đàn nguyệt, kèn, sáo trúc, nhị, v.v…

Sự định hình của chèo gắn liền với sự định hình của hàng loạt khuôn mẫu về tình huống, về kiểu nhân vật, về hệ thống các làn điệu…, từ đây tạo nên đặc trưng của chèo như một loại hình kịch hát độc lập và phân biệt với các oại hình kịch hát khác. Nhân vật của chèo phân biệt rõ vai chính (nhân vật chính diện) với vai lệch (nhân vật phản diện), mỗi loại nhân vật gắn với một số làn điệu hát, động tác múa đặc trưng cho chúng. Ở mức chi tiết hơn, trong chèo còn hình thành những khuôn mẫu về những vai theo lứa tuổi và thành phần xã hội như lão ông, nho sinh, thôn nữ, người ở, thầy bói, ông quan, hề đồng, v.v… Các tích chèo cũng định hình trong những khuôn môtip chủ đề, ví dụ: nàng dâu hiếu thảo (chèo *Trương Viên*, chèo *Thoại Khanh - Châu Tuấn*…), người đàn bà oan khuất (các vở chèo *Trương Sinh, Quan Âm Thị Kính*…), người bạn có nghĩa (chèo *Lưu Bình - Dương Lễ*…), người vợ không chung thủy, tham vàng bỏ ngãi (các vở chèo *Kim Nham, Chu Mãi Thần*…), v.v…

Chèo là loại sân khấu kể chuyện; lối diễn của chèo là lối diễn ước lệ, tượng trưng; diễn viên chèo trên sàn diễn vừa nhập vai vừa thoát vai; không gian ước lệ của sàn diễn đang là nơi này ngay lập tức có thể trở thành nơi khác, sau một số động tác cách điệu tượng trưng về sự di chuyển của diễn viên; độ dài thời gian của vở diễn, của các cảnh… không cần tương ứng (tức là không tuân theo một tỉ lệ nhất quán) với độ dài thời gian của câu chuyện trong tích trò hoặc độ dài của các cảnh…

Vở diễn nào của chèo cũng cần tràn đầy tiếng cười do các màn hề, các vai hề đem lại; đây là điều người xem chèo luôn trông đợi. Các màn hề thường được đưa xen vào giữa mạch kể chuyện, làm tạm ngừng dòng diễn biến của tích trò, và có tính độc lập tương đối so với tích trò. Vai hề trong chèo khá phong phú, có thể tạm chia làm hai loại. Một loại thường xuất hiện trong vai những nhân vật kẻ hầu đầy tớ (hề mồi, hề gậy, lính canh, mõ làng…); loại hề này chuyên tố cáo ông chủ, nói xấu sau lưng chủ, chọc ghẹo hoặc làm các trò phạm thượng trước mặt chủ. Chính sự lật tẩy này của nhân vật thấp đối với nhân vật cao (thấp, cao xét về mặt tầng lớp xã hội) tạo nên hiệu quả gây cười. Loại thứ hai thường xuất hiện trong các vai như thầy đồ gàn, thầy phù thủy, thầy bói, v.v…; họ thường tự nói xấu hoặc tự phô bày thói xấu của mình, và nhân thể nói cái xấu trong các thói đời, trong nhân tình thế thái. Nói chung, vai hề là vai phụ, rất ít can hệ đến sự phát triển tình tiết của tích trò chính; chúng là các vai không có số phận trong tích trò; thành phần xã hội của chúng thường được giả định là thuộc lớp người dưới đáy hoặc ngoài lề của xã hội gia trưởng thứ bậc ở hương thôn. Chính loại nhân vật "trọc đầu", "tứ cố vô thân" này đã được phường chèo xưa, cả trên căn cứ nghệ thuật lẫn căn cứ xã hội, chọn để qua miệng họ đưa ra những phát ngôn phê phán, châm biếm các thói hư tật xấu, sửa chữa phong tục. Tiếng cười trào lộng của hề chèo chứa đựng đậm nét quan điểm đạo lý dân gian với những yếu tố dân chủ tự phát và cả những định kiến của tư tưởng nông dân, của cư dân làng xã khép kín.

Từ những hình thức bán chuyên nghiệp của chèo sân đình dân gian, chèo dần dần phát triển sang hình thức chuyên nghiệp hóa dưới dạng các gánh chèo lưu diễn ở các vùng quê và các đô thị, rồi dần dần lấy đô thị làm căn cứ chính. Đầu thế kỷ XX, trước xu thế "Âu hóa" của sinh hoạt văn hóa đô thị, loại sân khấu chèo chuyên nghiệp này chịu một thử thách mới. Từ 1914, một trong số các soạn giả và nhà hoạt động sân khấu chèo là Nguyễn Đình Nghị (1885—1954) đã tiến hành cải cách sân khấu chèo, đề xuất cái mà ông gọi là "chèo văn minh" và đến 1923, "chèo cải cách" ra đời, đối phó với "tuồng tân thời" và ca kịch cải lương khi ấy đang được công chúng đô thị hâm mộ. Chèo được chuyển từ các đề tài lịch sử sang các đề tài vui mắt lạ tai, chọc cười, chống hủ tục và các thói xấu ở đô thị. Lối diễn cương (ứng tác, ứng diễn) được khắc phục bằng việc cố định lời diễn (thành kịch bản); thời gian diễn cho từng vở cũng được ấn định chặt chẽ hơn; ngoài ra, phông màn, phục trang cũng được sắm sửa cho sặc sỡ hơn. Một số yếu tố của ca kịch cải lương được vay mượn đưa vào chèo. Tuy vậy loại sân khấu chèo chuyên nghiệp này cũng lay lắt và tàn lụi dần vào những năm 30 trên sân khấu đô thị.

Trong hoạt động của văn nghệ kháng chiến chống thực dân Pháp (1946-1954), chèo được sử dụng như một hình thức tuyên truyền chính sách. Từ những năm 50-60, ở miền Bắc, chèo được coi như một trong những di sản văn nghệ dân tộc truyền thống, được các giới chức chuyên ngành văn hóa chú ý tổ chức chỉ đạo và đầu tư cho việc nghiên cứu, sưu tầm, phục hồi. Tuy vậy, chèo không thể sống lại hoàn toàn như một loại hình sinh hoạt sân khấu dân gian. Sân khấu chèo nghiệp dư chỉ là những bản sao của sân khấu chèo chuyên nghiệp. Trong khi đó, đối với sân khấu chèo chuyên nghiệp, việc duy trì tính độc đáo, riêng biệt đã có từ chèo truyền thống cũng đang trở thành vấn đề trước sự thay đổi thị hiếu nghệ thuật của các thế hệ công chúng mới ở cuối thế kỷ XX.

TUỒNG

Tuồng là một loại hình kịch hát cổ truyền. Có thuyết cho rằng tuồng ở Việt Nam là du nhập từ Trung Quốc, căn cứ vào *Đại Việt sử ký toàn thư* của Ngô Sĩ Liên, theo đó thì quân đội nhà Trần có bắt được trong đội quân Nguyên Mông của Toa Đô một tù binh là Lý Nguyên Cát, vốn là một con hát nổi tiếng của Trung Quốc, đã dùng y dạy cho con cái các nhà thế gia đóng tuồng, và tuồng ở Việt Nam đã ra đời từ đó. Có thuyết khác, căn cứ vào các dữ liệu khảo cổ ở các di chỉ văn hóa Đông Sơn và thời kỳ Bắc thuộc, cho rằng nghệ thuật ca vũ và ca kịch dân tộc đã có ở Việt Nam từ sớm hơn.

Cho đến thời Lê sơ, sân khấu ca kịch vẫn là những trò lẻ, thảng hoặc mới có những vở diễn đơn giản. Đến thời Lê mạt, nghệ thuật tuồng có một bước phát triển đáng kể, đặc biệt là ở Đàng Trong, thời kỳ các chúa Nguyễn xây dựng thế lực, thu dụng nhân tài, không miệt thị người ca xướng như ở Đàng Ngoài thời Lê sơ. Căn cứ vào hình thức đối thoại của văn tuồng trong *Sãi vãi* của Nguyễn Cư Trinh, căn cứ vào một bức tranh màu vẽ cảnh đóng tuồng in trong cuốn *Chuyến du lịch Nam Kỳ các năm* 1792—1793 của Barao (J. Barrow-*A voyage to Cochinchina in the year 1791 and 1793*. London, 1806), giới nghiên cứu cho rằng thời đó tuồng đã rất phát triển với những tác phẩm đã trở thành mẫu mực như *Sơn hậu, Tam nữ đồ vương, Lý Thiên Luông*. Sang thế kỷ XIX dưới triều Nguyễn, tuồng có vị trí đáng kể trong sinh hoạt văn nghệ ở cung đình. Vua Tự Đức rất thích tuồng, đã nhiều lần cử người chỉnh lý các vở tuồng cổ. Đây là thời kỳ xuất hiện một số tác gia viết tuồng có tên tuổi như Nguyễn Bá Nghi, Nguyễn Gia Ngoạn, Bùi Hữu Nghĩa, đặc biệt nổi bật là Đào Tấn. Cuối thế kỷ XIX, bên cạnh tuồng pho (hay tuồng thầy, tức là loại tuồng bác học) xuất hiện thêm tuồng đồ, như một loại hài kịch dân gian, châm biếm các thói hư tật xấu (*Nghêu Sò Ốc Hến, Trương đồ nhục, Trần Ngão*…).

Tuồng là nghệ thuật tổng hợp của nhiều nghệ thuật: ca nhạc, vũ đạo, văn học, v.v… Nhạc tuồng vừa khai thác vốn nhạc dân gian, vừa khai thác lễ nhạc và thiền nhạc. Vũ đạo tuồng được cách điệu hóa từ võ thuật. Kịch bản tuồng được xây dựng từ những tích truyện cổ Trung Hoa và được thể hiện bằng các hình thức văn thơ cổ điển như thơ Đường, phú, song thất lục bát, v.v…

Là nghệ thuật của thời trung đại quân chủ, tuồng thuộc loại sân khấu ước lệ tượng trưng. Diễn xuất của diễn viên tuồng không phải là sự mô phỏng (giống như thực) mà là sự cách điệu theo những "trình thức" nhất định. So với các loại kịch hát khác (chèo, cải lương, bài chòi, ca Huế…), tuồng nổi bật ở tính gay gắt, bạo liệt của xung đột. Hát trong tuồng thiên về âm vực cao, âm vực của vùng họng, tựa như lời thét, tiếng gào, thích hợp với những tình cảm sôi réo, quyết liệt. Các vai tuồng phân biệt rõ rệt thành vai trung thần và vai nịnh thần, vai trung nghĩa và vai phản nghịch, được thể hiện rõ trong cách hóa trang, trong tư thế diễn xuất, như một cách đánh dấu. Tuồng pho (tuồng thầy) thường là các bi hùng kịch chính trị; mỗi tích tuồng gắn với một biến cố có tính chất chính trị, xoay quanh số phận một triều đình, một ngôi vua; diễn biến chính của mỗi tích tuồng là một cuộc chính biến, thoán đoạt, một âm mưu khôi phục hoặc lật đổ… Nhân vật của tuồng là loại nhân vật đầy tham vọng và quyết liệt hành động thực hiện tham vọng, dù đó là mưu đồ bá vương hay phò vua cứu chúa, nhưng đó không phải là một cá nhân mà chỉ là sự mô tả một kiểu tính cách, hoặc nói đúng hơn, một thái độ chính trị đã được nhân cách hóa.

Tuồng đồ là một loại hài kịch, hay kịch hề, đả kích, châm biếm các hạng người, các thói hư tật xấu, khai thác nghệ thuật nhại cả trong diễn xuất (điệu bộ) lẫn ngôn ngữ (nói lái, nói ngọng, nói nhịu…) ít nhiều mang tính mô phỏng (giống như thực), nhưng thường là phóng đại thành kệch cỡm, tức là cũng cách điệu hóa rõ rệt. Tuồng đồ chú ý khai thác tất cả các phương tiện gây cười trong sinh hoạt hàng ngày và trong các loại hình văn nghệ dân gian. Đây là hướng trào lộng, dân gian hóa của nghệ thuật tuồng, khác với loại tuồng pho vốn là loại ca kịch bác học, nghiêm túc.

CẢI LƯƠNG

Cải lương là một loại hình kịch hát, ra đời tương đối muộn, khoảng đầu thế kỷ XX, ở một số tỉnh Nam Bộ. Hình thức ban đầu chưa mang tính sân khấu, chỉ thuần túy là ca nhạc, do các tài tử lưu động (một kiểu nghệ sĩ hát rong) trình diễn ở các nơi họp chợ, nơi họp làng, ở các nhà giàu. Họ "nói thơ", hò lý, ca các bản nhạc Bắc có đệm đàn, v.v… Ban đầu vốn ca nhạc mà họ trình diễn là những làn điệu và bài bản đã có trong dân ca, thậm chí cả trong nhã nhạc cung đình, đáp ứng nhu cầu thưởng thức và tâm trạng của cư dân trong vùng, vốn từ những miền khác nhau (từ miền Bắc hoặc miền Trung Việt Nam, lại có cả người "Minh hương" tức người Hoa, cha ông từ Trung Quốc sang, đã Việt hóa dần dần) đến đất Nam Bộ sinh cơ lập nghiệp. Dần dần xuất hiện yêu cầu cải biên và phối hợp các điệu hát từ nhiều nguồn tụ hội ở đây, làm nảy sinh các loại bài bản mới, dựa trên bốn điệu thức cơ bản: *xuân* (tươi vui, thanh thản), *ai* (buồn bã, sâu lắng), *bắc* (hào hùng, sôi nổi), *oán* (thê thiết, não nùng). Trên cơ sở này, tính đến thập niên đầu thế kỷ XX, đã hình thành khoảng 20 bài bản tiêu biểu nhất. Đặc biệt là bài *Dạ cổ hoài lang* (do Cao Văn Lầu, ở Bạc Liêu, sáng tác bằng cách phối hợp một số điệu thức của các bài *Tứ đại oán, Phụng hoàng, Nam ai,*

Hành vân…) được phổ biến khắp Lục tỉnh, trở thành khuôn mẫu của một làn điệu mới: điệu vọng cổ, làn điệu sẽ thành chủ đạo trong hát cải lương.

Ở các ban nhạc tài tử, ban đầu thường gồm tài tử ngồi ca và một tài tử đóng đủ mọi vai trong sinh hoạt "nói thơ". Về sau, học theo vũ đạo tuồng, tài tử "ca ra bộ" (vừa ca vừa làm điệu bộ), rồi mỗi tài tử đóng một vai có hóa trang. Cuối cùng xuất hiện những ông bầu, tổ chức những tài tử "ca ra bộ" thành những nhóm diễn viên chuyên nghiệp. Yếu tố cốt truyện được đưa vào, ví dụ: bài *Tứ đại oán* kể tích Bùi Kiệm thi hỏng (lấy từ truyện Nôm *Lục Vân Tiên*). Đến 1922 xuất hiện hai vở cải lương đầu tiên: *Kim Vân Kiều* và *Trang Chu mộng hồ điệp*, được trình diễn chính thức ở Mỹ Tho và Sài Gòn. Các gánh hát, đoàn hát cải lương được thành lập, lấy các tích dân gian hoặc văn học cổ điển để dựng vở diễn, hoặc chuyển thể các vở tuồng thành cải lương. Sân khấu cải lương chinh phục khán giả từ Nam ra Bắc.

Từ ra đời đến nay, cải lương đã qua nhiều thử thách, sàng lọc, với những tìm tòi thể nghiệm, in dấu nhiều ảnh hưởng khác nhau. Có bộ phận cải lương chịu ảnh hưởng của nhạc phương Tây, có bộ phận chịu ảnh hưởng các hý khúc của vùng nam Trung Hoa gọi là nhạc Hồ Quảng hay Tiều Quảng, lại có bộ phận tiếp thu cả nhạc tuồng lẫn hai loại nhạc kể trên… Về đề tài, cải lương cũng trải qua những chặng đường tương tự (dù có phần đơn giản hóa) như văn học cùng thời.

注　释

本课三篇文章均选自赖元恩（Lại Nguyên Ân）主编、越南河内教育出版社（Nxb Giáo dục）1997年版《越南文学词典》（*Từ điển Văn học Việt Nam*）。

1. cương：演员在舞台上的即兴表演。

2. hát cách, hát sắp, sa lệch, làn thảm：越南嘲剧中分别表现从容、严肃；愉快、兴奋；细腻、含蓄；悲伤、痛苦的唱腔。

3. hề gậy, hề mồi：越南嘲剧中的丑角或丑角的唱腔。

4. môtip：文学艺术作品题材构成中的基本要素，亦为mô típ，源自法语motif。

5. giới chức：高层人士

6. Toa Đô：唆都（？—1285），元朝将领。1285年唆都统帅的南路军从占城北上，进攻越南陈朝，被陈朝将领陈国峻（Trần Quốc Tuấn）率军埋伏袭击，元军大败，唆都战死。

7. Lý Nguyên Cát：李元吉。《大越史记全书》本纪卷七载：陈裕宗大治五年（1362年），"春，正月，令王侯公主诸家献诸杂戏，帝阅定其优者赏之。先是破唆都时，获优人李元吉，善歌，诸势家少年婢子从习北唱。元吉作古传戏，有西方王母献蟠桃等传。……我国有传戏始此。"

8. Nguyễn Cư Trinh：阮居桢（1716—1767），字宜（Nghi），号淡谙（Đạm Am），越南香茶县（huyện Hương Trà，今属承天—顺化省）人，诗人，曾官至吏部尚书。其主要诗文有《僧尼传》（*Truyện Sãi Vãi*）、《淡谙诗集》（*Đạm Am thi tập*）。

9. Vua Tự Đức：嗣德帝，名阮福洪任（Nguyễn Phúc Hồng Nhậm, 1829–1883），越南阮朝第四位皇帝，1848年继位，年号嗣德。作为统治者，他的政策主张多受抨击，但他对越南文学却多有贡献。其主要作品有《钦定对策准绳》（Khâm định đối sách chuẩn thằng）、《思训录》（Tư huấn lục）、《论语演歌》（Luận ngữ diễn ca）、《御制越史总咏集》（Ngự chế Việt sử tổng vịnh tập）、《嗣德圣制诗文集》（Tự Đức thánh chế thi văn tập）、《自学解义歌》（Tự học giải nghĩa ca）等。

10. Nguyễn Bá Nghi：阮伯宜（1807—1870），号师分子（Sư Phần Tử），越南广义省人，在越南阮朝三朝为官，官至户部尚书。其主要作品有《师分子诗文集》（Sư Phần Tử thi văn tập）、《御制古今书法》（Ngự chế cổ kim thư pháp）、《行善本邑历朝登科录》（Hành Thiện bản ấp lịch triều đăng khoa lục）。

11. Bùi Hữu Nghĩa：裴有义（1807—1872），号宜之（Nghi Chi）、柳林主人（Liễu Lâm chủ nhân），原名裴光义（Bùi Quang Nghĩa），越南永青镇（trấn Vĩnh Thanh，今属芹苴市）人，诗人、剧作家。其主要作品包括三部呎剧：《金石奇缘》（Kim Thạch kỳ duyên）、《西游》（Tây du）、《戊从》（Mậu Tòng）和一些喃字祭文、汉字律诗等。

12. Đào Tấn：陶晋（1845—1907），字止束（Chỉ Thúc）、号梦梅（Mộng Mai）、梅僧（Mai Tăng），越南平定省人，诗人、剧作家。在越南呎剧艺术发展史上，他的作品在数量和质量上都是首屈一指。其主要剧作有：《山后》（Sơn hậu）、《关公破关》（Quan Công phá quan）、《沉香阁》（Trầm hương các）、《三女图王》（Tam nữ đồ vương）等。

13. bài chòi：指从前越南中南部地区人们坐在茅棚里玩儿的一种牌和源于玩这种牌时所唱小调的民歌。

14. Lục tỉnh：六省，指当时越南南方嘉定（Gia Định）、边和（Biên Hòa）、定祥（Định Tường）、永隆（Vĩnh Long）、安江（An Giang）、河仙（Hà Tiên）6省。

15. Lục Vân Tiên：《蓼云仙》，六八体喃字诗传，一般认为作者是阮廷炤（Nguyễn Đình Chiểu, 1822—1888），但近来也有资料显示作者并不确定。在最早的刊印本（1864年）出现之前，此传通过口传已经广泛流传，艺人的表演传唱在民间很受欢迎。截至目前，刊印本有包括喃字、国语字和法文在内的近60种版本。此诗传的一大特点是作品中越南南方地方词汇、口语的运用，也因此尤为受到南方人民的喜爱。

16. nhạc Hồ Quảng：湖广调。清初的"二簧腔"，起自江西，传到安徽、湖北、广西，又称为"湖广调"。"二簧腔"与"西皮调"结合，形成"皮黄腔"，是徽剧与汉剧的戏曲音乐基础。

17. nhạc Tiều Quảng：广东小曲，流传于珠江三角洲一带的丝竹合奏乐，最初是作为粤剧的过场音乐，后产生了不少可独立演奏的乐曲，并流传到外省，被称为"广东小曲"。

BÀI SỐ 16
KẾT LUẬN VỀ CUỘC TỔNG TIẾN CÔNG VÀ NỔI DẬY NĂM 1968
关于1968年总攻势与总奋起的结论

Trực tiếp đưa quân chiến đấu Mỹ và quân của các nước phụ thuộc Mỹ sang Việt Nam tiến hành chiến tranh xâm lược, những người cầm quyền nước Mỹ tin tưởng chắc chắn họ sẽ chiến thắng một cách dễ dàng. Bởi vậy, khi vạch kế hoạch chiến lược, Lầu Năm Góc dự đoán một cách chủ quan, tự mãn rằng chỉ cần ba tiểu đoàn lính thủy đánh bộ hoặc cùng lắm cũng chỉ cần 175.000 quân trong vòng 18 tháng (cuối năm 1966) là Mỹ có thể kết thúc thắng lợi cuộc chiến tranh; lúc đó Việt cộng và Hà Nội sẽ đầu hàng; Mỹ sẽ chứng minh cho các dân tộc trên thế giới thấy sức mạnh vô địch của Mỹ, các cuộc chiến tranh cách mạng và khởi nghĩa nào cũng sẽ bị tiêu diệt. Chủ quan, kiêu ngạo đánh giá mình quá cao mà coi thường đối phương là bản chất, quan điểm xem xét của đế quốc Mỹ. Chẳng thế mà kế hoạch chiến lược ba giai đoạn của tướng Oétmolen được Tổng thống L. Giônxơn chuẩn y ngày 17-7-1965 mang tên kế hoạch "tìm và diệt" nghĩa là một kế hoạch chiến lược chủ động tiến công đối phương. Trong kế hoạch này, Oétmolen đề ra ba giai đoạn để giành chiến thắng, mà giai đoạn cuối cùng sẽ kết thúc vào giữa hoặc cuối năm 1967.

Song bước vào cuộc chiến, mà tập trung là cuộc phản công chiến lược "tìm và diệt" mùa khô 1965-1966 với quân hùng, tướng mạnh, vũ khí tối tân, quân Mỹ và quân ngụy Sài Gòn chẳng những không tiêu diệt được một đơn vị nào của Quân giải phóng như mục tiêu của cuộc phản công đề ra, trái lại bị quân và dân ta đánh cho thất bại, trận sau thất bại nặng hơn trận trước, thương vong lính Mỹ ngày càng nhiều, gây nên sự căm phẫn của nhân dân Mỹ đối với chính quyền L. Giônxơn. Cuộc chiến tranh Việt Nam trở thành thanh nam châm cực mạnh thu hút tâm trí, nghị lực và nhân tài, vật chất của cả nước Mỹ vào đó. Nhà Trắng và Lầu Năm Góc đã phải huy động đến 70% lực lượng bộ binh toàn nước Mỹ, trong đó có các đơn vị con cưng số một dạn dày trận mạc, có nhiều thành tích trong cuộc Chiến tranh thế giới thứ hai, ném vào chiến trường Việt Nam tới chín sư đoàn và năm lữ đoàn, cùng nhiều loại vũ khí – kỹ thuật tối tân nhất mà thành tựu khoa học - kỹ thuật quân sự Mỹ đạt được trong những năm giữa thế kỷ XX. Nếu tính cả 20 vạn quân Mỹ đóng trên đất Thái Lan, Philíppin, Nhật Bản và ở Hạm đội 7, một bộ phận Hạm đội 6… tham gia vào cuộc chiến tranh mà không ở trên đất Việt Nam, thì Mỹ đã huy động vào cuộc chiến tranh 80 vạn quân (Theo *Biên bản điều tra của Quốc hội Mỹ, tháng 5-1970*), vượt xa số quân Mỹ bố trí trên chiến trường châu Âu là hướng trọng điểm của chiến lược toàn cầu của Mỹ. Bên cạnh quân Mỹ, còn có 68.800 quân Nam Triều Tiên, Ôxtrâylia, Thái Lan, Philíppin, Niu Dilân và 555.000 quân chủ lực ngụy Sài Gòn. Để phục vụ cho quân Mỹ tác chiến ở Việt Nam, Chính phủ Mỹ phải huy động hai triệu rưỡi lính Mỹ vừa tình nguyện vừa quân dịch luân phiên sang Việt Nam và hơn 5,5 triệu công nhân, 40% các nhà vật lý, khoa học, 260 trường đại học, 22.000 nhà máy, xí nghiệp lớn của Mỹ chuyên nghiên cứu, chế tạo vũ khí, trang bị kỹ thuật cung cấp cho cuộc chiến tranh.

Không quân là một trong những lĩnh vực quân sự quan trọng nhất, Mỹ đã sử dụng 50% lực lượng không quân chiến thuật, 50% máy bay chiến lược B52. Trong chiến tranh thế giới thứ hai, trên chiến trường Thái Bình Dương, Mỹ sử dụng 593 máy bay cánh quạt; chiến tranh Triều Tiên, Mỹ đã sử dụng 1.000 chiếc máy bay cánh quạt và phản lực; nhưng chiến tranh xâm lược Việt Nam, Mỹ đã sử dụng tới 5.300 máy bay phản lực, với 60 kiểu khác nhau, không kể 2.000 chiếc của quân đội Sài Gòn. Mỹ còn đưa sang Việt Nam hơn 4.000 chiếc máy bay lên thẳng và thành lập hẳn một sư đoàn kỵ binh bay có sức cơ động nhanh và đổ quân xuống bất cứ nơi nào chúng muốn mà không cần chuẩn bị trước. Chiến tranh bằng máy bay lên thẳng là một thành tựu khoa học-kỹ thuật quân sự lớn của Mỹ mới đạt được trong những năm đầu của thập kỷ 60. Việc đưa phương tiện này vào sử dụng trong cuộc chiến tranh xâm lược Việt Nam, theo Oétmolen, có thể thay thế cho hơn một triệu quân đánh bộ mà lẽ ra Mỹ và Sài Gòn phải huy động.

Hạm đội 7 hải quân Mỹ được mệnh danh là "Chúa tể đại dương" tượng trưng cho sức mạnh trên biển của Mỹ, được trang bị rất hiện đại và tinh xảo, đánh phá, yểm trợ cho quân Mỹ trên bộ. Mỹ còn huy động một bộ phận của Hạm đội 1, 2 và Hạm đội 6 ở Địa Trung Hải vào cuộc chiến tranh. Bộ Quốc phòng Mỹ tiết lộ là lực lượng hải quân Mỹ tham chiến ở Việt Nam lớn nhất từ sau Chiến tranh thế giới thứ hai.

Hầu hết các loại vũ khí trang bị cho quân Mỹ, quân ngụy dùng trong chiến tranh đều được cải tiến, từ súng trường M16, đại bác 175mm, xe tăng M48 đến máy bay không người lái, máy bay trinh sát điện tử, máy bay F111, B52; từ quả mìn mỏng "cây nhiệt đới", máy dò điện tử đến máy phát nhiễu cực mạnh, bom 7 tấn, bom vô tuyến, bom điều khiển bằng lade, bom napan và chất độc hóa học, v. v… Tướng Oétmolen đã chiến đấu trong ba cuộc chiến tranh nhưng y "tin tưởng rằng nước Mỹ chưa hề cho ra trận một lực lượng tinh nhuệ, thiện chiến hơn lực lượng ở Việt Nam trong những năm 1966—1969"[1].

Thế nhưng, càng lao sâu vào cuộc chiến tranh, đế quốc Mỹ càng bị sa lầy, mắc kẹt, thất bại càng lớn, thương vong càng cao. Tuy vậy, Chính phủ Hoa Kỳ vẫn không từ bỏ âm mưu xâm lược, quyết giành thắng lợi bằng quân sự, nên đẩy cuộc chiến tranh cục bộ đến cuối năm 1967 và 1968 vượt quá giới hạn dự định ban đầu của kế hoạch "tìm và diệt" và trở thành cuộc chiến tranh cục bộ

---

1 Oétmolen: *Một quân nhân tường trình*, Nxb Garden City Doublay and Company, New York, 1976, Thư viện Trung ương quân đội dịch, 1978. Bản đánh máy, tr. 129.

lớn nhất, hiện đại nhất, ác liệt nhất so với các cuộc chiến tranh trước đó Mỹ đã tiến hành. Nhưng, sau hai năm trực tiếp đương đầu với quân viễn chinh Mỹ, chẳng những phong trào cách mạng miền Nam không bị tiêu diệt, trái lại, quân, dân ta đã đánh thắng địch từng bước và nắm quyền chủ động chiến lược. So sánh lực lượng trên chiến trường, ta mạnh lên và tạo được thế mới, lực mới; địch đang suy yếu, từ chiến lược phản công và tiến công giữa năm 1965, buộc phải lùi dần vào phòng ngự chiến lược bị động cuối năm 1967 trên toàn chiến trường. Quân Mỹ lui vào phòng ngự chiến lược đúng vào thời điểm nước Mỹ đang chuẩn bị vận động cho cuộc bầu cử tổng thống vào tháng 11-1968 và phong trào phản đối chiến tranh của nhân dân Mỹ lên cao, mâu thuẫn trong nội bộ chính quyền L. Giônxơn phát sinh gay gắt. Vào dịp này, Mắc Namara, Bộ trưởng Quốc Phòng Mỹ cho công bố *Tài liệu mật Lầu Năm Góc*, bóc trần sự thật về âm mưu và chính sách của chính quyền Mỹ đối với cuộc chiến tranh xâm lược Việt Nam mà lâu nay họ bưng bít, che đậy không cho nhân dân Mỹ biết, làm cho L. Giônxơn càng bối rối "tỏ ra mệt mỏi, đầy lo âu và tư thế bắt đầu chao đảo"[2].

Tình hình trên đây mở ra thời cơ thuận lợi cho cách mạng miền Nam. Đảng ta và Chủ tịch Hồ Chí Minh đã nắm lấy cơ hội này quyết định *chuyển cuộc chiến tranh cách mạng miền Nam sang thời kỳ mới* - thời kỳ giành thắng lợi quyết định bằng phương pháp tổng tiến công và nổi dậy, đánh thẳng vào trung tâm đầu não địch ở các thành phố, thị xã trên toàn miền Nam, trọng điểm là Sài Gòn - Huế - Đà Nẵng, đập tan ý chí xâm lược của đế quốc Mỹ. Đây là quyết định cực kỳ táo bạo và sáng suốt, thể hiện rõ đường lối kháng chiến độc lập, tự chủ của Đảng ta và Chủ tịch Hồ Chí Minh.

Thực hiện quyết tâm chiến lược của Đảng, đúng vào đêm giao thừa Tết Mậu Thân, ở miền Nam là thời điểm bất ngờ nhất, quân và dân ta đồng loạt tổng tiến công và nổi dậy đánh trúng vào hầu hết các cơ quan đầu não địch ở trung ương và địa phương. Đòn tiến công và nổi dậy Xuân Mậu Thân đã làm rung chuyển nước Mỹ, làm hiện lên trước mắt những người cầm quyền mỹ ở Nhà Trắng và Lầu Năm Góc là quân đội Mỹ sẽ bị đánh bại. Cuộc chiến tranh Việt Nam đã đi vào từng gia đình người Mỹ, thức tỉnh lương tri họ. Làn sóng phản đối chiến tranh, đòi chính quyền Giônxơn phải rút quân về nước, chấm dứt chiến tranh Việt Nam của nhân dân Mỹ đã trở thành sức ép hết sức nặng nề đối với chính quyền Oasinhtơn.

Trong khi ý chí xâm lược của đế quốc Mỹ đang lung lay, chúng phải từ bỏ chiến lược "tìm và diệt" thay vào đó chiến lược "quét và giữ" bị động thì quân và dân ta ở miền Nam mở tiếp hai đợt tổng tiến công vào các đô thị, đánh bồi một đòn nặng vào quân Mỹ - ngụy, đánh bại ý chí xâm lược của đế quốc Mỹ, buộc Hoa Kỳ phải tuyên bố chấm dứt không điều kiện việc ném bom và mọi hành động chiến tranh khác chống Việt Nam Dân chủ Cộng hòa, chấp nhận họp Hội nghị Pari về Việt Nam.

Kết quả một năm tổng tiến công và nổi dậy, theo *Thông cáo của Bộ chỉ huy các lực lượng vũ trang giải phóng miền Nam ngày* 20-12-1968, quân và dân ta ở miền Nam đã loại khỏi vòng

---

2 Giôđép A. Amtơ: *Lời phán quyết về Việt Nam*, Nxb Quân đội nhân dân, Hà Nội, 1985, tr. 214.

chiến đấu 630.000 tên Mỹ, ngụy và quân của các nước phụ thuộc Mỹ; tiêu diệt và đánh thiệt hại 1 lữ đoàn, 7 trung đoàn, chiến đoàn, tiểu đoàn bộ binh, 18 chi đoàn thiết giáp; phá hỏng, phá hủy 13.000 xe quân sự, 1.000 tàu, xuồng chiến đấu trên sông, 700 kho đạn, 100 khẩu pháo các loại; diệt, bức hàng, bức rút 15.000 đồn, bốt, chi khu[3]. Hòa cùng chiến thắng của cuộc tổng tiến công và nổi dậy ở miền Nam, trong năm 1968, quân và dân miền Bắc bắn rơi 557 máy bay, bắt nhiều giặc lái, đưa tổng số máy bay Mỹ bị bắn rơi trên miền Bắc lên 3.243 chiếc (tính đến cuối năm 1968).

Chiến thắng của cuộc Tổng tiến công và nổi dậy Mậu Thân 1968 là rất to lớn và toàn diện- nhất là đợt Tổng tiến công và nổi dậy Tết Mậu Thân. Với thắng lợi vang dội của cuộc tổng tiến công và nổi dậy ở miền Nam và thắng lợi trong cuộc chiến tranh chống sự phá hoại bằng không quân và hải quân lần thứ nhất ở miền Bắc, quân và dân ta đã đánh bại ý chí xâm lược của đế quốc Mỹ, đánh bại hoàn toàn chiến lược chiến tranh cục bộ ở đỉnh cao, buộc phải Mỹ phải xuống thang chiến tranh; đồng thời góp phần quan trọng cùng với cuộc đấu tranh của loài người tiến bộ, làm phá sản chiến lược quân sự toàn cầu "Phản ứng linh hoạt" thời Kennơđi-Giônxơn. Một chiến thắng như vậy không còn trong phạm trù chiến thuật, mà mang tầm vóc thắng lợi chiến lược, nó tác động toàn diện đến tình hình quân sự, chính trị, tâm lý, xã hội nước Mỹ mà trong thời gian tiếp sau chính quyền Giônxơn khó có thể hàn gắn được: "chiến tranh Việt Nam đã trở thành vấn đề chính trị với triển vọng địch (Việt cộng, Hà Nội) có thể thắng ở Oasinhtơn như họ đã thắng ở Giơnevơ năm 1954. Ý chí các chính khách Mỹ đang suy giảm"[4]. Nhờ chiến thắng này "Việt cộng và Hà Nội đã bước vào giai đoạn vừa đánh, vừa đàm ở thế mạnh hơn so với Mỹ"[5].

Thắng lợi của cuộc Tổng tiến công và nổi dậy Tết Mậu Thân và cả năm 1968 là to lớn, toàn diện, chưa có năm nào trước đó đạt tới, nhưng tổn thất của ta cũng nặng nề, nhiều đơn vị chủ lực, bộ đội tinh nhuệ, biệt động bị thương, hy sinh gần hết; cơ sở cách mạng trong một số thành phố, thị xã tan vỡ; phong trào đấu tranh chính trị giảm sút; ở địa bàn nông thôn ta bị mất đất, mất dân... Tổn thất này đã làm giảm sút thế và lực của cách mạng miền Nam, gây hậu quả khó khăn chồng chất kéo dài suốt năm 1969. Nguyên nhân là do ta mắc sai lầm, khuyết điểm trong chủ trương chỉ đạo và thực hiện, trong đó khuyết điểm lớn nhất được Hội nghị Ban Chấp hành Trung ương Đảng lần thứ 21 tháng 10-1973 chỉ ra là "chủ quan trong việc đánh giá tình hình nên ta đã đề ra yêu cầu chưa thật sát với tình hình lúc đó". Sau đợt 1, thời cơ đã mất, ta vẫn chủ trương tiếp tục tổng tiến công vào thành phố, thị xã để hở mặt trận nông thôn. Đáng lẽ sau đợt Tết Mậu Thân, ta kịp thời chuyển hướng về mặt trận nông thôn, đánh tan rã hệ thống chính quyền cơ sở của địch, phá ấp, giành dân, mở rộng vùng giải phóng thì thắng lợi của ta sẽ lớn hơn và hạn chế được tổn thất.

Đánh với đối tượng là một siêu cường có tiềm lực kinh tế, quân sự mạnh nhất trên thế giới thì không dễ gì chiến thắng mà ít tổn thất. Đó là sự hy sinh, tổn thất cần thiết để dẫn đến hòa bình.

---

[3] Địch thú nhận sáu tháng đầu năm 1968 đã chết, bị thương, mất tích 101.400 tên, trong đó có 50.387 Mỹ (có 9.301 Mỹ chết).

[4] Oétmolen: *Sđd*, tr. 42.

[5] Tóm tắt *Tổng kết chiến tranh của Bộ Quốc phòng Mỹ*, bản đánh máy. Tài liệu lưu tại Viện Lịch sử quân sự Việt Nam, t. V, tr. 8.

Song, nếu ta đúng hơn, sát thực tế hơn và không phạm phải chủ quan trong đánh giá tình hình và chủ trương thì thắng lợi sẽ lớn hơn, nhưng đó là kết luận sau khi thực tiễn đã diễn ra rồi. Ta có khuyết điểm, sai lầm, nhưng cái chính và *điều quan trọng là ta chiến thắng*.

Về sự kiện Tết Mậu Thân, Hội nghị Ban Chấp hành Trung ương Đảng lần thứ 21, tháng 10-1973, đã kết luận: "Mặc dù có những khuyết điểm, cuộc Tổng tiến công và nổi dậy Tết Mậu Thân (1968) vẫn giữ một vị trí to lớn và oanh liệt trong cuộc kháng chiến chống Mỹ"[6]. Ngày 23-4-1994, Bộ Chính trị họp cho ý kiến về bản dự thảo *Tổng kết cuộc kháng chiến chống Mỹ, cứu nước*. Sau khi nghe các ý kiến của các đồng chí cố vấn, các đồng chí Ủy viên Bộ Chính trị và Ban Bí thư, Bộ Chính trị kết luận một số vấn đề lớn trong kháng chiến còn tồn tại. Về cuộc Tổng tiến công và nổi dậy Tết Mậu Thân, Bộ Chính trị kết luận: Tết Mậu Thân thắng rất lớn, mà nhất là đánh bại được ý chí xâm lược của Mỹ, tạo nên bước ngoặt quyết định của chiến tranh. Nhưng sau đó ta chuyển chậm, chủ trương tiếp tục các đợt tiến công vào các đô thị khi không còn điều kiện là sai lầm về chỉ đạo chiến lược để địch gây cho ta nhiều khó khăn, tổn thất[7].

Sau Tết Mậu Thân, cuộc chiến tranh chuyển sang một giai đoạn mới - giai đoạn vừa đánh vừa đàm gay go và ác liệt. Song trên đà thắng lợi trong năm 1968, quân và dân ta dưới sự lãnh đạo của Đảng, mà tập trung là Ban Chấp hành Trung ương và Bộ Chính trị, Ban Bí thư, vượt qua mọi khó khăn, thử thách, nêu cao tinh thần quyết thắng, quyết tâm giải phóng miền Nam: "Hễ còn một tên xâm lược trên đất nước ta, thì ta còn phải tiếp tục chiến đấu, quét sạch nó đi"[8].

注 释

本课节选自越南军事历史院阮文明（Nguyễn Văn Minh）大校主编、越南河内国家政治出版社（Nxb Chính trị quốc gia）2001年版《1954—1975年的抗美救国战争》（*Kháng chiến chống Mỹ cứu nước 1954—1975*）第五册《1968年总攻势与总奋起》（*Tổng tiến công và nổi dậy năm 1968*）的最后结论部分。

1. Lầu Năm Góc：五角大楼（The Pentagon），美国最高军事指挥机关——美国国防部（United States Department of Defense）的总部所在地。

2. tướng Oétmolen：威廉·威斯特摩兰(William Westmoreland, 1914—2005）将军，1964—1968年任美军驻越南总司令。

3. L. Giônxơn：林登·贝恩斯·约翰逊（Lyndon Baines Johnson, 1908—1973），美国第36任总统，在任期间不断扩大越南战争，使侵越美军人数从他上任时的1万余人增至卸任前的50余万人。

4. Nhà Trắng：白宫（The White House），美国总统的官邸、办公室。

---

6 Trích *Nghị quyết Hội nghị Ban Chấp hành Trung ương lần thứ 21*, tháng 10-1973.
7 Kết luận của Bộ chính trị họp ngày 23-4-1994, số 215-BBK/BCT
8 Hồ Chí Minh: *Toàn tập*, Nxb Chính trị quốc gia, Hà Nội, 2000, t. 12, tr. 407.

5. lade：激光，亦为la-de、laser，源自英语laser。

6. napan：凝固汽油，亦为na pan、napalm，源自法语napalm。

7. Mắc Namara：罗伯特·麦克纳马拉（Robert Strange McNamara, 1916—2009），美国历史上任期最长的国防部长（1961—1968），越南战争使其成为最具争议的国防部长。1995年他发表了《回忆：越战中的悲剧与反思》。

8. Hội nghị Pari về Việt Nam：有关越南的巴黎会议，即1968年5月13日开始的美国与越南在巴黎进行的旨在结束越南战争的和平谈判。此次和谈时断时续，历时近5年，最终于1973年1月27日签订了《关于在越南结束战争、恢复和平的协定》。

9. chiến đoàn：作战团，指在战斗中由一些步兵、炮兵和装甲兵营临时组成的军队编制单位。

10. chi đoàn thiết giáp：装甲营，chi đoàn是1975年以前越南南方西贡军队营级独立军事单位。

11. chi khu：分区，1975年以前越南南方西贡军队郡级地方军事组织。

12. Kennơđi：约翰·菲茨杰拉德·肯尼迪（John Fitzgerald Kennedy, 1917—1963），美国第35任总统，1963年11月22日遇刺身亡。

BÀI SỐ 17
ẢNH HƯỞNG PHẬT GIÁO QUA QUÁ TRÌNH HỘI NHẬP VĂN HÓA VIỆT AM
融入越南文化过程中佛教的影响

Phật Pháp là bất định pháp, luôn luôn uyển chuyển theo hoàn cảnh và căn cơ của chúng sanh để hoàn thành sứ mạng cứu khổ của mình. Với tinh thần nhập thế, tùy duyên bất biến mà Đạo Phật đã tạo cho mình một sức sống vô biên. Vượt qua những ngăn cách của địa lý, văn hóa, tôn giáo, ý thức hệ, thời gian, không gian... Tinh thần tùy duyên là tự thay đổi với hoàn cảnh để có thể tiếp độ chúng sanh, tính bất biến là giải thoát ra khỏi mọi đau khổ, sanh tử luân hồi. Tuy nhiên Phật giáo vẫn luôn luôn hòa nhập với tất cả các truyền thống văn hóa tín ngưỡng của các nước trên thế giới. Khi du nhập vào một quốc gia có sắc thái riêng biệt, đặc thù như Trung Hoa, một quốc gia có nền tư tưởng Đông phương khổng lồ, khi Phật giáo truyền vào thì nền văn minh này đã phát triển tới đỉnh cao của nó, mà trong lịch sử triết học gọi là Bách Gia Chư Tử[1] hàng trăm nhà tư tưởng đề xướng học thuyết của mình. Nếu lúc đó Trung Hoa có 10 nhà tư tưởng tiêu biểu như Âm Dương gia, Nhạc gia, Nho gia, Pháp gia, Danh gia, Đạo Đức gia, Nông gia, Tiểu thuyết gia... thì Phật giáo không dừng lại cái bình bát đi khất thực, một tấm y vàng mà Phật giáo đã đi vào cuộc đời bằng mười tông phái như Thiền Tông, Tịnh Độ Tông, Hoa Nghiêm Tông, Thành Thật Tông, Cấu Xá Tông... Phật giáo với mười tông phái này sánh vai với mười dòng tư tưởng của bản địa để đi vào cuộc đời, không chỉ đến với những giới bình dân mà Phật giáo còn đi thẳng vào cung đình, vào với những vị nguyên thủ quốc gia[2]. Ở Nhật Bản thì sao? Nhật Bản là một quốc gia được xem là có nhiều món ăn tinh thần nhất trên thế giới. Không phải chỉ là khoái cảm cho vị giác, cho thính giác mà nhất là cho cảm giác của tâm linh. Ở trong bối cảnh đó, Phật giáo đã nhanh chóng đi vào hoa, vào nhà để rồi cuối cùng nâng nó lên thành trà đạo hay hoa đạo. Còn ở Việt Nam chúng ta thì thế nào? Trong quá trình hội nhập văn hóa, sự ảnh hưởng của Phật giáo đã tác động và đã tạo cho Phật giáo Việt Nam những nét đặc thù sau đây:

---

[1] Theo *Bách Gia Chư Tử*, Nxb TP. HCM, 1992.
[2] Có các vị như Võ Tắc Thiên, Lương Võ Đế.

1. Phật giáo dung hòa với tín ngưỡng truyền thống

Khi được truyền vào Việt Nam, Phật giáo đã tiếp xúc ngay với các tín ngưỡng bản địa, do vậy đã kết hợp chặt chẽ với các tín ngưỡng này. Biểu tượng chùa Tứ Pháp[3] thực ra vẫn chỉ là những tín lý của tín ngưỡng dân gian thờ các vị thần tự nhiên Mây, Mưa, Sấm, Chớp và thờ Đá[4]. Lối kiến trúc của chùa chiền Việt Nam là tiền Phật hậu Thần, cùng với việc thờ trong chùa các vị thần, các vị thánh và các anh hùng dân tộc... Chính vì tinh thần khai phóng này mà về sau phát sinh những hậu quả mê tín dị đoan trong Phật giáo như xin xăm, bói quẻ, cầu đồng... Các nhà nghiên cứu nước ngoài rất ngạc nhiên khi thấy Phật giáo Việt Nam dung nạp dễ dàng các tín ngưỡng đa thần của bản địa trong khi các quốc gia trong vùng thì không[5]. Có nên gạt bỏ loại hình tín ngưỡng truyền thống này ra khỏi Phật giáo không? Vẫn là một vấn đề rất tế nhị, tuy nhiên, ta phải thừa nhận rằng tinh thần dung hòa và khai phóng của Phật giáo Việt Nam là một trong những nét đặc trưng đáng chú ý.

2. Phật giáo dung hòa với tôn giáo khác

Đó là kết quả của sự phối hợp và kết tinh của Đạo Phật với đạo Nho và đạo Lão, được các vua thời Lý công khai và hợp pháp hóa. Chính vì đặc tính dung hòa và điều hợp này mà Phật giáo Việt Nam đã trở thành tín ngưỡng truyền thống của dân tộc Việt. Nó chẳng phải Phật giáo Ấn Độ hay Trung Hoa, Tiểu Thừa hay Đại Thừa, mà nó là tất cả những khuynh hướng tâm linh của người dân Việt. Nó thực ra là cái "Đồng Qui Nhi Thù Đồ", cùng về một đích mà đường lối khác nhau, chính tinh thần khai phóng của Phật giáo Việt Nam đã kết tinh lấy Chân, Thiện, Mỹ làm cứu cánh để thực hiện. Nho giáo thực hiện cứu cánh ấy bằng con đường Thiện, tức là hành vi đạo đức để tới chỗ nhất quán với Mỹ và Chân. Đạo giáo thực hiện cứu cánh ấy bằng con đường Mỹ, tức là tâm lý nghệ thuật để tới chỗ nhất quán với Thiện và Chân. Phật giáo thực hiện cứu cánh ấy bằng con đường trí tuệ giác ngộ để đạt tới chỗ nhất quán Chân, Thiện, Mỹ. Đó là thực tại Tam Vi Nhất của tinh thần Tam Giáo Việt Nam.

Trong nhiều thế kỷ hình ảnh tam giáo tổ sư với Phật Thích Ca ở giữa, Lão Tử bên trái và Khổng Tử bên phải, đã in sâu vào tâm thức người dân Việt.

3. Phật giáo dung hòa các tông phái Nhà Phật

Đây là một nét đặc trưng rất riêng của Phật giáo Việt Nam so với các quốc gia Phật giáo láng giềng. Chẳng hạn như Thái Lan, Tích Lan, Lào, Cam Pu Chia chỉ có Phật giáo Nam Tông; ở Tây

---

3 Pháp Vân, Pháp Vũ, Pháp Lôi và Pháp Điện.

4 *Sự tích Man Nương* kể rằng: "Khi đẽo tới cây, chỗ ngày xưa sư Khâu Đà La giấu người con gái, thì chỗ ấy đã hóa thành một phiến đá rất cứng. Búa rìu của thợ đẽo vào bị sứt mẻ hết. Mới lấy phiến đá ném xuống nước, phiến đá ấy phóng ra hào quang... mọi người thấy vậy liền vớt phiến đá lên và rước vào điện Phật mà thờ". (Theo lịch sử Phật giáo Việt Nam, Hà Nội, 1988, tr. 49)

5 Xem bài "*Đạo Phật Việt Nam qua cái nhìn của hai Phật tử Đan Mạch*". Thích Nguyên Tạng phỏng vấn ông Ole Felsby và bác sĩ Pia Jeppesen, báo Giác Ngộ, số 2, tháng 5, 1996, tr. 67-96.

Tạng, Trung Hoa, Nhật Bản, Mông Cổ thuần túy chỉ có Phật giáo Bắc Tông. Nhưng ở Việt Nam thì lại dung hòa và điều hợp cả Nam Tông và Bắc Tông. Chính vì tinh thần khế lý-khế cơ của Phật giáo, cộng với tinh thần khai phóng của Phật giáo Việt Nam mới có được kết quả như vậy. Tuy Thiền tông chủ trương bất lập văn tự, song ở Việt Nam chính các vị thiền sư xưa lẫn nay đã để lại rất nhiều tác phẩm có giá trị, đặc biệt các thiền viện ở Việt Nam đều tụng kinh gõ mõ như các tự viện Tông Tịnh Độ. Dòng thiền Tỳ Ni Đa Lưu Chi thì kết hợp với Mật Giáo, có nhiều thiền sư phái này như ngài Vạn Hạnh, Từ Đạo Hạnh, Nguyễn Minh Không đều nổi tiếng là giỏi pháp thuật chữa bệnh.

Điều đặc sắc ở đây là trong khi khai triển Phật giáo Việt Nam, các thiền sư Việt Nam đã không theo thiền kiểu mẫu của các thiền sư Ấn Độ và Trung Hoa mà mở lấy một con đường riêng, phù hợp với dân tộc. Trong khi tiếp nhận với hai luồng ảnh hưởng ấy, các thiền sư Việt Nam đã khéo léo điều chỉnh tính đối cực, Ấn Độ - Trung Hoa, một bên thì quá ham chuộng sự bay bổng, thần bí, một bên quá thực tiễn duy lý. Khi Phật giáo vào Trung Hoa đã gây cho các nhà Phật học những cuộc tranh luận sôi nổi về giáo pháp. Rồi suốt cả quá trình lịch sử của nó là sự phát sinh những tôn giáo, là những cuộc đấu tranh tư tưởng dữ dội, điển hình là cuộc đấu tranh giữa phái Thiền Nam Phương của Huệ Năng với Thiền phái Miền Bắc của Thần Tú vào thời kỳ sơ Đường. Còn ở Việt Nam thì khác, trên pháp đàn tư tưởng thời Lý cũng như thời Trần, thời kỳ vàng son của Phật giáo Việt Nam và các thời kỳ sau này không có những mâu thuẫn đối lập mà tất cả đều qui về một mục đích chính là tu hành giải thoát. Phải chăng sự thống nhất về ý thức tư tưởng, dung hòa giữa các tông phái và đoàn kết dân tộc đã uốn nắn Phật giáo Việt Nam theo con đường dung hòa thống nhất đó?

4. Phật giáo dung hòa với các thế hệ xã hội

Phật giáo Việt Nam có chủ trương nhập thế, tinh thần nhập thế sinh động này nổi bật nhất là các thời Đinh, Lê, Lý, Trần. Trong các thời này các vị cao tăng có học thức, có giới hạnh đều được mời tham gia triều chính hoặc làm cố vấn trong những việc quan trọng của quốc gia. Ta thấy có nhiều lý do khiến các thiền sư Việt Nam tham gia vào chính sự: Thứ nhất, họ là những người có học, có ý thức về quốc gia, sống gần gũi nên thấu hiểu được nỗi đau khổ của một dân tộc bị nhiều cuộc đô hộ của ngoại bang; thứ hai, các thiền sư không có ý tranh ngôi vị ngoài đời nên được các vua tin tưởng; và thứ ba, các thiền sư không cố chấp vào thuyết trung quân (chỉ biết giúp vua mà thôi) như các nho gia nên họ có thể cộng tác với bất cứ vị vua nào đem lại hạnh phúc cho dân chúng. Thời vua Đinh Tiên Hoàng đã phong cho thiền sư Ngô Chân Lưu làm Tăng Thống, thời Tiền Lê có ngài Vạn Hạnh, ngài Đỗ Pháp Thuận, ngài Khuông Việt cũng tham gia triều chính. Trong đó đặc biệt thiền sư Vạn Hạnh đã có công xây dựng triều đại nhà Lý khi đưa Lý Công Uẩn lên làm vua, chấm dứt chế độ tàn bạo của Lê Long Đĩnh, ông vua Ngọa Triều còn có biệt danh kẻ róc mía trên đầu sư. Thời nhà Trần có các thiền sư Đa Bảo, thiền sư Viên Thông... đều được các vua tin dùng trong việc bàn bạc quốc sự như những cố vấn triều đình.

Đến thế kỷ 20, Phật tử Việt Nam rất hăng hái tham gia các hoạt động xã hội như cuộc vận động đòi ân xá cho Phan Bội Châu. Đến thời Diệm, Thiệu (1959—1975) cũng thế, các tăng ni và Phật tử miền Nam tham gia tích cực cho phong trào đấu tranh đòi hòa bình và độc lập cho dân tộc, nổi bật là những cuộc đối thoại chính trị giữa các tăng sĩ Phật giáo và chính quyền. Đến cuối thế kỷ 20, ta thấy tinh thần nhập thế này cũng không ngừng phát huy, đó là sự có mặt của các thiền sư Việt Nam[6] trong quốc hội của nước nhà.

5. Phật giáo trong đời sống người bình dân và giới trí thức Việt Nam

Cũng như tất cả dân tộc khác trên thế giới, lúc sơ khởi người Việt Nam tín ngưỡng và tôn thờ tất cả những sức mạnh hữu tình hay vô tình mà họ cho là có thể giúp đỡ họ hoặc làm hại cho họ như mây, mưa, sấm, sét, lửa, gió… Trong bối cảnh tín ngưỡng đa thần này, Phật giáo đã xuất hiện và nhanh chóng hóa thân qua hình ảnh của bộ tượng Tứ Pháp của chùa Dâu, ngôi chùa Phật giáo đầu tiên của Việt Nam ở Luy Lâu (Hà Bắc ngày nay), đó là bộ tượng Pháp Vân, Pháp Vũ, Pháp Lôi và Pháp Điện, một hình ảnh sống động và gần gũi với người dân nông thôn trong việc cầu đảo, cầu xin tất cả những gì mà cuộc sống con người đòi hỏi. Người Phật tử trong thời kỳ sơ khai này quan niệm rằng Phật là đấng cứu thế, có thể ban cho con người mọi điều tốt lành.

Trong buổi đầu, Phật giáo ở Việt Nam mang dáng dấp của Phật giáo Tiểu Thừa và Mật Giáo, vì vậy đã dễ dàng gắn với phù chú, cầu xin phước lộc lớn hơn là tôi luyện trí tuệ và thiền định. Và lại, tính đời trội hơn tính đạo, trong quần chúng, đa số là phụ nữ đến với Phật giáo, đó là hạng người đau khổ nhất trong xã hội cũ.

Đến thời nhà Lý, có nhiều thiền sư từ Trung Quốc sang và thiết lập nhiều thiền phái, phong trào học và tu Phật phát triển mạnh ở trong giới trí thức, cung đình, đô thị, nhưng trong giới bình dân vẫn tồn tại nhất định một dạng Phật giáo dân gian với những ảnh hưởng cảm tính vốn có từ trước. Được vua triều Lý, Trần ủng hộ, hoạt động của Phật giáo có mặt ở khắp hang cùng ngõ hẻm, làng nào cũng có chùa có tháp, người ta học chữ, học kinh, hội hè, biểu diễn rối nước, họp chợ ngay trước chùa.

Chùa làng đã từng một thời đóng vai trò trung tâm văn hóa tinh thần của cộng đồng làng xã Việt Nam. Chùa không những là nơi giảng đạo cầu kinh, thờ cúng Phật mà còn là nơi hội họp, tu tập tâm linh, tham quan, vãn cảnh. Bởi kiến trúc chùa Việt Nam thường hòa hợp với cảnh trí thiên nhiên, tạo thành một kiến trúc hài hòa với ngoại cảnh. Khung cảnh ấy phù hợp với những giờ phút nghỉ ngơi sau giờ lao động nhọc nhằn và di dưỡng tinh thần của tuổi già.

Đến thế kỷ mười lăm, Nho giáo thay chân Phật giáo trong lãnh vực thượng tầng xã hội, Phật giáo từ giã cung đình nhưng vẫn vững vàng trong làng xã. Ngôi đình xuất hiện tiếp thu một số kiến trúc và nghệ thuật Phật giáo, đồng thời trở thành trung tâm hành chính của làng xã. Cửa chùa chỉ còn mở cửa cho đàn bà, con gái kêu van, nguyện cầu khi chồng bị bắt phu, con bị bắt nợ, ốm đau bệnh tật, mất mùa đói rét… xin Phật gia hộ. Bồ Tát Quan Âm hay Phật Bà được ưa chuộng

---

[6] Gồm có Thiền Sư Thích Minh Châu, TS Thích Thiện Siêu, TS Kim Cương Tử và TS Thích Danh Nhường là Đại biểu Quốc Hội của nước Cộng Hòa Xã Hội Chủ Nghĩa Việt Nam khóa VIII & IX.

hơn xưa. Nhờ vậy mà ngày nay chúng ta chiêm ngưỡng được pho tượng Quan Âm nghìn tay nghìn mắt trong chùa Bút Tháp (tỉnh Hà Bắc) tạc vào năm 1656. Tượng rất đẹp nhưng được tạo vào thời điểm Phật giáo không còn tôn sùng như quốc giáo nữa, chứng tỏ Phật giáo đã ăn sâu vào tâm tư và văn hóa nghệ thuật dân gian.

Nhìn chung, không khó khăn gì khi ta tìm dấu ấn Phật giáo trong quan niệm dân gian và ta có thể phát hiện rằng nếu không có sự hiện diện của Phật giáo ở Việt Nam thì ta sẽ mất đi hơn một nửa di tích và danh lam thắng cảnh mà hiện nay ta tự hào. Sẽ không có chùa Hương rộn ràng, nhộn nhịp sầm uất trong ngày trẩy hội đầu xuân, không có chùa Tây Phương vời vợi, không có chùa Yên Tử mây mù, không có chùa Keo bề thế, không có chùa Thiên Mụ soi mình trên dòng sông Hương. Và cũng không có những chuyện dân gian đầy tính nhân văn như truyện *Từ Thức, Tấm Cám, Quan Âm Thị Kính*…, sẽ không có những lễ hội tưng bừng như hội Lim, hội Chùa Hương… và trong tâm tư truyền thống cũng vắng tư tưởng bố thí vị tha, lòng hướng thiện và niềm tin vững chắc vào một tương lai sáng sủa, vắng tinh thần lạc quan hồn nhiên của người dân Việt.

Thật vậy, Đạo Phật đã in đậm ảnh hưởng khắp mọi giai tầng trong xã hội Việt Nam, không những trong giới bình dân mà còn ở giới trí thức nữa.

Phật giáo Thiền Tông ở Việt Nam phát triển mạnh và ảnh hưởng sâu rộng trong giới trí thức, cung đình từ Đinh (968—980), Tiền Lê (980—1009) đến thời Lý (1010—1225) đã mang được trong mình một tinh thần Việt Nam, đó là sự ra đời của một thiền phái mới, phái Thảo Đường do Lý Thánh Tông, một vị vua anh kiệt đứng đầu. Nhưng Thiền Tông Việt Nam phát triển rực sáng nhất ở giai đoạn nhà Trần (1226—1400) với những tư tưởng vừa thâm trầm vừa phóng khoáng của các thiền sư thời Trần đã được đúc kết trong các tác phẩm *Khóa Hư Lục* của Trần Nhân Tông, Pháp Loa, Huyền Quang đã làm cho bình diện học thuật Việt Nam lúc bấy giờ bỗng bừng sáng hẳn lên. Đặc biệt sự xuất hiện thiền phái Trúc Lâm Yên Tử, do người Việt Nam sáng lập ra, thể hiện được đầy đủ mọi đặc trưng, độc đáo của người Việt và nó đã để lại dấu ấn đặc sắc trong lịch sử văn hóa Việt Nam cho tới ngày nay.

注　释

本课节选自定力禅师（Thiền Sư Định Lực）和一心居士（Cư Sĩ Nhất Tâm）著、越南河内文化信息出版社（Nxb Văn hóa thông tin）出版的《宗教与人类文明史——越南佛教与世界佛教》(*Tôn giáo và lịch sử văn minh nhân loại-Phật giáo Việt Nam và thế giới*) 第一章《佛教在越南》(*Phật giáo tại Việt Nam*) 第二部分《越南人生活中的佛教影响》(*Ảnh hưởng Phật giáo trong đời sống người Việt*)。

1. chúng sanh：众生，sanh 属方言，同 sinh。
2. Bách Gia Chư Tử：诸子百家
3. bình bát：钵盂，古代和尚用的饭碗。

4. y vàng：黄衣，即僧衣。佛教各部派的僧衣颜色不同，大众部穿黄衣。大众部是佛教部派之一，释迦逝世后一百年时从原始佛教分裂出来。一般认为该部具有大乘佛教因素，其主张在许多方面与上座部，特别是说一切有部直接对立。

5. Thiền Tông, Tịnh Độ Tông, Hoa Nghiêm Tông, Thành Thật Tông, Cấu Xá Tông：禅宗、净土宗、华严宗、成实宗、俱舍宗。中国佛教其他主要宗派还有：三论宗、唯识宗、天台宗、律宗、密宗。

6. Đồng Qui Nhi Thù Đồ：殊途同归

7. Tam Vi Nhất：三为一，这里指儒释道三教合一。

8. Nam Tông：南传佛教，由印度向南传到斯里兰卡再传入缅甸、泰国、柬埔寨、老挝等国以及我国云南部分少数民族地区的佛教，又称"上座部佛教"，保存较浓厚的印度原始佛教色彩，奉行巴利语佛典。

9. Bắc Tông：北传佛教，由印度向北经中亚细亚传入中国、朝鲜、日本的佛教以及由尼泊尔、西藏传入蒙古一带的佛教之总称，以大乘为主，多与传承地之固有文化融合，奉行梵文佛典及其翻译经典。

10. khế lý：契理，契合真理。佛教的契理就是契合佛法的永恒之理。

11. khế cơ：契机，契合众生的根机。佛教的契机就是因应时代，方便教化。

12. Tỳ Ni Đa Lưu Chi：毗尼多流支（？—594），印度僧人，曾师从中国禅宗三祖僧璨，580年从广州到达交州，在龙编（今河内）法云寺弘扬达摩禅法，创立越南佛教灭喜禅派，又称南方派。

13. Mật Giáo：密宗，又称密教，是七世纪以后印度大乘佛教部分派别与婆罗门教相结合的产物，后输入中国，成为中国佛教宗派之一。在中国西藏地区的密宗为藏传佛教，俗称喇嘛教。

14. Vạn Hạnh：万行（？—1018），姓阮，原名不详，越南北江路（lộ Bắc Giang，今属北宁省）人，前黎朝著名禅师，法号万行，越南禅宗南方派传人。他曾助李公蕴建立李朝，李公蕴登基后封其为国师。

15. Từ Đạo Hạnh：徐道行（？—1117），原名徐路（Từ Lộ），越南河内人，李朝著名禅师，法号道行，越南禅宗南方派传人。

16. Nguyễn Minh Không：阮明空（1066—1141），原名阮志成（Nguyễn Chí Thành），越南宁平省人，李朝著名禅师，法号明空，与徐道行是知己朋友。

17. Huệ Năng：惠能（638—713），唐代高僧，得禅宗五祖弘忍传授衣钵，为禅宗第六祖，其所著《六祖坛经》是禅宗的代表作。

18. Thần Tú：神秀（606—706），唐代高僧，禅宗五祖弘忍弟子，北宗禅创始人。

19. Lê：这里指越南的前黎朝（Tiền Lê）

20. giới hạnh：戒行，佛教用语，指在身、语、意三方面遵守戒律的行为。

21. Đinh Tiên Hoàng：丁先皇，即丁部领（Đinh Bộ Lĩnh，925—979），越南历史上第一个自主封建王朝丁朝的第一位皇帝，越史称"丁先皇"，968年即帝位，建国号"大瞿越"，定都华闾。

22. Ngô Chân Lưu：吴真流（933-1011），越南常乐县（huyện Thường Lạc，今属清

化省）人，丁朝著名禅师，越南佛教无言通禅派（又称观壁派）传人。973年，丁先皇赐其匡越（Khuông Việt）大师名号，封其为僧统，曾著有《传灯录》（*Truyền đăng lục*）、《宋使钱行诗》（*Thơ tiễn sứ Tống*）等。

23. *Đỗ Pháp Thuận*：杜法顺（916—991），原名不详，越南前黎朝著名禅师，法号法顺，越南禅宗南方派传人。

24. *Lý Công Uẩn*：李公蕴（974—1028），即李太祖，越南李朝第一位皇帝，1010年即帝位，迁都大罗城（今河内）。

25. *Lê Long Đĩnh*：黎龙铤（985—1009），越南前黎朝皇帝，1005年继位，是越南历史上著名的暴君。因其荒淫无度而患疾，临朝时不能坐而听政，而是卧而视朝，所以俗称卧朝皇帝（vua Ngọa Triều）。

26. *Đa Bảo*：多宝，原名与生卒年均不详，越南李朝著名禅师，匡越大师吴真流的弟子。

27. *Viên Thông*：圆通（1080—1151），原名阮元抑（Nguyễn Nguyên Ức），越南北宁省人，李朝著名禅师，法号圆通，越南禅宗南方派传人。李英宗封其为护国国师。

28. *Diệm*：艳，即吴庭艳（Ngô Đình Diệm, 1901—1963），越南广平省人，天主教徒，1955年10月在美国的支持下建立越南共和国（南越）并就任第一届总统，任职期间实行专制独裁的家族统治，极力反共并迫害佛教徒，导致社会矛盾空前激化，1963年11月1日被政变军人处死。

29. *Thiệu*：绍，即阮文绍（Nguyễn Văn Thiệu, 1923—2001），越南宁顺省人，南越前将军、前总统，1963年参与推翻总统吴庭艳的军事政变，1967年9月当选新一任南越总统，1975年西贡陷落前移居台湾，最后定居美国。

30. *văn cảnh*：览胜、观景。

31. *Từ Thức*：《徐识》，越南民间故事。

32. *Tấm Cám*：《碎米与谷糠》，越南家喻户晓的民间故事，类似灰姑娘的故事。

33. *Quan Âm Thị Kính*：《观音氏敬》，又名《观音新传》（*Quan Âm tân truyện*），六八体喃字长诗。

34. *hội Lim*：每年阴历正月十一至十三在越南北宁省举行的庙会，以期间演唱越南著名的官贺民歌（Quan họ）而闻名。

35. *phái Thảo Đường*：草堂禅派，越南佛教禅宗派别，又称雪窦明觉派。1069年，由被征伐占婆的越南李朝皇帝圣宗（1054—1072）俘获带回的中国禅师草堂在升龙（今河内）开国寺创立。草堂被封为国师，李朝皇帝圣宗、英宗（1138—1175）和高宗（1176—1210）分别为其第一代、三代和五代弟子。

36. *Lý Thánh Tông*：李圣宗，名李日尊（Lý Nhật Tôn, 1023—1072），越南李朝第三位皇帝，1054年继位。1070年，他在升龙（今河内）首建文庙。

37. *Khóa Hư Lục*：《课虚录》，越南现存古籍中最早的一部佛学著作，一般认为作者是陈朝第一位皇帝太宗陈景（Trần Cảnh, 1218—1277），也有学者认为是陈仁宗。

38. *Trần Nhân Tông*：陈仁宗，名陈昑（Trần Khâm, 1258—1308），越南陈朝第三位皇帝，1279年继位，自幼笃志禅学，曾出家，法号香云大头陀、竹林大士。1293年禅位做太上皇，周游各地讲授禅法。1299年在安子山花烟寺，创立越南佛教竹林禅派（又称安子竹林禅派，thiền phái Trúc Lâm Yên Tử），为"竹林三祖"之首，著有《中兴实录》（*Trung hưng thực lục*）、《僧伽粹事》（*Tăng già toái sự*）、《陈仁宗诗集》（*Trần Nhân Tông thi tập*）等。

39. Pháp Loa：法螺（1284—1330），原名同坚刚（Đồng Kiên Cương），越南海阳省人，陈朝著名禅师，法号法螺，越南佛教竹林禅派第二祖，著有《断策录》（*Đoạn sách lục*）、《参禅要旨》（*Tham thiền yếu chi*）等。

40. Huyền Quang：玄光（1254—1334），原名李道载（Lý Đạo Tái），越南北宁省人，陈朝著名禅师，法号玄光，越南佛教竹林禅派第三祖，著有《玉仙集》（*Ngọc tiên tập*）等。

BÀI SỐ 18
SỰ TÁC ĐỘNG CỦA VIỆC GIA TĂNG DÂN SỐ ĐỐI VỚI NỀN KINH TẾ - XÃ HỘI VIỆT NAM
人口增长对越南经济—社会的影响

Sự tác động qua lại giữa dân số và kinh tế-xã hội diễn ra có tính chất biện chứng. Nếu như dân số không tăng hoặc thậm chí bị giảm đi, trong một điều kiện nhất định, làm cho xã hội trì trệ. Dân số tăng lên là điều kiện để thúc đẩy sản xuất vật chất phát triển. Nó cho phép sự phân công lao động được tốt hơn, đồng thời sức lao động cũng được chuyên môn hóa hơn. Nó tạo ra thị trường tiêu thụ, kích thích hàng hóa phát triển, làm tăng chất lượng và hạ giá thành sản phẩm. Hơn nữa tăng dân số sẽ dẫn đến trẻ hóa lực lượng lao động, tăng cường tính năng động và sáng tạo, thúc đẩy khoa học và công nghiệp phát triển.

Nhưng dân số tăng quá nhanh, không phù hợp với nhịp độ phát triển kinh tế-xã hội lại trở thành lực cản, kìm hãm sự phát triển của xã hội. Vì vậy việc điều khiển gia tăng dân số cho phù hợp với yêu cầu phát triển kinh tế-xã hội là một thực tế.

Hiện nay trong thế giới của chúng ta đang tồn tại hai loại nhóm nước chủ yếu: Nhóm nước phát triển và nhóm nước đang phát triển. Nếu như tỷ lệ tăng dân số của toàn thế giới hiện tại bình quân là 1,7% thì ở các nước phát triển tỷ lệ ấy là 0,65%, còn ở các nước đang phát triển là 2,03%. Nước ta thuộc nhóm nước đang phát triển, tỷ lệ tăng dân số hàng năm khoảng gần 2,2%, cao hơn mức bình quân của nhóm. Do dân số phát triển quá nhanh, nên nó là một thách thức lớn đối với mọi nỗ lực nhằm đạt được các mục tiêu kinh tế-xã hội.

Dưới đây nêu ra một số hậu quả của việc tăng nhanh dân số của nước ta không phù hợp với nhịp độ phát triển kinh tế-xã hội:

1. Sức ép về lương thực

Việt Nam là một nước nông nghiệp, có 80% dân số là nông dân. Sự gia tăng dân số không phù hợp với mức tăng sản lượng lương thực đã làm cho lương thực tính theo đầu người trong nhiều năm bị giảm đi.

Người ta tính rằng, dân số tăng 1 thì sản lượng lương thực phải tăng lên 2 hoặc 3 lần. Vì lương thực ngoài nuôi người còn phải để nuôi gia súc, gia cầm; muốn được 1 kg thịt, phải bỏ ra 6 đến 8 kg lương thực cho chăn nuôi. Vậy mà từ năm 1940 đến 1980, nghĩa là sau 40 năm, sản lượng lương thực của ta tăng được 2,5 lần, trong khi đó dân số tăng 2,7 lần. Vì vậy mức lương thực bình quân đầu người giảm từ 295 kg xuống 268 kg[1]. Riêng lúa giảm 34% (tính bình quân đầu người). Trong một thập kỷ qua, sản lượng lương thực có tăng lên đáng kể, song tính bình quân đầu người tuy có nhích lên được nhiều nhưng vẫn thất thường, thậm chí có năm lại giảm xuống so với năm trước đó.

Một trong những nguyên nhân làm cho sản lượng lương thực tính bình quân đầu người của nước ta trong thời gian qua không ổn định là do tốc độ tăng sản lượng lương thực không đáp ứng được với tốc độ tăng dân số. Rõ ràng tăng dân số quá nhanh ảnh hưởng đến mức sống của người dân, đặc biệt đối với nông thôn và miền núi. Nếu không có các biện pháp tích cực để thực thi thì mọi kế hoạch, chủ trương, chính sách, kể cả chương trình có tính phong trào như "Xóa đói giảm nghèo" hiện nay cũng sẽ chẳng đem lại kết quả bao nhiêu.

2. Ảnh hưởng đến số lượng, chất lượng trong giáo dục và y tế

Dân số tăng nhanh, trước hết làm cho số trẻ em tăng lên, cơ cấu dân số thay đổi. Ở nước ta trong ba, bốn thập kỷ qua dân số tăng quá nhanh, nhất là thời kỳ 1955-1977, chỉ trong vòng 22 năm, dân số cả nước đã tăng lên gấp đôi, từ 25 triệu lên 50 triệu người. Vì vậy mà số trẻ em dưới tuổi lao động khá lớn. Năm 1960 tỷ lệ trẻ từ 0 để 14 tuổi ở miền Bắc là 42,8%; các năm 1974-1976 tính trong cả nước, tỷ lệ ấy là 45,1%. Sau đó do chúng ta áp dụng các biện pháp hạn chế sinh đẻ, thực hiện cuộc vận động kế hoạch hóa gia đình nên tỷ lệ này giảm xuống (1979 là 42,5%, 1989 là 39,8%). Tuy vậy ở các dân tộc thiểu số tỷ lệ này vẫn còn quá cao, chẳng hạn ở dân tộc Cơ Tu là 53,29%, Hmông: 49,99%, Khơ Mú: 49,07%, Sán Dìu: 48,87%, Hrê: 48,84% v. v… (số liệu 1989).

Như vậy trong cả nước năm 1989 có 25,2 triệu trẻ em từ 0-14 tuổi bằng dân số Việt Nam năm 1955. Vấn đề là làm sao để có đủ kinh phí đầu tư cho lớp người này cả về ăn, mặc, đảm bảo sức khỏe và học hành.

Theo điều tra của Tổ chức y tế thế giới (OMS), khẩu phần ăn tính ra năng lượng của người châu Á là 2.350 calo/ngày. Ở nước ta, tiêu chuẩn đó chỉ đạt 1.940 calo/ngày, đối với những nơi thường có thiên tai, thiếu đói thì có tới 21% số dân đạt dưới 1.800 calo/ngày, 6% sống dưới mức 1.500 calo/ngày. Ở nông thôn ta 70% bà mẹ mang thai thiếu máu, do đó trẻ em bị suy dinh dưỡng ngay từ trong bụng mẹ. Số trẻ sơ sinh suy dinh dưỡng (nặng dưới 2.500 gam) chiếm 21,7%. Trẻ em ở nhóm tuổi 0-5 tuổi suy dinh dưỡng chiếm 51,5%, trong số các em được kiểm tra ở độ tuổi 6-14 tuổi chỉ có 32% thuộc loại sức khỏe tốt, 59% đạt sức khỏe trung bình và 9% sức khỏe yếu[2]. Mặt

---

[1] Xem thêm Lương Xuân Quỳ, Nguyễn Đình Cử: *Bùng nổ dân số, hậu quả và giải pháp*, Nxb Sự thật, Hà Nội, 1992, tr. 54.

[2] Lương Xuân Quỳ, Nguyễn Đình Cử: Sđd, tr. 57.

khác chửa đẻ nhiều ảnh hưởng lớn đến tính mạng và sức khỏe của người phụ nữ "người chửa cửa mả" (theo Nafis sadik[3] thì trên thế giới hàng năm ít nhất có 500 ngàn phụ nữ chết vì những nguyên nhân liên quan đến thai nghén).

Về cơ sở phòng và chữa bệnh cũng không theo kịp tốc độ gia tăng dân số. Các số liệu cho thấy, trong thời gian 10 năm (1980—1990) các cơ sở phòng và chữa bệnh tăng không đáng kể, thậm chí có năm còn giảm, trong khi đó dân số vẫn tăng khá nhanh (gần 13 triệu người). Riêng số giường bệnh tính trên một vạn dân giảm đi rõ rệt. Chẳng hạn số giường bệnh trên một vạn dân năm 1980 là 37,0, năm 1984: 35,9, năm 1988: 34,9 và năm 1990 là 30,9 giường.

Về giáo dục, năm học 1990-1991, cả nước có trên 12 triệu học sinh (gồm cả học sinh phổ thông, trung học chuyên nghiệp, cao đẳng và đại học), chiếm trên 18% dân số. Như vậy cứ 5 người dân thì có một người đi học. Tuy vậy so với các năm học trước, năm học này số lượng học sinh đã giảm đi nhiều.

Đó là tình hình chung của cả nước. Còn ở các tỉnh miền núi, tình hình còn khó khăn và giảm sút hơn. Theo kết quả điều tra của Viện Khoa học Thống kê trung ương và Cục thống kê tỉnh Lạng Sơn năm 1992, thì ở tỉnh Lạng Sơn, chỉ có 84% dân số trong độ tuổi của người Nùng là biết đọc biết viết, người Dao là 35%. Số người đang đi học từ 5 tuổi trở lên chỉ chiếm 20%, số đã thôi học chiếm 60%, số chưa bao giờ tới trường chiếm gần 19%. Ở độ tuổi từ 5 đến 9 tuổi chỉ có 56,02% trẻ em tới trường và như vậy có tới 43,05% số trẻ chưa bao giờ tới trường[4].

Trên đây mới chỉ nói đến số lượng, còn chất lượng học tập thì hầu như ở mọi cấp học, ở mọi nơi đều có tình trạng xuống cấp khá nghiêm trọng, đặc biệt là ở con em các dân tộc thiểu số. Theo báo cáo của Cục thống kê Nghệ An thì chất lượng học sinh trong tỉnh ngày càng thấp, riêng phổ thông trung học quá thấp. Toàn tỉnh vẫn còn 35 bản làng chưa có lớp học. Năm học 1991-1992 tỷ lệ học sinh tốt nghiệp đạt loại giỏi ở cấp 1 là 4,8%, cấp 2: 0,2%, cấp 3: 0,05%. Ở cấp 1 số học sinh tốt nghiệp cuối cấp so với số học sinh lúc nhập học chỉ đạt 45,5%, ở cấp 2 là 18,2%.

Theo Trần Sĩ Nguyên và Đinh Xuân Hà thì tình hình giáo dục ở các dân tộc thiểu số, nhất là vùng cao, vùng sâu có khó khăn lớn. Số trẻ trong độ tuổi 6-14 tuổi đến lớp còn thấp (15-40%). Đặc biệt các em gái đi học rất ít. Có xã tới 100% số em gái không đi học. Một số nơi cả phổ thông cơ sở và phổ thông trung học 100% học sinh thì hết cấp không đủ điểm đỗ thẳng[5]. Đối với người Hmông, đến năm 1981 số người biết chữ mới đạt 12,3%, trong đó cấp 1 là 10,6%, cấp 2: 0,8% và cấp 3: 0,08%[6].

Như vậy gia tăng dân số tạo nên sức ép buộc Nhà nước phải dành một khoản ngân sách lớn để đầu tư cho nhà trẻ, trường học, bệnh viện và nhà ở. Nhưng vì dân số tăng quá nhanh, đầu tư

---

[3] Nafis sadik: *Dân số, sức khỏe, môi trường và người phụ nữ*, Thông tin dân số, số 6, 1991.

[4] Lê Phương Mai: *Một số vấn đề văn hóa xã hội qua kết quả điều tra chọn mẫu xã hội học các dân tộc miền núi tỉnh Lạng Sơn* 1992, Thông tin dân số, số 3, 1993, tr. 7-12.

[5] Trần Sĩ Nguyên, Đinh Xuân Hà: *Về xây dựng phát triển sự nghiệp giáo dục ở miền núi, vùng dân tộc ít người*, Nghiên cứu giáo dục, số 12, 1989, tr. 9-10.

[6] Đỗ Ngọc Bích: *Một số biện pháp nhằm đẩy mạnh công tác giáo dục trong dân tộc Hmông*, Nghiên cứu giáo dục, số 12, 1989, tr. 11.

không đáp ứng kịp thời và đầy đủ sẽ ảnh hưởng đến sức khỏe và chất lượng học tập, cũng như kiến thức nói chung của lớp trẻ.

3. Dư thừa lao động

Dân số tăng, sau 15—18 năm sẽ kéo theo sự gia tăng lực lượng lao động. Người ta tính rằng, dân số tăng lên 1%, muốn đảm bảo việc làm cho số lao động tăng thêm và vẫn giữ được mức sống bình thường như trước đó, ít nhất thu nhập quốc gia phải tăng 8 đến 9%, nhưng thực tế chúng ta chỉ đạt được 3,5%, nghĩa là chưa đạt một nửa so với nhu cầu[7]. Mặt khác, nếu không tăng vốn mà tăng lao động thì càng làm cho mức thu nhập bình quân đầu người giảm. Vì vậy tốt nhất là tăng vốn và ngừng tăng lao động. Rất tiếc điều đó đối với chúng ta không dễ dàng. Hiện nay bình quân mỗi năm chúng ta phải giải quyết việc làm cho trên 1 triệu lao động mới tăng thêm. Đó là chưa kể số đã, đang sẽ dôi ra từ các xí nghiệp cơ quan Nhà nước do chuyển đổi cơ chế. Bên cạnh đó, đối với những người có tuổi, cần phải có chính sách để đảm bảo các nhu cầu của họ. Đặc biệt lớp người về hưu, đã cống hiến cả cuộc đời cho xã hội, nên phải được đối xử thỏa đáng. Ở nước ta số người này năm 1985 có 400.529 người, trong đó 21.876 người trên 70 tuổi, 731 người neo đơn không nơi nương tựa.

Trong khi đó lao động của chúng ta, nhất là lao động trong nông nghiệp (nước ta vẫn là nước nông nghiệp, 80% dân số sống ở nông thôn với trên 60% tổng số lao động của cả nước) không sử dụng hết thời gian lao động cần thiết, tương ứng với 9 triệu lao động. Còn ở các thành phố, thị xã, thị trấn ngoài số người thường xuyên không có việc làm hoặc việc làm không ổn định v. v…, có một số người từ các vùng nông thôn đổ ra kiếm việc làm, dù là những công việc rất giản đơn, cũng khó mà tìm được việc, làm cho số người không có việc làm tăng lên. Giải quyết việc làm ở thành phố là điều rất khó khăn, vì thiếu năng lượng, nguyên liệu và vốn đầu tư.

Số người không có việc làm ngày càng tăng không những là một gánh nặng đè lên vai những người lao động mà nó còn tác động đến nhiều mặt của kinh tế-xã hội. Chẳng hạn do dư thừa lao động nên không khuyến khích việc áp dụng các tiến bộ khoa học và công nghệ, năng suất lao động thấp, hạn chế tiết kiệm và đầu tư, các tệ nạn xã hội phát triển: trộm cắp, đĩ điếm, cờ bạc, nghiện ngập… Giải quyết những tệ nạn này không thể chỉ bằng các biện pháp hành chính, mà sâu xa hơn phải xem xét mối quan hệ giữa gia tăng dân số, lao động với phát triển kinh tế-xã hội để có các quyết sách cho thỏa đáng.

4. Đất đai trở nên khan hiếm, rừng và môi trường tự nhiên bị hủy hoại

Rõ ràng tốc độ tăng dân số nhanh đã tác động mạnh đến tài nguyên thiên nhiên, trước hết là đến đất đai. Như chúng ta biết, trên thế giới mỗi năm có tới 26 tỷ tấn đất màu trên bề mặt bị trôi đi, khoảng 21 triệu ha bị sa mạc hóa. Việt Nam có trên 33 triệu ha đất, dân số tăng nhanh bình quân đất theo đầu người ngày càng giảm, nhất là đất dùng trong nông nghiệp.

---

[7] Từ Điển: *Vấn đề dân số và lương thực*, Thông tin dân số, số 4, 1991, tr. 9-12.

BÀI SỐ 18 SỰ TÁC ĐỘNG CỦA VIỆC GIA TĂNG DÂN SỐ ĐỐI VỚI NỀN KINH TẾ - XÃ HỘI VIỆT NAM

Như vậy, mặc dù ở địa phương có tổ chức khai hoang mở rộng diện tích để canh tác nhưng do dân số tăng quá nhanh nên sau 50 năm bình quân đất nông nghiệp trên đầu người của ta giảm đi hơn một nửa (diện tích nông nghiệp theo đầu người năm 1940 là 0,26 ha và năm1990 là 0,12ha). Ngoài việc diện tích canh tác bị thu hẹp do phải dành một phần đáng kể để xây dựng nhà cửa, các công trình công cộng do dân số tăng lên, cũng có một phần không nhỏ đất bị xói mòn bởi khai thác không hợp lý, nhất là diện tích rừng bị phá hủy một cách nghiêm trọng. Nước ta có 3/4 diện tích là đồi núi tỷ lệ che phủ rừng phải đạt trên 50% diện tích mới đảm bảo sự cân bằng sinh thái, song chỉ trong 50 năm dân ta đã làm mất đi trên 1/2 diện tích rừng, hiện nay còn khoảng 28% diện tích có rừng che phủ. Trong số 19 triệu ha đất lâm nghiệp có trên 20 triệu đồng bào với trên 4 triệu hộ gia đình sinh sống thuộc 50 dân tộc khác nhau. Hiện vẫn có khoảng 2 triệu người trong số gần 9 triệu đồng bào các dân tộc thiểu số còn sống du canh du cư. Trong nhiều năm qua do chúng ta khai thác bừa bãi, nhất là các nông, lâm trường, khai hoang ồ ạt cũng như phương pháp canh tác đốt rừng làm rẫy nên rừng của chúng ta bị suy giảm nghiêm trọng.

Diện tích rừng của nước ta từ 43,3 triệu ha năm 1943, chiếm 43,8% diện tích cả nước thì sau gần 50 năm chỉ còn lại 9,3 triệu ha, trong đó rừng giàu trung bình là 3,6 triệu ha và rừng non, nghèo là 5,7 triệu ha. Nguy cơ mất rừng và tài nguyên rừng đang đe dọa cả nước. Theo dự tính, nếu tốc độ mất rừng không giảm thì trong khoảng 10-20 năm nữa nước ta sẽ không còn rừng. Các tài nguyên về rừng như động thực vật cũng mất theo. Dân số tăng nhanh, khai thác không hợp lý đã và đang làm cho không những tài nguyên rừng mà cả tài nguyên biển bị suy thoái nghiêm trọng: Môi trường biển bị ô nhiễm do khai thác dầu mỏ, do nước mưa đưa các chất thải, ô nhiễm từ đất liền ra.

Các tài nguyên nước, khoáng sản cũng như các hệ sinh thái đang cạn kiệt dần, nhiều nơi, nhiều lúc trở nên khá trầm trọng. Hậu quả của việc thiếu đất, mất rừng dẫn đến những cuộc di chuyển cư đặc biệt là di tự do gây khó khăn và phức tạp cho xã hội.

Rõ ràng dân số nước ta hiện nay đang là một nghịch cảnh trong sự phát triển của kinh tế-xã hội. Bởi vì dân số, xét về mặt nào đó là một tài nguyên của đất nước (cũng như của xã hội loài người nói chung), nhưng mặt khác nó lại là mối đe dọa lớn nhất tới môi trường. Dân số thì luôn luôn gia tăng, còn rừng, đất rừng tài nguyên thiên nhiên có hạn ngày càng thu hẹp và cạn kiệt. Vì vậy yêu cầu cấp bách là phải có một chính sách đầu tư cho dân số, trước mắt là kế hoạch hóa dân số nhằm ổ định ở mức độ cho phép đồng thời khai thác tài nguyên một cách hợp lý, có lợi nhất, đảm bảo sự phát triển lâu bền.

注 释

本课节选自越南国家社会与人文科学中心民族学所孔演（Khổng Diễn）著、越南河内社会科学出版社（Nxb Khoa học xã hội）1995年版《越南各民族人口概况》（*Dân số và dân số tộc người ở Việt Nam*）第四章"人口结构与人口增长"（*Cơ cấu dân số và sự tăng trưởng* dân số）

1. Cơ Tu：戈都族，越南54个民族之一，主要居住在中部广南、承天—顺化省。

2. Khơ Mú：克姆族，越南54个民族之一，主要居住在西北部山区的一些省份。

3. Sán Dìu：山由族，越南54个民族之一，主要居住在北部山区的一些省份。

4. Hrê：赫耶族，越南54个民族之一，主要居住在中部广义、平定省。

5. Tổ chức y tế thế giới (OMS)：世界卫生组织（Organisation mondiale de la Santé, World Health Organization, WHO），简称"世卫组织"，是联合国下属的一个专门机构。

6. Nafis sadik：纳菲斯·萨迪克（1929—   ）博士，巴基斯坦人，前联合国人口基金执行主任，联合国秘书长亚太艾滋病毒·艾滋病特使。

7. Nùng：侬族，越南54个民族之一，主要居住在北部山区的一些省份。

8. Dao：瑶族，越南54个民族之一，主要居住在北部和西北部越中、越老边境的一些省份。

9. điểm đỗ thẳng：升学分数，亦为điểm lên lớp。

10. rừng non：幼龄林

11. rừng nghèo：低产劣质林

BÀI SỐ 19
GIA ĐÌNH VIỆT NAM
越南家庭

Có lẽ không có một nhóm hay một thể chế xã hội nào được các nhà xã hội học quan tâm một cách rộng rãi như gia đình. Vì gia đình là nền tảng của xã hội, có gia đình mới có xã hội. Chính vì vậy, gia đình còn là đối tượng nghiên cứu mạnh mẽ trong nhiều ngành khoa học khác mà xã hội học có mối liên hệ hết sức chặt chẽ, nhất là sử học, dân tộc học, nhân khẩu học, kinh tế học, tâm lý học xã hội, giáo dục học v. v…

Gia đình - là nhóm xã hội bao gồm những người gắn bó với nhau bằng quan hệ vợ chồng và quan hệ giữa cha mẹ và con cái. Đó là hai quan hệ cơ bản tồn tại trong một gia đình: quan hệ vợ chồng và quan hệ ruột thịt hoặc nuôi con nuôi.

Gia đình Việt Nam gồm có các thành phần:

Người cha

Dưới chế độ phong kiến thực dân, người đàn ông có quyền năm thê bảy thiếp, người đàn ông trở thành người cha khi người đàn bà cùng chung sống sinh con và cùng nuôi dưỡng. Cùng với người đàn ông (chồng) và nhiều người đàn bà (vợ) có thể cùng sống chung với nhau - dưới một nhà hoặc ở riêng. Khi trở thành người cha, người đàn ông đó là người chủ gia đình. Người cha còn có tên gọi là bố và còn được gọi bằng nhiều danh từ khác nhau như: ba, cậu hay ông già, tía… Cha có cha nuôi, (trong trường hợp không có con phải nuôi con nuôi), cha dượng (trong trường hợp con riêng của vợ là con ghẻ).

Người mẹ

Mẹ là người vợ của cha. Các con thường gọi mẹ (mạ, má…) là người đã sinh ra mình. Mẹ có mẹ đẻ, mẹ già, mẹ ghẻ, mẹ kế, mẹ nuôi.

Mẹ đẻ là người tự mình sinh con ra. *Mẹ già* là người vợ cả của cha, dù có con hay không có con, các con của các bà vợ khác của cha đến xưng hô như vậy. *Mẹ ghẻ* là người vợ lẽ, vợ thứ của cha. *Mẹ kế* là người vợ chính thức của cha, khi vợ cả đã khuất, người ta còn gọi là kế mẫu. *Mẹ nuôi* là người không sinh được con, nuôi con nuôi. Các con xưng hô với mẹ kế (kế mẫu) có khi là mẹ (má), có khi là cô, nhưng xưng mẹ là đúng với tập quán dân tộc nhất.

Ngày nay đã khác xưa, người mẹ có quyền bình đẳng với người cha trong gia đình. Tục đa thê dần dần đã xóa bỏ và thực hiện chế độ theo luật Hôn nhân và Gia đình: Một vợ, một chồng.

Con, dâu, rể

Con là những người do cha mẹ sinh ra (con trai, con gái), nuôi dưỡng cho đến tuổi trưởng thành.

Dâu là vợ của con trai trong gia đình.

Rể là chồng của con gái trong gia đình.

Cháu

Có cháu nội và cháu ngoại. Cháu nội là con của con trai, cháu ngoại là con của con gái.

Anh chị em ruột

Người cùng cha mẹ, cùng cha khác mẹ hay cùng mẹ khác cha đều là anh chị em. Người nào sinh trước là anh, là chị, người nào sinh sau là em.

Chị em dâu, anh em rể

Chị em dâu là vợ của người anh và người em trai. Hai người phụ nữ lấy hai anh em trai trong một gia đình gọi là chị em dâu. Ngược lại, hai người đàn ông lấy hai chị em gái trong một gia đình thì gọi là anh em rể (bạn cọc chèo).

Bác, chú, cô, thím (dùng để chỉ người bên họ nội)

Bác là anh ruột của cha, *chú* là em ruột của cha, *cô* là chị ruột của cha hoặc là em gái ruột của cha. Vợ của bác gọi là *bác gái*, vợ của chú gọi là *thím*. Chồng của cô gọi là *dượng*. Từ ngữ "thím", "dượng" nghe không thân thiết, hiện nay người ta thường dùng từ "cô" thay cho "thím", "chú" thay cho "dượng" trong trường hợp "thím" và "dượng" ở bậc đàn em.

Cậu, mợ, dì (dùng để chỉ người bên họ ngoại)

Anh ruột, em ruột của mẹ gọi bằng *cậu*. Vợ của cậu là *mợ*. Em gái ruột của mẹ gọi là *dì*.

Kết cấu của gia đình Việt Nam bao quát rất rộng và mọi người bên nội lẫn bên ngoại có tình thân thiết, gắn bó nhau. Nếu lấy bản thân ta tính đôn lên, sẽ có:

— Cha mẹ
— Ông bà
— Cụ ông, cụ bà (cố)
— Ông, bà tổ

— Trên nữa gọi là *cao tổ*, cho đến *thủy tổ*.

Năm đời cùng ở với nhau gọi theo cách nói ngày xưa là *ngũ đại đồng đường*. Trường hợp này xưa nay hiếm. Bốn đời cùng ở với nhau gọi là tứ đại đồng đường (gồm có cụ, ông bà, cha mẹ và các con) còn tồn tại tương đối phổ biến.

Nếu tự bản thân ta tính xuống, sẽ có:

— Con

— Cháu

— Chắt

— Chút

— Chít.

Ở Việt Nam, con bác, chú, cô, dì, cậu, mợ thuộc bên nội ngoại đều là anh chị em họ hàng với nhau. Anh chị em bên họ nội được gọi là anh chị em con chú, con bác. Còn anh chị em bên họ ngoại được gọi là anh chị em con cô, con cậu hoặc con dì, con già. Những anh chị em họ hàng này là cháu nội, cháu ngoại của các ông bà là anh em, chị em với nhau. Nói chung, trong họ hàng có nhiều gia đình, nhiều gia đình có quan hệ huyết thống gọi là gia tộc, đại gia đình.

Vợ chồng là hai cột trụ chính của gia đình. Họ sẽ trở thành cha mẹ và ông bà khi họ có con và những người con của họ xây dựng gia đình và sinh con. Trong quan hệ gia đình, bên cạnh các mối quan hệ như cha mẹ, con cái, anh chị em thì mối quan hệ vợ chồng là quan trọng nhất.

Ở Việt nam, giữa hai vợ chồng thường gọi nhau là *anh và em* (dầu người vợ có lớn tuổi hơn chồng), là *mình*, còn xưng hô với người khác thì gọi là *ông xã*, *bà xã*, và không ít người thường dùng là *nhà tôi*. *Nhà tôi* là một danh xưng rất bình đẳng và đầy tự hào về người vợ hay người chồng của mình. *Nhà tôi* còn là tiếng nói đầy âu yếm của tình nghĩa vợ chồng. Nó hay hơn rất nhiều so với tiếng "chồng tôi" hay "vợ tôi". Tiếng "mình" cũng mang tính chất bình đẳng giữa vợ chồng. *Mình* còn có nghĩa là tuy hai mà một kết hợp sự hòa đồng thống nhất tuyệt đối giữa vợ chồng. Tiếng "mình" gợi lên không khí thân mật, rất tình cảm, đầy yêu thương, trìu mến. Tiếng "mình" rất hay và rất Việt Nam trong quan hệ vợ chồng.

Tình yêu trai gái là một trong những tình cảm quý giá nhất, là động lực thúc đẩy đi đến hôn nhân. Nhưng trong thực tế, tình yêu chưa phải là yếu tố duy nhất để chọn lựa vợ chồng vì có những cặp vợ chồng lần đầu tiên mới trông thấy nhau trong ngày cưới, cũng có những người yêu nhau tha thiết nhưng không trở thành vợ chồng, cũng có người yêu nhau, sau khi trở thành vợ chồng rồi không còn yêu nhau nữa.

Ngày xưa, người Việt Nam có quan niệm "nữ thập tam, nam thập lục" nghĩa là con gái 13 tuổi, con trai 16 tuổi có thể lấy vợ gả chồng. Vì thế việc tính xây dựng gia đình cho con cái rất sớm, đặc biệt là ở nông thôn. Một mặt do nhu cầu lao động, mặt khác muốn có con có cháu.

Tục lệ xưa, con gái chưa lấy chồng phải nghe lời cha mẹ và khi đã lấy chồng rồi phải theo chồng (tại gia tòng phụ, xuất giá tòng phu), không được ở nhà mình vì người con gái coi như đã gả bán xong. Lấy chồng phải gánh vác việc nhà chồng, coi trọng cha mẹ chồng hơn cả cha mẹ mình. Vì vậy, khi kén chọn vợ cho con, cha mẹ thường chú trọng đến đức hạnh của người con gái:

Cái nết đánh chết cái đẹp. Việc chọn con dâu con rể theo kinh nghiệm đánh giá chủ quan của cha mẹ, cho nên con trai không được từ chối, còn con gái thì cha mẹ đặt đâu con ngồi đó. Người xưa cho rằng đôi trai gái tự do tìm hiểu, lấy nhau là đáng chê trách vì đã có sự thông dâm trong ý thức hoặc hành động. *Nam nữ thụ thụ bất thân*, trai gái không được gần nhau một cách quá tự nhiên, lỡ không may có bầu thì dư luận xã hội không tha thứ được. Phong tục Việt Nam hết sức nghiêm khắc về vấn đề này. Đứng về phía gia đình, điều chú trọng đầu tiên là phải môn đăng hộ đối nghĩa là gia đình hai bên có vị trí xã hội tương ứng nhau, cùng một hoàn cảnh sinh hoạt tương đương phù hợp nhau hơn, nhưng không phải là một định lệ, họ lại dửng dưng với khả năng kinh tế, ít nghĩ đến chuyện bên nào giàu bên nào nghèo: "*Giá thú bất luận tài*".

Trong thực tế thời bấy giờ, việc kén chọn dâu rể là do cha mẹ, nhưng không ít trường hợp cha mẹ cho phép con cái có quyền lựa chọn vì ép dầu ép mỡ, ai nỡ ép duyên. Do vậy, cha mẹ cũng tạo điều kiện dễ dàng, thuận lợi để họ tìm hiểu nhau, không đến nỗi quá khắt khe. Đứng về mặt xã hội Việt Nam cũng không có sự ngăn cấm. Ở ba miền Trung, Nam, Bắc đều có những cuộc hội hè. Đây là một dịp để trai gái gặp nhau, tìm hiểu nhau đưa đến hôn nhân. Phong tục chỉ cho phép trong giới hạn đó. Hiện nay có nhiều dịp hơn để cho trai gái gặp nhau như qua các lễ hội, du lịch, sinh hoạt văn hóa văn nghệ, quảng cáo trên báo chí tự giới thiệu về mình v. v…

Sau khi tìm hiểu của các con và hai gia đình ưng thuận, họ tiến hành *lễ ăn hỏi* coi như hai bên nhất trí để làm thông gia. Trước khi làm lễ cưới, đôi trai gái không được gặp nhau trừ trường hợp rất đặc biệt. Ngày nay thì khác hẳn, trước khi đi hỏi, đi cưới họ gặp nhau bất cứ lúc nào họ muốn.

Ngày xưa các cụ thường khuyên con trai mình đã hỏi vợ thì phải cưới liền tay để phòng những kẻ dèm pha. Còn bên nhà gái thì lại chần chừ vì thấy con mình còn nhỏ, thương con không muốn con về nhà chồng sớm, phải lo toan việc gia đình. Ngày nay, đôi trai gái yêu nhau nhưng chưa muốn lấy nhau, họ còn đủng đỉnh vì chưa có việc làm, kinh tế phụ thuộc vào gia đình cha mẹ. Song cũng có những cô muốn lấy ngay thay vì sợ mất người mình muốn lấy làm chồng.

Tục lệ cưới ngày xưa, trước hết là tránh trong thời kỳ có tang và cũng có thể xin chạy tang. Nhà trai xin cưới, nhà gái thách cưới. Thách cưới như đòi trầu cau, trà rượu, bánh trái, xôi gấc, lợn quay, đồ trang sức, y phục cô dâu và cả tiền nữa. Tuy thách cưới nhiều nhưng nhà trai xin giảm nhẹ vẫn được chấp nhận. Trước ngày cưới, nhà gái thường báo tin cho bà con họ hàng bạn bè hàng xóm bằng trầu cau, gói trà tượng trưng để mời tới ngày dự lễ thành hôn của con mình. Đến dự lễ cưới, khách mời thường mang theo đồ mừng như bức trướng, đôi liễn, đồ kỷ niệm hoặc đồ dùng cho gia đình mới xây dựng, có khi có cả tiền hay vàng bạc (đối với người trong gia tộc).

Ngày nay việc hỏi và cưới vợ lấy chồng đơn giản hơn trước. Trong kháng chiến chống Pháp nhờ cơ quan đứng ra tổ chức hoặc hai người muốn xây dựng mái ấm gia đình chỉ cần báo cho cơ quan, đơn vị mình đang công tác, thậm chí không có giấy hôn thú. Việc tổ chức cũng rất đơn giản như mướn phòng cưới và có trà nước kẹo bánh đãi khách. Để góp vui trong ngày cưới có những tiếng hát chuyên nghiệp hoặc không chuyên nghiệp hoặc cây nhà lá vườn. Đồ mừng ngày cưới là bộ tách uống trà, soong nồi chảo, phích nước hay lẵng hoa hồng đỏ thắm. Sau hòa bình lập lại tục lệ xưa như được phục hồi: Bạn bè hai họ bên nào mừng bên đó. Bên trai đi chọn ngày giờ để làm lễ cưới (giờ hoàng đạo), làm lễ cúng gia tiên ở nhà trai nhà gái và lễ bố mẹ mình để đền ơn nuôi dưỡng, giáo dục. Tổ chức cưới thay vì không đòi heo, bò, gà, vịt thì tổ chức ở nhà hàng, khách sạn hàng trăm bàn với những món ăn đặc sản, rượu ngoại, nhạc sống… Các nghi thức chuẩn bị lễ hỏi, lễ cưới do gia đình bên trai lo liệu như y phục cô dâu theo thời đại, đồ nữ trang cho cô dâu, bảy mâm gồm có trầu cau, trà rượu, bánh ngọt, bánh dẻo và tiền. Có xe hơi đưa rước cô dâu về nhà chú rể. Xe cô dâu chú rể ngồi được kết hoa trắng hoa hồng. Khách mừng cô dâu chú rể chủ yếu là "phong bì" tiền. Trước khi đưa "phong bì" khách được ký một chữ ký trên tấm vải màu đỏ chỉ sự vui mừng. Việc tổ chức lễ cưới ngày nay có phần mang tính chất thương mại hóa hơn là thể hiện tình cảm. Tuy các đoàn thể quần chúng vận động đám cưới theo đời sống mới giảm bớt thủ tục phiền hà và tiết kiệm nhưng chưa được thực hiện một cách tự giác vì một suy nghĩ đơn giản: đời chỉ có một lần.

Tập quán gia đình Việt Nam, khi đã thành lập gia đình ai cũng muốn có con. Con là gốc rễ nối dõi tông đường, bảo tồn huyết thống. Không ai khác, con sẽ lo việc khói hương phụng thờ tổ tiên, cúng giỗ, cúng Tết.

Người xưa có nói: *"Bất hiếu hữu tam, vô hậu vi đại"* nghĩa là không có hiếu có ba điều thì không con là điều nặng nhất. Người không con là người tuyệt tự, không có ai nối dõi tông đường. Con phải là con trai mới giữ được huyết thống, giữ được dòng họ. Còn con gái là con của nhà người ta sau khi đã về nhà chồng.

Theo pháp luật thời phong kiến, lấy chồng mà không con là một cái tội nặng nhất trong bảy cái tội của người làm dâu. Vì thế, người phụ nữ không con, thường cưới vợ lẽ cho chồng để kiếm đứa con, cũng có người sợ chồng bỏ nên đã mang tội thông dâm để mong có con.

Vợ không có con, người chồng có quyền đi lấy vợ khác. Có trường hợp người chồng có nhiều vợ nhưng vẫn không con nên đã cho vợ đi tìm "bạn mới" để lấy con người ta làm con mình.

Việc sinh con ở Việt Nam rất quan trọng, cho nên những cặp vợ chồng lấy nhau đã lâu năm không con họ phải chạy chữa bằng thuốc men, đi cầu tự, trừ tà… Khoa học hiện đại đã giúp người vợ vô sinh có con qua ống nghiệm.

Ngày nay nhiều người quan niệm có con là được, không cứ phải là con trai, thậm chí không con cũng không có vấn đề gì miễn vợ chồng sống với nhau đến đầu bạc răng long trong hạnh phúc cô quả mơ hồ.

Từ ngày xa xưa cho đến nay gia đình Việt Nam bao gồm một thành phần rộng rãi, chỉ tất cả mọi người cùng huyết thống như cha mẹ, ông bà, cố, tổ, thuộc hàng trên, còn con cái, cháu, chắt, chút thuộc hàng dưới. Gia đình bên cha thuộc *họ nội*, gia đình bên mẹ thuộc *họ ngoại*. Gia đình Việt Nam xem con dâu, con rể như con đẻ của mình. Cháu nội hay cháu ngoại đều được thương yêu như nhau. Ngoài chuyện con cái, vợ chồng luôn được sự quan tâm của mọi người trong gia đình. Mọi người đều biết: "Công cha như núi Thái Sơn, nghĩa mẹ như nước trong nguồn chảy ra. Một lòng thờ Mẹ, kính Cha, cho tròn chữ hiếu mới là đạo con". Làm con là phải biết kính trọng, thương yêu và vâng lời cha mẹ, hơn thế nữa đây là sự khuyến khích phục tùng trong tôn ti trật tự gia đình và xã hội.

Từ xa xưa dân tộc Việt Nam đã thấy vai trò quan trọng của gia đình. Gia đình là tế bào, là hạt nhân của xã hội. Do đó có câu: "*Dục trị kỳ quốc, tiên tề kỳ gia*" (Muốn trị nước tốt, tất phải giáo dục tốt gia đình). Gia đình hòa thuận, hạnh phúc thì xã hội mới phát triển, bền vững.

注　释

本课选编自青黎（Thanh Lê）著、越南胡志明市国家大学出版社（Nxb Đại học quốc gia TP. Hồ Chí Minh）2001年版《家庭社会学》（*Xã hội học gia đình*）第二部分。

1. đôn：提高、提升、增多，属方言、口语。

2. chít：六世孙，玄孙的儿子。

3. tại gia tòng phụ, xuất giá tòng phu：在家从父，出嫁从夫，加之夫死从子（phu tử tòng tử），是封建时期越南妇女所要遵守的"三从"。

4. cái nết đánh chết cái đẹp：品行重于容貌

5. nam nữ thụ thụ bất thân：男女授受不亲

6. giá thú bất luận tài：嫁娶不论财

7. ép dầu, ép mỡ, ai nỡ ép duyên：比喻父母不应该强迫子女与自己不喜欢、不相爱的人结婚。类似汉语的"强扭的瓜不甜"。

8. lễ ăn hỏi：问名礼，越南传统婚嫁礼仪中重要的一项。婚礼前，男方家挑选良辰吉日，带着礼物到女方家，女方家祭供祖先，把礼物分送亲戚朋友，表示嫁女之事不再改变，然后双方讨论、商定婚礼的具体事宜。

9. chạy tang：不发丧，即准备婚事之时，家中有人去世，暂时先不发丧，待办完喜事之后再办理丧事。

10. cây nhà lá vườn：自编自演，原义为自家产的水果或其它东西，一般是送礼或请客时说的话。

11. dục trị kỳ quốc, tiên tề kỳ gia：欲治其国，先齐其家。

BÀI SỐ 20
LÊN ĐƯỜNG
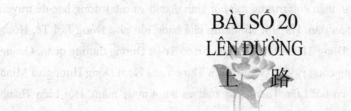

Mùa xuân năm 1908, giữa lúc hàng nghìn nhân dân Huế nằm chắn ngang cầu Tràng Tiền và vây quanh tòa Khâm để chống thuế, chống đi phu thì anh Nguyễn Tất Thành đang cắp sách đến trường Quốc học Huế. Cổng trường xây hình gác chuông đắp hai con rồng bằng mảnh sứ. Từ trong sân trường, các học sinh nghe vọng tới tiếng đồng bào kéo đi đấu tranh dọc bờ sông Hương. Anh Thành không thể không suy nghĩ về thời cuộc và anh nhìn rõ thêm kẻ thù của dân tộc.

Điều đó anh bắt đầu hiểu từ lúc anh còn ở quê làng Sen tỉnh Nghệ An, sống giữa những người thân của anh. Nguyễn Tất Đạt, tức Cả Khiêm, anh ruột, và Nguyễn Thị Thanh, tức Bạch Liên, chị ruột của anh, đều là những người hoạt động ủng hộ nghĩa quân Nghệ An lúc bấy giờ và bị tù nhiều năm. Cha anh là bạn của nhà yêu nước Phan Bội Châu. Những lần ông Phan Bội Châu đến chơi nhà, anh lắng nghe giọng nói đầy sức lôi cuốn của ông. Thơ văn của Phan Bội Châu để lại trong tâm hồn anh những cảm xúc mãnh liệt, dạt dào tình yêu Tổ quốc.

Anh Thành thích câu thơ của Tùy Viên mà ông Phan Bội Châu thường ngâm:

Mỗi phạn bất vong duy trú bạch

Lập thân tối hạ thị văn chương

(Mỗi bữa không quên ghi sổ sách

Lập thân hèn nhất ấy văn chương)

Ông Phan mượn những câu thơ ấy để tỏ sự khinh ghét thứ văn chương trống rỗng và làm cầu bước tới cái ghế ông quan. Đối với anh Thành, những câu thơ ấy khêu gợi ở anh lòng ham muốn hành động ích nước, lợi dân. Anh là một thanh niên sôi nổi nhưng có óc suy nghĩ sâu sắc. Anh nhận ra: những bài học xuyên tạc lịch sử dân tộc, những giờ tập dịch tiếng Pháp trong lớp chỉ nhằm đào tạo những người thừa hành ngoan ngoãn cho chế độ thống trị. Đấy không phải là con đường và lý tưởng của anh. Anh muốn cống hiến tuổi trẻ của anh cho việc thực hiện hoài bão mà anh và cả gia đình anh ấp ủ.

Dạo ấy trong số các sĩ phu yêu nước Việt Nam có một chuyển biến mới. Họ muốn thoát ra một phần khỏi ý thức hệ của giai cấp phong kiến và tiếp thụ một phần ý thức hệ của giai cấp tư sản từ Âu, Mỹ truyền sang qua các sách dịch bằng tiếng Trung Hoa. Trào lưu tư tưởng mới ấy xuất phát từ một nền kinh tế tư sản dân tộc đang hình thành và cố ngoi lên chống sự chèn ép của chủ nghĩa thực dân. Các nhà văn thân chủ trương mở hội kinh doanh và mở trường học để truyền bá tinh thần yêu nước trong nhân dân. Hà Nội có những nhà hàng lớn như Đồng Lợi Tế, Hồng Tân Hưng, Quảng Hưng Long, Đông Thành Hưng. Nghệ An có Triệu Dương thương quán. Quảng Nam có Quảng Nam hiệp thương công ty. Sài Gòn và Cần Thơ có nhà Nam Đồng Hương và Minh Tân công nghệ xã. Phan Thiết có hội Liên Thành sản xuất và buôn nước mắm. Hội Liên Thành mở trường Dục Thanh dạy chữ Quốc ngữ.

Trường cất bằng gạch, lợp ngói âm dương nhìn ra con sông Mương Máng. Một cây cổ thụ phía trước, một hồ sen phía sau trường tạo ra một khung cảnh thích hợp cho học tập và tư duy. Trường tổ chức rất quy củ, có cả chỗ nội trú và phòng ăn cho thầy giáo và học sinh. Đồng bào một số địa phương ủng hộ mục đích cao cả của trường, tự nguyện hiến ruộng cho trường để có hoa lợi làm học bổng cho học sinh.

Dục Thanh là một trường học tư tiến bộ nhất thời bấy giờ ở miền Trung. Tiếng tăm của nó truyền đi khắp nơi, thu hút nhiều người yêu nước quan tâm đến vận mệnh của dân tộc. Anh Nguyễn Tất Thành bỏ học ở Huế vào thẳng Phan Thiết dạy lớp ba, lớp nhì ở trường Dục Thanh.

Người thầy giáo 21 tuổi ấy hăm hở truyền cho học trò mình không chỉ những kiến thức văn hóa mà cả tư tưởng yêu nước nữa. Mỗi sáng, trong bộ bà ba trắng, thắt lưng màu hoa lý, chân đi guốc gỗ, thầy Thành vào lớp chọn bốn học sinh, hai trai, hai gái đứng lên bình mấy câu văn trong tập sách của Đông Kinh Nghĩa Thục. Trong tiếng gió biển thổi qua song cửa gỗ là tiếng thầy Thành giảng văn:

... Trời đất hỡi! Dân ta khốn khổ!
Đủ các đường thuế nọ thuế kia
Lưới vây, chài quét trăm bề,
Róc xương róc thịt còn gì nữa đâu!
... Tiếng tiếng giỏ ra từng giọt máu
Đêm đêm khua tỉnh giấc hồn mê!
Ai ơi, có mến non cùng nước
Nhớ tổ, mau mau ngành cổ về.

Mỗi tháng đôi lần, thầy Thành dẫn học sinh lên chơi động Thành Đức. Thầy trò mang theo cơm nước, ăn uống, nghỉ ngơi, trò chuyện bên gốc những cây thị đến chiều tối mới về. Những dịp sáng trăng, thầy Thành đưa học sinh ra bãi biển, ngồi trên những ghềnh đá ngắm trăng và ngâm hát những bài ca yêu nước:

Á tế á năm châu là bậc nhất.
Người nhiều hơn mà đất cũng rộng hơn...
Đứng làm trai trong vòng trời đất.
Phải sao cho rõ mặt non sông.

BÀI SỐ 20 LÊN ĐƯỜNG

Kìa kìa, mấy bậc anh hùng...

Cũng vì thuở trước học không sai đường...

Thầy Thành giảng cho học sinh hiểu tư tưởng của Rút-xô, Mông-tét-xki-ơ, Von-te..., những văn hào và triết gia Pháp đã xướng ra những thuyết nhân đạo, dân quyền, tự do, bình đẳng, bác ái trong khuôn khổ chế độ tư bản chủ nghĩa chống lại những học thuyết phong kiến cổ hủ. Những học thuyết ấy còn đè nặng xã hội Việt Nam gấp nhiều lần so với các xã hội châu Âu.

Thầy Thành còn chú ý rèn luyện thể lực cho học sinh. Cứ đúng năm giờ sáng, thầy trò ra sân trường tập thể dục. Hàng tuần, vào ngày thứ năm, tập các môn điền kinh như nhảy sào, nhảy cao, xà đơn, kéo dây. Anh Thành đã chinh phục và cảm hóa được lớp trẻ của trường Dục Thanh, của thị xã Phan Thiết bằng sự nhiệt tình, sự tận tâm và bằng cái đẹp của tâm hồn anh. Anh tiêu biểu cho một kiểu thầy giáo và người thanh niên mới nhất và có trí tuệ nhất. Vì anh sống có lý tưởng trong sáng, có lòng ham muốn học hỏi. Và nhất là có khả năng tổng kết kinh nghiệm để tìm ra lẽ phải.

Anh rất khâm phục tinh thần của các nhà yêu nước Phan Bội Châu, Phan Chu Trinh, nhưng anh không hoàn toàn tán thành cách làm của họ. Một người dựa vào hoàng phái, quan lại và Nhật Bản; một người dựa vào chính ngay thực dân Pháp để mong giành lại độc lập cho nhân dân ta. Anh cảm thấy những chủ trương đó là không đúng. Các phong trào yêu nước liên tiếp thất bại. Trần Quý Cáp bị thực dân xử tử. Phan Chu Trinh bị đày đi Côn Đảo. Vụ đầu độc lính Pháp ở Hà Nội không thành công. Đông Kinh Nghĩa Thục bị đóng cửa, và nhiều người lãnh đạo bị bắt. Phong trào Duy Tân bị đàn áp. Quân Pháp mở cuộc tiến công cuối cùng vào căn cứ của Hoàng Hoa Thám. Giai cấp phong kiến không còn đủ sức tập hợp lực lượng nhân dân chống lại quân thù. Cách Mạng Việt Nam đang trải qua những năm tháng khủng hoảng cả về lý luận, đường lối và phong thức.

Anh Thành không bi quan trước tình hình ấy. Anh nhìn thấy ở đấy sức quật khởi của đồng bào, truyền thống bất khuất của dân tộc và sự thôi thúc tìm đường cứu nước. Trong thoái trào chung của cách mạng, hội Liên Thành phải thu hẹp hoạt động và trường Dục Thanh chuẩn bị đóng cửa.

Năm 1911, thầy giáo Nguyễn Tất Thành từ giã trường thân yêu vào Sài Gòn. Lúc này đang là thời kỳ bọn thực dân Pháp, sau khi hoàn thành việc xâm lược nước ta, triệt để khai thác có hệ thống các nguồn tài nguyên phong phú và sức lao động rẻ mạt của nhân dân ta. Đường sá, cầu cống, nhà máy mọc lên cùng với sự hình thành đầu tiên một giai cấp công nhân. Và cũng lần đầu tiên, anh nhìn thấy lớp người mới ấy của xã hội làm việc trong các nhà máy xay, máy cưa, nấu rượu, làm nước đá, làm đường, các xưởng đóng tàu và sửa chữa ô tô, khuân vác hàng trên bến tàu. Bọn thực dân tự do cướp đất, mở nhiều đồn điền quanh Sài Gòn, trồng chè, cà phê, cao su và bắt đầu cho xuất cảng một khối lượng khá lớn nông sản, lâm sản. Cảng Sài Gòn mở thêm bến, xây thêm kho, mộ thêm công nhân, tăng thêm xe vận tải. Các tàu Pháp, Anh, Đức, Hà Lan, Na Uy, Nhật Bản mỗi tháng vào ra cảng dăm chục chiếc.

Sài Gòn mới mở một trường dạy nghề ba năm chuyên đào tạo công nhân hàng hải và công nhân cơ khí cho xưởng Ba Son. Trường chật hẹp, trên đầu các thợ học việc nhằng nhịt những dây cua-roa. Anh Nguyễn Tất Thành xin vào học ở trường này. Anh muốn trở thành một công nhân đứng máy. Người thanh niên ấy mang đến Sài Gòn bầu nhiệt huyết và cái mới trong cách nghĩ và cách sống. Giữa một xã hội phong kiến và thuộc địa coi khinh lao động chân tay, anh bỏ nghề dạy học, tự nguyện và hăm hở đi vào nghề thợ máy để có điều kiện tiếp xúc với kỹ thuật mới, đặc biệt với lớp người mới đang điều khiển nó là giai cấp công nhân.

Anh đến trường học nghề, lòng canh cánh hoài bão giải phóng nhân dân. Cứu nước, cứu dân bằng con đường nào? Thời ấy, sau khi Nhật Bản đánh thắng Nga hoàng, đứng vào hàng đầu các nước đế quốc trên thế giới, trong tầng lớp sĩ phu yêu nước Việt Nam có xu hướng phục và thân Nhật Bản. Đối với họ, Nhật Bản là một hình ảnh mới và một kiểu mẫu mới đầy hấp dẫn. Họ náo nức tìm hiểu lịch sử và kinh nghiệm của Nhật Bản. Việc đi sang Nhật Bản học tập và cầu viện trợ đã trở thành một phong trào, quen gọi là phong trào Đông du.

Anh Thành đã từng khước từ lời rủ anh sang Nhật Bản. Có tinh thần suy nghĩ độc lập, có năng lực tư duy xuất chúng, anh đánh giá đúng chỗ được và chỗ không được trong đường lối cách mạng của các nhà yêu nước lúc đó. Anh cho rằng để cứu nước phải bắt đầu bằng việc xem xét, quan sát thật nhiều, tìm ra lý luận cách mạng đúng để có hành động cách mạng đúng. Và anh tự quyết định một hướng đi cho mình: sang châu Âu, nơi trào lưu tư tưởng tự do, dân quyền, dân chủ và khoa học kỹ thuật đang phát triển, xem xét các nước ở đấy làm như thế nào rồi trở về giúp đồng bào.

Một người bạn thân của anh Thành ở Sài Gòn biết ý định ấy hỏi anh lấy đâu ra tiền mà đi. Anh Thành giơ hai bàn tay, quả quyết: " Đây, tiền đây, tôi sẽ làm việc, tôi sẽ làm bất cứ việc gì để sống và để đi". Anh Thành không dựa vào sự quyên góp của người giàu hoặc bất cứ ai. Anh dựa vào nghị lực và sức lao động của chính anh. Anh vượt lên trên những người yêu nước cùng thời trong lĩnh vực tư tưởng xã hội bằng một phương thức chính xác để tìm chân lý, bằng tinh thần tự lực tự cường đến cao độ và một quyết tâm sắt đá không gì lay chuyển được.

Sài Gòn là thành phố có nhiều điều kiện giúp anh Thành thực hiện ước mơ của mình. Anh thường thấy ngoài bến những con tàu rất to rúc còi chạy ra biển như gọi anh lên đường. Lúc đó ở Sài Gòn có chi nhánh hai công ty tàu biển lớn chạy đường Pháp – Đông Dương: hãng Mét-xa-giơ-ri Ma-ri-tim, còn gọi là hãng "Đầu ngựa", do ống khói các tàu của hãng sơn hình đầu con ngựa và hãng Sác-giơ Rê-uy-ni, còn gọi là hãng "Năm Sao", do ống khói các tàu của hãng sơn hình năm ngôi sao. Hãng Năm Sao mới mở được ít năm, đường chạy thường xuyên từ Pháp sang Đông Dương. Đường phố Sài Gòn dán nhiều quảng cáo của nó in bằng hai thứ tiếng Pháp và Hán với hình vẽ con tàu đang rẽ sóng kèm hành trình: Đoong-kéc, Lơ Ha-vrơ, Boóc-đô, Mác-xây, Po Xa-ít, Gi-bu-ti, Cô-lôm-bô, Xin-ga-po, Sài Gòn, Tua-ran, Hải Phòng. Hãng Năm Sao tuyển người Việt Nam xuống làm dưới tàu, phụ với công nhân Pháp trong các công việc: làm bếp, làm bánh, rửa bát đĩa, lau quét tàu, phục vụ hành khách, cạo sơn, đánh đồng… Tất cả mọi nghề ấy của người Việt Nam mang một tên gọi trên tàu: bồi.

Tiếng gọi của lý tưởng không cho anh Thành học hết ba năm ở trường dạy nghề. Mới học ba tháng, anh bỏ học. Trưa ngày 2-6-1911, anh ra bến Nhà Rồng (Sài Gòn). Vừa lúc một chiếc tàu của hãng Năm Sao từ Tua-ran (tức Đà Nẵng) cặp bến. Đấy là tàu "Đô đốc La-tu-sơ Tơ-rê-vin". Anh Thành lên thẳng tàu xin việc làm. Lúc đầu, chủ tàu ngần ngại vì thấy anh gầy gò, có vẻ một anh học trò hơn là một người lao động. Sau người đó cũng nhận và hẹn anh hôm sau đến. Anh Thành xuống tàu làm bắt đầu từ ngày 3-6-1911 với một tên mới: Văn Ba. Cùng xuống tàu làm hôm đó với anh còn có bốn thanh niên Việt Nam, những nông dân nghèo khổ, mù chữ, bỏ làng và gia đình đi kiếm ăn: Lê Quang Chi, Nguyễn Văn Tri, Nguyễn Tuân và Đặng Quan Rao. Trên tàu có ba người bồi Việt Nam làm cho hãng tàu từ trước. Đấy là các bác Nguyễn Văn Hùm, Bùi Văn Viên, Nguyễn Văn Ba, những người hôm trước đã đưa anh Thành đến gặp chủ tàu.

"Đô đốc La-tu-sơ Tơ-rê-vin" là một trong những tàu lớn đầu thế kỷ, vừa chở hàng, vừa chở khách, dài 124 mét 10, rộng 15 mét 20, chạy máy hơi nước có 2.800 sức ngựa, trọng tải 5.572 tấn. Đáy tàu có hầm chứa 900 tấn nước ngọt và 15 tấn than để có thể chạy một mạch 12.000 hải lý không phải ghé bến. Ở boong trên cùng có buồng các sĩ quan, thủy thủ người Pháp, phòng ăn, phòng hút thuốc lá và một dãy buồng cho 40 khách đi vé hạng nhất. Khoang dưới cùng phía giữa tàu là nơi đặt các thứ máy móc, ba nồi hơi lớn và chỗ ngủ của các bồi tàu như anh Thành. Ở đây không khí ngột ngạt, tranh tối tranh sáng, suốt ngày đêm tiếng máy chạy sình sịch rung chuyển vách hầm, nhức tai nhức óc, người không quen rất khó ngủ.

Viên thuyền trưởng Lu-i Ê-đu-a Mai-sen, 38 tuổi, quê ở Đoong-kéc, miền bắc nước Pháp, giao anh Ba làm phụ bếp: nhặt rau, vác khoai, rửa nồi, cào lò, xúc than, dọn cho bọn chủ bếp Pháp ăn… Làm việc quần quật suốt từ sáng tinh mơ đến đêm, anh Ba mình đầy bụi than và mồ hôi. Có khi hai, ba giờ sáng, cai nhà bếp còn đến gọi dậy đi khuân vác thực phẩm dự trữ ở kho ướp lạnh đưa lên bếp. Lương anh Ba ghi trên sổ tàu là 45 phrăng một tháng (tức 4 đồng 5 hào tiền Đông Dương). Nhưng sau khi trả tiền ăn, tiền nộp cho cai bếp, góp vào quỹ bảo hiểm cho riêng thủy thủ người Pháp, trừ đầu trừ đuôi mọi khoản, thực tế anh chỉ còn được lĩnh 10 phrăng. Trong khi đó, viên thuyền trưởng Mai-sen lĩnh lương chính mỗi tháng 300 phrăng, chưa kể phụ cấp, và lớp "gác-xông" trên tàu, tức bồi người Pháp làm cùng thứ việc như anh Ba thì hưởng lương nhiều gấp ba lương anh. Trong bộ quần áo xanh của bồi tàu, anh Ba khuân vác lên thang xuống thang, khi xách nước, xúc than, lúc dọn chảo, gọt măng, anh phải đem hết sức ra mới làm xong hết việc. Bùi Quang Chiêu, kỹ sư canh nông người Việt vào quốc tịch Pháp, đi tàu vé hạng nhất cùng với gia đình sang Pháp du lịch, trông thấy anh Ba, liền gọi anh lại bảo: "Tại sao con lại làm cái nghề khó nhọc này? Bỏ nghề này đi. Con nên chọn một nghề khác, danh giá hơn".

Không, anh Ba đã chọn cách đi riêng của anh. Lao động đối với anh là phương tiện để đi tìm chân lý. Sự nghiệp của anh bắt đầu bằng đôi bàn tay trắng. Nhưng đôi tay sẽ làm nên tất cả, bất chấp gian nguy và khổ cực, bất chấp sóng dữ và những chân trời xa lạ không có một người quen. Người thanh niên có chí lớn và sự táo bạo ấy cũng là người Việt Nam yêu nước đầu tiên tự dán mình vào con đường "vô sản hóa". Tuổi trẻ, khi tình yêu Tổ quốc đã bùng lên, bao giờ cũng đẹp, đầy dũng khí và niềm tin. Anh Ba lăn mình vào cuộc sống của quần chúng vô sản chính là đang tạo ra trong lòng anh mảnh đất thuận lợi cho giác ngộ giai cấp nảy mầm.

Tàu "Đô đốc La-tu-sơ Tơ-rê-vin" điểm danh chuẩn bị nhổ neo rời Sài Gòn. Tổng số thủy thủ, nhân viên có mặt trên tàu là 72 người. Viên chánh sở đăng ký hàng hải Sài Gòn đóng dấu chứng nhận vào sổ tàu và cho phép chạy. Anh Văn Ba cùng con tàu rời bến Nhà Rồng đi Xin-ga-po trên đường sang Pháp. Sài Gòn thay mặt Tổ quốc lưu luyến tiễn anh ra đi. Hôm đó là ngày mồng 5 tháng 6 năm 1911.

注　释

本课节选自红河（Hồng Hà）著、越南河内青年出版社（Nxb Thanh Niên）1976年版《胡伯伯的青年时代》（*Thời thanh niên của Bác Hồ*）第一章。

1. Khâm：钦使，即钦差,法属时期法国殖民政府驻越南中圻的最高官员。

2. Nguyễn Tất Thành：阮必成（1890–1969），原名阮生恭（Nguyễn Sinh Cung），又名阮爱国（Nguyễn Ái Quốc）、李瑞（Lý Thụy）、胡志明（Hồ Chí Minh）等，越南义安省南坛县金莲乡（làng Kim Liên, huyện Nam Đàn, tỉnh Nghệ An）人，越南革命领袖，越南共产党、越南人民军、越南民主共和国的缔造者。1930年2月代表共产国际在香港主持会议，统一国内各共产主义组织，建立越南共产党；1941年5月创建越南独立同盟并担任主席，领导人民开展抗日、抗法斗争；1944年12月指导建立越南解放军宣传队（越南人民军前身）；1945年领导越南人民掀起八月革命，并于9月2日在河内巴亭广场宣读《独立宣言》（*Tuyên ngôn độc lập*），宣告越南民主共和国成立；1946年3月当选为越南民主共和国主席兼政府总理；1951年2月当选为越南劳动党中央委员会主席；1954年7月抗法战争结束后，领导越南北方人民进行社会主义建设和争取国家统一的斗争；1961年起领导全国人民进行抗美救国战争并取得辉煌胜利；1969年9月2日病逝于河内。其著作辑成《胡志明全集》（*Hồ Chí Minh toàn tập*）等。

3. Nguyễn Tất Đạt：阮必达（1888—1950），又名阮生谦（Nguyễn Sinh Khiêm），越南义安省南坛县金莲乡人，抗法志士，胡志明主席的哥哥。幼年时他与弟弟随父亲到顺化读书，19世纪末回到家乡参加抗法斗争，1914年被法国殖民者流放到广义、庆和，1920年后被软禁在顺化，直到1940年才回到家乡。1946年他去河内见到弟弟胡志明，后一直生活在家乡。

4. Nguyễn Thị Thanh：阮氏青（1884—1954），别号白莲（Bạch Liên），越南义安省南坛县金莲乡人，抗法活动家，胡志明主席的姐姐。她早年投身于抗法斗争，多次被法国殖民者抓捕，1918年曾被判处9年监禁。1945年她在河内见到弟弟胡志明，后一直居住在义安。

5. ngói âm dương：阴阳瓦，即双层瓦，下面铺一层面朝上的方形瓦，上面覆盖一层鱼鳞形瓦，常用于宫廷、庙宇等建筑。

6. hoa lý：夜来香，亦为 hoa thiên lý，萝藦科，藤状灌木。

7. Rút-xô：让·雅克·卢梭（Jean Jacques Rousseau, 1712—1778）。

8. Mông-tét-xki-ơ：孟德斯鸠（Baron de Montesquieu, 1689—1755），法国伟大的启蒙

思想家、法学家。

9. Von-te：伏尔泰（Voltaire, 1694—1778），法国启蒙思想家、文学家、哲学家，18世纪法国资产阶级启蒙运动的旗手，被誉为"思想之王"。

10. Phan Chu Trinh：潘周桢（1872—1926），字子干（Tử Cán），号西湖（Tây Hồ），别号熙马（Hi Mã），越南广南省人，近代著名爱国志士，维新运动领袖。他主张实行改良，反对使用暴力。1908年他领导了越南中圻抗税运动。1911年他前往法国，曾一度被关押在桑特（La Santé）监狱，1925年回国，次年病逝于西贡。他的文章著作颇丰，主要有：《投法国政府书》（Đầu Pháp chính phủ thư）、《醒国魂歌》（Tỉnh quốc hồn ca）、《中圻民变始末记》（Trung Kì dân biến thỉ mạt kí）、《印度支那政治论》（Đông Dương chính trị luận）、《西湖与桑特诗集》（Tây Hồ và Santé thi tập）、《法越联合后之新越南》（Pháp Việt liên hiệp hậu chi tân Việt Nam）、《寄启定皇帝书》（Kí Khải Định hoàng đế thư）、《东西道德与伦理》（Đạo đức và luân lí Đông Tây）等。

11. Trần Quý Cáp：陈贵鸽（1870—1908），别名陈毅（Trần Nghị），字野航（Dã Hàng）、释夫（Thích Phu），号台川（Thai Xuyên），越南广南省人，近代爱国名士，维新运动领袖。他的爱国革命诗文被广为传颂，但大部分已经散佚，只留下《士夫自治论》（Sĩ phu tự trị luận）、《横山竹室》（Trúc thất Hoành Sơn）、《良玉名山》（Lương ngọc danh sơn）、《完璧归赵》（Hoàn bích qui Triệu）等几篇著名诗赋。

12. Vụ đầu độc lính Pháp ở Hà Nội：河内投毒事件。在一些爱国志士的宣传鼓动教育下，河内部分越籍官兵计划起义。1908年6月27日，他们在招待法国官兵的宴会上投毒成功，但法国人很快发觉，下令戒严并将越籍士兵缴械。

13. Hoàng Hoa Thám：黄花探（1858—1913），原名张文探（Trương Văn Thám），越南兴安省人，近代抗法英雄。越南"勤王运动"中，他领导安世农民起义，并建立根据地，坚持长达近30年（1886—1913），时人俗称其为探提督（Đề Thám, đề 即đề đốc, 为越南封建时期一省的最高军事长官）。1913年他被内奸杀害。

14. cua-roa：传送带、橡皮带、皮带，亦为cu-roa、cô-roa，源自法语courroie。

15. Đoong-kéc：敦刻尔克（Dunkerque），法国东北部港口城市。

16. Lơ Ha-vrơ：勒阿弗尔（Le Havre），法国第二大港口，北部第二大城市。

17. Boóc-đô：波尔多（Bordeaux），法国西南部港口城市，全国第四大城市。

18. Mác-xây：马赛（Marseille），法国最大的港口，全国第二大城市。

19. Po Xa-ít：塞得港（Siad Port），埃及第二大港口，东北部塞得港省省会。

20. Gi-bu-ti：吉布提（Djibouti），吉布提共和国首都，东非最大的海港之一，位于亚丁湾西岸，扼红海进入印度洋的咽喉要冲。

21. Cô-lôm-bô：科伦坡（Colombo），斯里兰卡港口城市，全国最大的城市与商业中心。

22. gác-xông：侍者，源自法语garçon。

BÀI SỐ 21
TƯ TƯỞNG HỒ CHÍ MINH VỀ XÂY DỰNG NỀN VĂN HÓA VIỆT NAM
胡志明关于越南文化建设的思想

Trải qua hàng nghìn năm dựng nước và giữ nước, dân tộc ta đã xây dựng nên một truyền thống văn hóa lâu đời mà hạt nhân là tinh thần độc lập tự chủ, đấu tranh bất khuất để làm chủ đất nước, đó là *chủ nghĩa yêu nước Việt Nam*.

Sống trong điều kiện khắc nghiệt của vùng nhiệt đới, dân tộc ta lại đã hun đúc nên *đức tính lao động cần cù và bền bỉ*.

Để thắng thiên tai, địch họa, các bộ tộc, các dân tộc, mọi người trong cộng đồng dân tộc ngày càng chung lưng đấu cật, cố kết với nhau, tạo nên một *tinh thần nhân ái, đoàn kết hiếm thấy*, lại hun đúc nên một tinh thần thông minh sáng tạo khá đặc biệt.

Chúng ta đã từng có nền văn hóa Văn Lang-Âu Lạc trong thời đại tiền phong kiến, rồi đến nền văn hóa Đại Việt trong thời đại phong kiến và nền văn hóa Việt Nam trong thời đại ngày nay. Truyền thống văn hóa đã không ngừng phát triển với lịch sử như một dòng chảy liên tục từ xưa đến nay, từ ngày nay cho đến mãi sau này. Vì vậy, nếu không nhìn lại truyền thống văn hóa của dân tộc thì không thể có nhận thức đúng đắn và sâu sắc về nội dung của nền văn hóa Việt Nam mà chúng ta đang tiếp tục xây dựng.

Một điều cần khẳng định là tầm quan trọng cực kỳ to lớn của nền văn hóa, không những đối với nước ta mà còn đối với các nước trên thế giới. Gần đây, nhiều hội nghị quốc tế đã coi văn hóa là mục tiêu, là động lực, là nhân tố quyết định sự phát triển bền vững của nền kinh tế xã hội mỗi dân tộc.

Chủ tịch Hồ Chí Minh sinh ra ở đất Lam Hồng, đất địa linh nhân kiệt, đã hấp thụ sâu sắc tinh hoa của truyền thống văn hóa Việt Nam, lại có hiểu biết sâu rộng về văn hóa phương Đông. Tiếp đó, trải qua bao năm bôn ba bốn biển năm châu để tìm đường cứu nước, Người đã tiếp thụ tinh hoa của các nền văn hóa trên thế giới, của nền văn hóa phương Tây. Người nói: Phương Đông hay phương Tây có cái gì hay, cái gì tốt thì ta tiếp thụ; tiếp thụ có chọn lọc và phải biến thành thuần túy Việt Nam, "có như thế mới là dân chủ"; nghĩa là mới trở thành tài sản của mỗi một người dânngười làm chủ đất nước. Và khi Người đã đi đến với chủ nghĩa Lênin, chủ nghĩa Mác-Lênin, tìm ra chân lý: Con đường cứu nước duy nhất đúng đắn là con đường cách mạng vô sản, thì các mối quan hệ giữa dân tộc và giai cấp, quốc gia và quốc tế đã được giải quyết đúng đắn và sáng tạo. Người xây dựng nên một chủ nghĩa nhân văn cao cả, coi trọng những quyền sống thiêng liêng của con người, *một triết lý nhân văn hành động* giải phóng dân tộc, giải phóng xã hội, giải phóng con người. Chủ nghĩa nhân văn hành động Hồ Chí Minh đã kế tục một cách sáng tạo chủ nghĩa nhân đạo cộng sản của Mác. Chủ nghĩa yêu nước Việt Nam đã gắn liền với chủ nghĩa quốc tế vô sản, chủ nghĩa xã hội, tạo ra cho nền văn hóa nước ta một chất lượng mới, một sức mạnh mới cực kỳ to lớn.

Sức mạnh văn hóa Việt Nam đã đem lại cho dân tộc ta một sức sống mãnh liệt.

Do đâu mà trải qua một nghìn năm bị đô hộ không những không bị đồng hóa, mà còn tích lũy và phát triển lực lượng, vùng lên giành lại độc lập cho đất nước. Đó là nhờ dân ta đã giữ vững được nền văn hóa của dân tộc.

Do đâu mà trong thời đại phong kiến, chúng ta đã đánh thắng những kẻ địch xâm lược mạnh hơn mình gấp nhiều lần. Đó là nhờ sức mạnh của chủ nghĩa yêu nước Việt Nam, của nền văn hóa Việt Nam.

Trong thời kỳ hiện đại, do đâu mà dân tộc ta đã lập nên những chiến công hiển hách trong cuộc kháng chiến chống hai đế quốc to, trong đó có đế quốc mạnh nhất thế giới. Đó chính là nhờ ở sức mạnh mới của nền văn hóa Việt Nam, của chủ nghĩa anh hùng bất khuất kết hợp với trí tuệ thông minh sáng tạo. Chính những nhà chính khách, những nhà sử học của Mỹ thừa nhận Mỹ đã thất bại trong chiến tranh Việt Nam chính là vì không hiểu dân tộc Việt Nam, không hiểu nền văn hóa Việt Nam. Họ còn nói, nếu Việt Nam chỉ có tinh thần chiến đấu anh hùng, dũng cảm thì sức mạnh vật chất khổng lồ của Mỹ có thể đánh bại, nhưng Việt Nam đã thắng là vì dân tộc Việt Nam còn có trí tuệ thông minh, sáng tạo.

Do đâu mà những năm gần đây, trong tình hình chủ nghĩa xã hội ở Liên Xô và các nước Đông Âu sụp đổ thì ở nước ta không những không bị sụp đổ mà vẫn đứng vững và đổi mới tiến lên. Điều đó càng chứng tỏ sự bền vững, sức sống sáng tạo của nền văn hóa Việt Nam.

Trong suốt cuộc đời hoạt động của mình, Chủ tịch Hồ Chí Minh luôn luôn coi trọng vấn đề văn hóa.

Lời định nghĩa về văn hóa đầy đủ nhất đã được ghi trong trang cuối của bản thảo *Nhật ký trong tù*: "Vì lẽ sinh tồn cũng như vì mục đích cuộc sống, con người sáng tạo ra, phát minh ra ngôn ngữ chữ viết, đạo đức, pháp luật, khoa học, tôn giáo, nghệ thuật, văn học... những công cụ cho sinh hoạt hằng ngày về ăn, mặc, ở..., và phương tiện, phương thức sử dụng... Toàn bộ những sáng tạo đó là văn hóa. Văn hóa là sử dụng tổng hợp mọi phương thức sinh hoạt cùng với những biểu hiện của nó mà loài người đã sản sinh ra nhằm thích ứng những nhu cầu đời sống, những đòi hỏi của sự sinh tồn".

Người không chỉ đề xuất khái niệm văn hóa theo nghĩa rộng mà còn cho rằng văn hóa là "một kiến trúc thượng tầng; những cơ sở hạ tầng của xã hội có kiến thiết rồi văn hóa mới kiến thiết được và đủ điều kiện phát hiện được".

Người cũng đã nói đến văn hóa-văn nghệ, đến các sáng tác văn học, coi văn học – nghệ thuật là một mặt trận.

Tôi nghĩ rằng, đề tài chúng ta không thể xác định khái niệm văn hóa rộng hay hẹp một cách máy móc, nhưng nên tập trung vào mặt *văn hóa tinh thần*.

Đảng ta do Chủ tịch Hồ Chí Minh sáng lập và rèn luyện đã từng xây dựng và phát triển *nền văn hóa mới* trong thời đại mới. Đảng đã từng đề ra chủ trương phát triển một *nền văn hóa "dân tộc, khoa học, đại chúng"*, xây dựng nền văn hóa kháng chiến và kháng chiến hóa nền văn hóa. Rõ ràng văn hóa là một mặt trận, những người làm công tác văn hóa là những chiến sĩ.

Nghị quyết Đại hội VII đã đưa ra chủ trương xây dựng *"nền văn hóa tiên tiến, đậm đà bản sắc dân tộc"*. Và trong bản Hiến pháp 1992, đã đề ra chủ trương xây dựng *nền văn hóa "dân tộc, hiện đại và nhân văn"*.

Một điều cần nói rõ là, nước ta gồm có nhiều dân tộc anh em bình đẳng với nhau về mọi mặt chính trị, kinh tế và xã hội, cho nên nội dung nền văn hóa Việt Nam là nền văn hóa của cộng đồng các dân tộc, đồng thời là một nền văn hóa thống nhất của nước Việt Nam thống nhất. Và chân lý không thay đổi là: *Nước Việt Nam là một, dân tộc Việt Nam là một. Và độc lập dân tộc luôn gắn với thống nhất dân tộc*.

Nói tóm lại, *tư tưởng Hồ Chí Minh*, lý tưởng "độc lập dân tộc, dân chủ và chủ nghĩa xã hội" chính là nền tảng tư tưởng và lý luận của nền văn hóa Việt Nam mà chúng ta đang tiếp tục xây dựng. Cho nên, để phát triển sáng tạo nền văn hóa Việt Nam trong thời đại mới, rõ ràng vấn đề quan trọng hàng đầu có ý nghĩa quyết định là giáo dục sâu rộng cho mỗi một người dân Việt Nam, cho toàn thể đồng bào và chiến sĩ thấm nhuần tư tưởng Hồ Chí Minh, kiên định lý tưởng độc lập dân tộc, dân chủ và chủ nghĩa xã hội.

Từ khi hòa bình được lập lại, nước ta được độc lập và thống nhất hoàn toàn, đặc biệt là từ khi Đảng ta đề ra đường lối đổi mới, mở cửa, xây dựng nền kinh tế hàng hóa nhiều thành phần theo định hướng xã hội chủ nghĩa, lại vận dụng cơ chế thị trường có sự điều tiết của Nhà nước, thì nền văn hóa nước ta đã có những bước phát triển mới, nội dung phong phú hơn, chất lượng nâng cao hơn, góp phần tích cực thúc đẩy sự nghiệp xây dựng đất nước, củng cố quốc phòng.

Tuy nhiên, trong tình hình mới, chúng ta đang đứng trước những cơ hội mới và những thách thức mới. Với xu hướng kinh tế thị trường, xu hướng khu vực hóa, toàn cầu hóa của nền kinh tế thế giới, với những bước tiến cực kỳ nhanh chóng của cuộc cách mạng khoa học và công nghệ hiện đại, bên cạnh những cái hay, cái tốt, cái mới đã góp phần phát triển nền kinh tế xã hội và nền văn hóa nước ta, thì đang xuất hiện ảnh hưởng không thể coi thường của những nhân tố tiêu cực. Có thể nói, chúng ta đang chứng kiến một sự giảm sút, về mặt nào đó có thể nói là sự suy thoái về đạo đức, về lối sống. Tình hình đòi hỏi chúng ta cần có những quyết sách đúng đắn và kiên quyết để chặn đứng những tư tưởng và hành động tiêu cực và sai trái, có quyết tâm lớn tiếp tục phát triển đúng hướng nền văn hóa mới của nước nhà trên mặt trận tư tưởng, trong sự nghiệp *xây dựng con người, xây dựng cuộc sống*, lối sống lành mạnh trong xã hội ta.

Với triết lý nhân văn hành động, Chủ tịch Hồ Chí Minh đã nói: "*Nghĩ cho cùng, mọi vấn đề... là vấn đề ở đời và làm người. Ở đời và làm người phải yêu nước thương dân, thương nhân loại đau khổ bị áp bức*". Trong Di chúc thiêng liêng, Người đã nói: Đầu tiên là vấn đề con người. Rõ ràng, đối tượng trung tâm trong sự nghiệp xây dựng nền văn hóa mới là *xây dựng con người mới*. Con người nói ở đây là mỗi con người Việt Nam, là con người trong gia đình, trong xã hội, là người công dân ở nước nhà, người đảng viên, người cán bộ của Đảng và Nhà nước, nói rộng ra là con người trên cả hành tinh của chúng ta. Cho nên, chiến lược con người là chiến lược số một. "Muốn xây dựng chủ nghĩa xã hội, trước hết phải có con người xã hội chủ nghĩa".

Trong sự nghiệp xây dựng con người, điều quan trọng bậc nhất là xây dựng *lý tưởng, đạo đức*. Lý tưởng, nói ở đây là xây dựng một nước Việt Nam hòa bình, độc lập thống nhất, dân chủ và giàu mạnh, tiến lên chủ nghĩa xã hội. Đạo đức nói ở đây là suốt đời phục vụ nhân dân, phục vụ Tổ quốc, cần kiệm liêm chính, chí công vô tư, đặt công việc, đặt lợi ích của dân lên trên hết. Đạo đức nói ở đây là phải luôn gắn với tài năng trí tuệ, coi trọng nâng cao dân trí, bồi dưỡng nhân tài, đào tạo nhân lực. Trong giai đoạn đẩy mạnh công nghiệp hóa, hiện đại hóa, thanh niên ta, cán bộ ta càng phải dốc lòng học tập, nâng cao vượt bậc trình độ khoa học kỹ thuật và quản lý, rèn luyện tác phong công nghiệp, trong lúc đó vẫn phải coi trọng đạo đức, lý tưởng, học tập tư tưởng Hồ Chí Minh, hiểu biết lịch sử, địa lý nước nhà.

Đạo đức nói ở đây là phải tôn trọng quyền làm chủ của người dân, là yêu hòa bình, hữu nghị với các dân tộc. Đảng viên, cán bộ cần phải gương mẫu. Đạo đức là gốc của người cán bộ.

Người đã từng viết bài "*Nâng cao đạo đức cách mạng, quét sạch chủ nghĩa cá nhân*", coi chủ nghĩa cá nhân và những xu hướng cơ hội là những hành vi có hại đến sự đoàn kết trong Đảng, trong xã hội, chẳng khác nào tiếp tay cho địch. Người đã coi trọng, biểu dương những "người tốt, việc tốt", tạo nên phong trào rộng lớn từ những em bé cho đến các bậc lão thành, từ những đảng viên cho đến những nhân sĩ tốt.

Điều đáng tiếc, đáng lo là trong những năm gần đây, bên cạnh những người tốt, cán bộ tốt, ngày càng xuất hiện những con người, kể cả thanh niên, đảng viên, cán bộ bị tha hóa, nghiêm trọng nhất là không còn có lý tưởng, chỉ biết chạy theo lợi ích cá nhân, chạy theo đồng tiền, bằng bất cứ giá nào. Những hiện tượng vi phạm pháp luật, xúc phạm quyền làm chủ dân, tệ quan liêu, tham nhũng, những hành vi đạo đức mà Bác Hồ đã coi là "giặc nội xâm", có nơi đã trở nên trầm trọng. Có thể nói rằng, bên cạnh những tệ nạn xã hội, chúng ta đang đứng trước một hiện tượng có thể gọi là "si-đa" về tư tưởng, làm cho những con người bị tha hóa ấy trở thành mảnh đất thuận lợi cho mưu đồ "diễn biến hòa bình" của những thế lực thù địch. Chúng ta cần nhìn vào sự thật và có quyết tâm lớn chặn đứng nguy cơ nói trên.

Trong lúc đó, càng phải nêu cao tấm gương của những điển hình tốt, những tấm gương sáng về đạo đức cách mạng. Bởi vì, như Bác Hồ đã nói: Một tấm gương tốt còn có tác dụng hơn một trăm bài diễn văn.

Xây dựng nền văn hóa mới cần coi trọng *lối sống trong sạch; lành mạnh*, làm cho tư tưởng và đạo đức Hồ Chí Minh thấm nhuần trong toàn xã hội, từ đô thị đến nông thôn, miền xuôi đến miền ngược. Làm sao cho ngay trong khi cuộc sống vật chất còn chưa cao, phải có tinh thần tự lực tự cường, phát huy nội lực, cần kiệm xây dựng đất nước. Loại bỏ những hành vi xa xỉ, hình thức, những tệ nạn tham nhũng, lãng phí, quan liêu, những biểu hiện tiêu cực nảy sinh trong nền kinh tế thị trường.

Chủ tịch Hồ Chí Minh đã viết cuốn "*Đời sống mới*", cuốn "*Sửa đổi lối làm việc*" nổi tiếng, trong khi công việc kháng chiến hết sức bề bộn. Người cho rằng nền văn hóa Việt Nam phải kế tục và phát triển thuần phong mỹ tục của dân tộc, coi trọng tình làng nghĩa xóm, khối đoàn kết của toàn dân, làm cho mỗi một người dân đều hiểu rõ trách nhiệm và nghĩa vụ của mình và tôn trọng lệ làng, phép nước.

Trong xã hội ta, đi đôi với phong trào "Người tốt, việc tốt" mà Người đã đề xướng và vẫn được tiếp tục, đã xuất hiện những phong trào mới có ý nghĩa thiết thực, xây dựng cuộc sống lành mạnh và nền văn hóa mới của nước nhà. Chỉ đơn cử một số thí dụ như phong trào đền ơn đáp nghĩa, xóa đói giảm nghèo, gia đình văn hóa, phố phường xanh, sạch, đẹp, các phong trào thi đua điển hình tiên tiến trong các đoàn thể nhân dân, trong nông thôn, trong xí nghiệp, trong trường học, trong các tổ chức của Đảng, lại như các lễ hội nhân những ngày kỷ niệm lịch sử hoặc để tưởng nhớ những người có công với nước, các liệt sĩ anh hùng. Nhân dân ta trong các giới cũng rất nhạy bén với cái mới và tinh thần ham học hỏi những tinh hoa văn hóa nhân loại.

Đáng tiếc là bên cạnh những mặt tích cực thì đã xuất hiện và phát triển khá nhanh lối sống xa hoa, thực dụng, bắt chước khá nhanh *nếp sống không lành mạnh của xã hội tiêu dùng phương Tây*, gây ra những tệ nạn nghiêm trọng, tham ô lãng phí của công, ức hiếp quần chúng, gây ra dư luận bất bình trong dân, để cho kẻ địch có cơ hội lợi dụng.

Đảng ta đã phát hiện tình hình nguy hiểm ấy, gần đây đã có nghị quyết tôn trọng quyền dân chủ của nhân dân, đặc biệt là thực hiện dân chủ trực tiếp ở cơ sở, một nền dân chủ có kỷ cương, nhằm khôi phục niềm tin của dân và bất cứ trong tình hình nào giữ vững sự ổn định chính trị - xã hội, điều kiện không thể thiếu để thực hiện hai nhiệm vụ chiến lược xây dựng và bảo vệ Tổ quốc, làm cho nền văn hóa mới thật sự là động lực của công cuộc công nghiệp hóa, hiện đại hóa đất nước, làm cho dân giàu, nước mạnh, xã hội dân chủ, công bằng, văn minh.

Tôi muốn nêu lên ở đây một ý kiến tôi cho là quan trọng. Chúng ta cần nghiên cứu sâu hơn nữa tư tưởng Hồ Chí Minh trong lĩnh vực văn hóa. Không những nghiên cứu những bài nói, bài viết cả kho tàng sáng tác đồ sộ Người đã để lại, kể cả về văn học, nghệ thuật, mà vấn đề cực kỳ quan trọng là đi sâu nghiên cứu tư tưởng Hồ Chí Minh về văn hóa ngay trong cuộc đời hoạt động, trong cuộc sống hằng ngày của con người Hồ Chí Minh.

Nếu có một công trình nghiên cứu *con người Hồ Chí Minh*, từ thuở ấu thơ, thời niên thiếu cho đến những năm tháng trưởng thành và bôn ba khắp các nước trên thế giới, phát hiện được những nhận thức mới của Người do tình hình thực tiễn mới hoặc điều kiện đấu tranh mới đưa lại - những nhận thức mới về chiến lược, sách lược cho đến những hành vi ứng xử hằng ngày với một tinh thần nhạy bén và thông minh, sáng tạo và đổi mới vô song - thì đó sẽ là một công trình vô cùng quý giá.

Và có như vậy, chúng ta mới hiểu được đầy đủ hơn, sâu sắc hơn tư tưởng Hồ Chí Minh về văn hóa. Chúng ta mới thấy hết tầm vĩ đại của một con người vừa là anh hùng giải phóng dân tộc vừa là danh nhân văn hóa kiệt xuất, một con người tiêu biểu cho sự tổng hòa giữa nền văn hóa Việt Nam vẫn giữ bản sắc và cốt cách dân tộc, với tinh hoa các nền văn hóa Đông và Tây.

注　释

本课选自黎光庄（Lê Quang Trang）和阮重桓（Nguyễn Trọng Hoàn）编辑、越南河内教育出版社（Nxb Giáo dục）1998年版《现代越南文化若干问题》（*Những vấn đề văn hóa Việt Nam hiện đại*）。本文作者武元甲（Võ Nguyên Giáp, 1911—　）越南广平省人，1925年参加革命，1940年加入越南共产党，1944年12月受阮爱国（胡志明）指导组建成立越南解放军宣传队，1946年至1947年8月、1948年8月至1980年长期担任越南人民军总司令和越南民主共和国、越南社会主义共和国国防部部长，1948年受封为大将，在越南抗法、抗美战争中曾亲自参与指挥了1950年边界战役、1954年奠边府战役、1975年胡志明战役等多次重大战役，荣立两次一等功，荣获一枚金星勋章、两枚胡志明勋章。

1. chung lưng đấu cật：团结奋斗、共同努力。
2. Lam Hồng：蓝鸿之地，即越南义安省南部与河静省北部的两省交接地区。Lam指流经义安省及两省交界处的蓝江（sông Lam），Hồng指位于河静省的鸿岭山（núi Hồng Lĩnh）。这一地区曾经诞生了越南历史上的两位伟大人物——阮攸和胡志明。
3. triết lý nhân văn hành động：行动人文哲学。
4. thượng tầng：上层，同thượng tầng。
5. Nghị quyết Đại hội VII：七大决议。1998年7月召开的越南共产党八届中央委员会第5次会议，讨论并通过了《建设和发展富于民族特色的先进越南文化》（*Xây dựng và phát triển nền văn hóa Việt Nam tiên tiến, đậm đà bản sắc dân tộc*）的决议。这是继《1943年越南文化大纲》（*Đề cương văn hóa Việt Nam 1943*）之后，越共中央第二次专门就文化问题出台的重要文件。
6. tác phong công nghiệp：严谨的作风，与tác phong nông nghiệp（松散的作风）相对。
7. si-đa：艾滋病，亦为xi-đa、sida、SIDA、AIDS，源自法语sida，即获得性免疫缺陷综合症。

BÀI SỐ 22
LỜI ĐẦU SÁCH NÓI Ở CUỐI SÁCH CỦA "HỌA SĨ TRẦN VĂN CẨN"
《画家陈文瑾》后记

Từ nhiều năm nay, trong nghề làm báo của mình, tôi thường đến gõ cửa phòng của nhiều nghệ sĩ cao tuổi. Trong khoảng khắc chờ đợi, tim tôi bao giờ cũng xao động âm thầm bởi ý nghĩ, chỉ một lát nữa thôi là tôi lại được trò chuyện với một con người đã chứng kiến, đã tham dự vào biết bao biến cố của lịch sử đất nước, lịch sử của nghệ thuật cách mạng. Tôi lại được lắng nghe những kinh nghiệm sống, những kinh nghiệm sáng tạo của các bậc cao nhân, và đôi khi, tôi cũng được dự phần vào những câu chuyện riêng tư của họ.

Và vì thế, tôi đã nhiều lần đến gõ cửa căn phòng gác 3, số nhà 10 phố Nguyễn Thượng Hiền Hà Nội, nơi ở của họa sĩ Trần Văn Cẩn.

Căn phòng này, trước khi họa sĩ dọn đến, là chỗ thường trú của nhà phê bình văn học đã quá cố: Hoài Thanh. Tầng dưới, gác hai, là gia đình nhà thơ Tế Hanh và nhà văn Nguyễn Văn Bổng.

Từ bao năm nay, khu nhà ba tầng này vẫn chẳng có gì thay đổi. Độ hơn chục năm một lần, những người thợ quét vôi của Sở nhà đất lại vác những chiếc thang thật dài đến, và những mảng tường, lúc ấy, mới như được sáng bừng lên.

Chỉ có chiếc hòm thư sơ sài với chữ "Ô. Cẩn" viết bằng sơn đóng trên tường bên lối lên tầng là mỗi ngày mỗi cũ, và chỗ khoét hở trên cửa hòm thư lúc nào cũng như cặp mắt nhìn chờ đợi.

Đã có biết bao nhiêu thư từ, công văn, giấy mời họp, đi qua chiếc hòm thư cũ kỹ này? Và đã có biết bao nhiêu thời gian mà ông phải chi dùng do những tờ giấy trong hòm thư kia mang đến!

Từ khi họa sĩ dọn tới nơi này, trên ban công gác ba, chỗ căn phòng ông mở ra nhìn xuống đường phố, đã xanh lên màu lá phong lan. Những rò phong lan và những loài cây có hoa đỏ tí xíu, xúm xít ngoài bệ cửa phòng!

Đó là khả năng trang trí duy nhất cho căn phòng ông ở. Căn phòng làm việc không lấy gì làm rộng rãi, bao giờ cũng lộn xộn vì những phác thảo, những chiếc ghế tre, những tấm gỗ dán và mấy chiếc ghế mây đan thường thấy trên sàn nhà của đồng bào Mèo.

Ông đã từng đặt chân đến nhiều nơi, đã lưu lại trong nhiều khách sạn sang trọng trên thế giới, đã gặp gỡ biết bao bạn bè khác màu da, ngôn ngữ... nhưng căn phòng này đã không có một kỷ vật nào lưu lại dấu tích của những chuyến đi ấy. Ngoài mấy mẫu gạch mộc cổ, chiếc gùi của đồng bào dân tộc Tây Nguyên và vài mẫu điêu khắc gỗ đình chùa, kỷ vật nước ngoài duy nhất ở đây là một mảnh kim loại, mang hình đất nước Pa-lét-stin với những dòng chữ lạ, gắn trên mảnh gỗ màu đen.

Căn phòng đã nói lên một đời sống còn nhiều thiếu thốn, một cuộc sống thanh đạm và quá giản dị của người lãnh đạo cao nhất Hội Mỹ thuật Việt Nam.

Nhưng không phải vì sự xuềnh xoàng này mà ông hạn chế việc giao tiếp. Từ lâu, căn phòng đã trở nên quen thuộc của nhiều nghệ sĩ, của các thế hệ họa sĩ học trò của ông, của các tác giả từ nhiều địa phương đến và cả những nghệ sĩ nước ngoài.

Ngay trong những lúc giao tiếp long trọng nhất, khách và chủ cũng chỉ ngồi trên mấy chiếc ghế nhỏ và chung quanh vẫn là tất cả sự lộn xộn thường ngày. Có lẽ sự trang trọng nhất trong những lúc như vậy là sự hiện diện của mấy bông hoa tí xíu, không tên tuổi, ngắt từ ngoài hiên cửa. Những bông hoa màu đỏ, mảnh như những chú chuồn chuồn kim, cắm trong chiếc bình nhỏ đặt trên bàn thấp. Tất cả đều nho nhỏ, đơn sơ và kín đáo.

Ông thường ngồi lặng hàng giờ trước chiếc bàn chân tre, sơn đen bóng này, để tìm bố cục trên những mảnh giấy nhỏ khổ, chiếc xe đạp dựa vào tường.

Đó là phương tiện đi lại mà ông đã dùng từ ngày ở Việt Bắc về. Chiếc xe đạp khung nam, không biết trước kia nó được sơn màu gì, còn giờ đây màu mè đã bay đi hết. Có lẽ mấy chục năm nay, ông vẫn chưa sang sửa gì thêm.

Nhưng cho đến bây giờ, khi đã ngoài tuổi bảy mươi, ông vẫn luôn dùng đến nó. Ông vẫn đạp đi đến nhiều vùng, nhiều nơi, họp hành, làm công việc. Đối với ông, chiếc xe cũng đầy kỷ niệm. Nó cùng ông trong bao chuyến đi vẽ gần xa. Những lần ông gò lưng phóng xe qua đoạn đường bom đạn ở Thanh Hóa hoặc vác nó trên vai, lội bì bõm qua mấy bờ ruộng ngập nước ở vùng đồng trũng Nam Hà và giờ đây, tối tối, ông vẫn vác nó bước qua mấy chặng cầu thang lên gác, vào phòng.

Nhiều lần tới thăm ông, tôi thường gặp ông ngồi bên máy nước ngoài sân dãy nhà cuối cùng, vào lúc mà mọi người đi làm vắng. Chỉ có chú bé con đứng vầy nước một cách tự do là luôn mồm ngỏ ý muốn giúp đỡ ông. Thông thường, những người có cuộc sống tâm hồn phong phú bao giờ cũng cảm thấy hài lòng khi tiếp xúc với trẻ em. Có lẽ vì thế mà chú bé đã luôn chạy lên chạy xuống nhà ông và coi ông như một người "bạn"! Ông hứng nước, nhặt rau, vo gạo như mọi lần. Lúc ông lên, một tay cắp rổ rau, rá gạo, một tay xách xô nước. Ông bước thật nhanh, những giọt nước từ đáy rổ nhỏ xuống in thành một đường loằn ngoằn trên nền gạch.

Ông làm mọi việc một cách lặng lẽ, từ tốn như khi ông ngồi vẽ.

Cuối mùa khô năm 1979, tình cờ tôi gặp ông ở nhà khách của Ủy ban Nhân dân tỉnh Gia Lai-Kom Tum ở Plây-cu. Nơi này, trước đây là một khách sạn nhiều tầng. Ông đến Tây Nguyên đã gần một tháng nhưng không ở lại thị xã. Ông xuống các công trường thủy lợi, thăm những vùng đã diễn ra chiến sự ác liệt, về các buôn làng người Ba Na. Tây Nguyên hùng vĩ và chói chang đã nhuốm màu da ông rám nắng. Ông cắp chiếc cặp vẽ to, đó là hành trang quan trọng nhất trong những lần dịch chuyển của ông.

Nhưng hôm sau, tôi xuống tìm ông thì cô phục vụ nhà khách cho biết ông đã đi AzunBa, Cheo Reo, chưa biết khi nào trở lại.

Chiếc gùi hình hoa Pơ lang nở, của người Ba Na treo trong phòng là ông mang về từ chuyến đi ấy. Chuyến đi ấy, ông đã mang về hàng mấy chục bức trực họa lớn nhỏ. Xem những ghi chép của ông về Tây Nguyên, tôi mới càng hiểu thêm cách làm việc tỉ mỉ, chi tiết. Chỉ một nét trang trí ở nhà rông, một chiếc cầu thang gỗ, ông đã có đến năm sáu ký họa. Một cô gái Ba Na cũng cho ông đến mấy trực họa trong các dáng ngồi, đứng, khác nhau. Tôi đã đến Tây Nguyên và mong ước được thấy những tác phẩm đầy nắng, đầy khoáng đạt của phong cảnh cao nguyên hùng vĩ, mà không một vùng núi cao nào trên phía Bắc đất nước ta lại mang vẻ đẹp riêng như thế. Những con đường nhựa rộng rãi thẳng tắp, thăm thẳm trong màu nắng rần rật. Những cánh rừng bằng phẳng kéo dài và đầy sức sống. Những đám mây cuộn trên bầu trời vời vợi của cao nguyên.

Và, tôi đã xúc động gặp lại cảnh sắc rất thực đó của Tây Nguyên trong nhiều ký họa của Trần Văn Cẩn. Đứng giữa phòng triển lãm các tác phẩm về Tây Nguyên sau một chuyến đi thực tế của nhiều họa sĩ ở nhà triển lãm 16 phố Ngô Quyền Hà Nội, tôi mới thấy hết được sự làm việc nghiêm túc và tài năng của ông trong nắm bắt đặc điểm của cảnh sắc, nhân vật để truyền đạt cho công chúng. Cái hồn của thiên nhiên như đọng lại trong nét vẽ, mảng màu, mà bất cứ lúc nào cũng có thể bay khỏi bức tranh nếu ta là người xem hời hợt, vô tình!

Mặc dù ông đã ngoài tuổi bảy mươi, đã có nửa thế kỷ sáng tạo và đã cống hiến cho nền nghệ thuật Việt Nam không ít những tác phẩm xuất sắc, nhưng ông vẫn thèm khát những chuyến đi và không ngừng thể nghiệm. Trước giá vẽ của ông là hai phác thảo sơn mài: *Mùa gặt* và *Buôn ở Tây Nguyên*. *Mùa gặt* đã được ông phác thảo từ nhiều năm nay. Bức tranh là toàn cảnh vụ thu hoạch ở một hợp tác xã nông nghiệp vùng Quảng Bình. Cánh đồng lúa chín vàng rực. Một dòng sông nhỏ, hẹp, chật chội những thuyền lúa. Mấy cô gái lái thuyền chở lúa như múa. Chiếc bơm nước đang đổ nước vào ruộng cày, chuẩn bị cho vụ sau. Con đường qua cánh đồng dẫn vào sân kho có mấy người đang gánh lúa về. Phía xa, sau màu tre xanh thấp thoáng những mái nhà ngói… Ở bức tranh này, ông muốn tìm một hòa sắc vàng trong sơn mài, còn ở "Buôn ở Tây Nguyên" ông lại muốn đưa hòa sắc xanh để dựng cảnh sắc cây lá nhiều tán, nhiều tầng.

Xuất thân từ một gia đình viên chức nhỏ, lớn lên ở một thị xã nhỏ bé và yên tĩnh. Cuộc sống, con người và đôi khi cả trong nghệ thuật của họa sĩ Trần Văn Cẩn hình như mang ít nhiều dấu ấn của môi trường sống xa xưa. Ông sống giản dị với một tấm tình hiền hậu. Chưa bao giờ tôi thấy ông nặng lời, to tiếng. Ngay cả những khi ông kể chuyện về những chuyến đi sôi nổi nhất, giọng ông cũng chỉ vừa đủ nghe đến hai người.

Và, cũng chưa bao giờ tôi thấy ông phủ nhận giá trị ở người khác. Có một lần, tôi hỏi ý kiến ông về một tác giả chưa đào tạo cơ bản, nhưng lại muốn rút ngắn chặng đường bằng cách tìm "hiện thực" qua sách nước ngoài, mà giới Mỹ thuật đang có nhiều ý kiến, họa sĩ Trần Văn Cẩn không đưa ra những nhận xét chung về tác giả, chỉ nói cụ thể về một bức tranh đã triển lãm của họ, chỗ được, chỗ chưa được, chỗ còn dao động và lúng túng.

BÀI SỐ 22 LỜI ĐẦU SÁCH NÓI Ở CUỐI SÁCH CỦA "HỌA SĨ TRẦN VĂN CẨN"

Ông đọc nhiều sách, hiểu biết khá rộng về những nền văn hóa thế giới và có mỹ cảm tinh tế, sắc sảo, nhưng ít khi ông bộc lộ điều đó. Ông lánh xa những cuộc cãi vã, đối thoại ồn ào và thường nể nang trước sự cả quyết của đồng nghiệp.

Năm 1980, sau cuộc triển lãm các tác phẩm của ông nhân dịp ông 70 tuổi, Viện Bảo tàng Mỹ thuật Việt Nam đã dành cho ông một trân trọng và vinh dự hiếm thấy: Bảo tàng quyết định mua toàn bộ tác phẩm mà ông trưng bày. Người ta cho rằng với số tiền ấy - mấy chục ngàn đồng - có thể ông sẽ chi dùng, mua sắm những phương tiện và tươi tắn hơn trong cuộc sống. Nhưng căn phòng ông ở vẫn như mọi năm. Tất cả vẫn như thường lệ. Ngày ngày ông vẫn xuống sân, lên gác với xô nước, với rá gạo, rổ rau... Số tiền bán tranh được trả dần dà một cách ít ỏi theo từng quý, có lẽ không thể vung vẩy được trong khi thời giá cứ vòn vọt tăng lên!

Nhưng tôi không hề nghe ông nhắc nhở đến điều ấy. Có một lần, một người khách ngoại quốc ngỏ ý muốn mua bản gốc tác phẩm của ông với một số tiền mặt khá lớn. Ông từ chối mà chẳng giải thích lý do. Mãi sau này, tôi mới biết rằng ông không muốn để tranh mình rời khỏi xứ sở. Tôi còn được biết thêm, một số họa sĩ của chúng ta, dù đời sống còn nghèo cực, cũng đã xử sự như vậy.

Dạo ấy là mùa đông năm 1981, trời rất lạnh. Căn phòng ông ở được đóng kín cửa. Ánh sáng ảm đạm của một ngày đông lạnh ẩm qua lần cửa kính trở nên đục mờ. Ông bị mệt nhưng vẫn ngồi trước giá vẽ. Những ống sơn đã gần hết cong queo trên nền gạch. Từ chiếc bảng pha màu, mùi sơn tỏa khắp căn phòng làm cho không khí yên tĩnh trở nên hoạt động. Ông ngồi, mặt đỏ bừng vì bị sốt. Bức tranh sơn dầu *Buôn ở Tây Nguyên* tôi tưởng ông đã vẽ xong từ tháng trước thì lúc này vẫn còn trên giá với bố cục khác và hòa sắc khác. Sắp tới, với tác phẩm này ông sẽ tham dự triển lãm Mỹ thuật toàn quốc chào mừng đại hội Đảng lần thứ V, nghe nói sẽ được khai mạc vào dịp sau Tết Nguyên Đán.

Khuôn khổ bức tranh không lớn nhưng ông phải làm gấp, vì bao nhiêu công việc đang chờ. Ông cần có mặt ở thành phố Hồ Chí Minh để chọn tranh cho cuộc triển lãm và cũng có thể sẽ về lại Quảng Ninh, ở đó có hàng chục tác phẩm vừa được vẽ, không thể để anh em mang lên Hà Nội rồi lại phải mang về vì tác phẩm không được tham dự triển lãm...

Những tác phẩm của ông ra đời trong hoàn cảnh như thế. Ông không có nhiều khoảng thời gian nghỉ ngơi để chuyên tâm sáng tác. Có thể nói, tác phẩm của ông là kết quả của những chuyến đi thực tế và hiện thực muôn màu của cuộc sống đã mang lại khí sắc và vẻ đẹp cho tranh của ông.

Người ta thường nói, tuổi già thường trở nên khó tính, nhưng với họa sĩ Trần Văn Cẩn điều đó đã không xảy ra. Ông vẫn ôn tồn và nhã nhặn trong mọi cư xử, và hình như ông lại có vẻ dí dỏm hơn, trẻ trung hơn trong tình cảm. Tác phẩm của ông càng về sau càng phơi phới tươi vui, càng khoáng đạt và càng đậm đà sắc thái, phong vị tâm hồn của con người và cảnh sắc Việt Nam.

Vẽ là người. Điều đó rất dễ nhận ra ở tác phẩm của Trần văn Cẩn.

Trải dài nửa thế kỷ, con đường nghệ thuật mà họa sĩ Trần Văn Cẩn bước đi, có lẽ cũng giống với nhiều người. Nghệ thuật ông không có những lối rẽ bất ngờ, những "Tuyên ngôn" đột khởi, những khai phá mới lạ, những sự kiện náo nhiệt... Tác phẩm ông như những hạt phù sa, cứ dần dà, cứ nho nhỏ như thế, nhưng qua tháng, qua ngày nó đã lặng lẽ đi vào lòng công chúng với một tình cảm dịu nhẹ, hồn nhiên…

Trần Văn Cẩn là một tài năng hiền hậu. Nghệ thuật của ông được tình cảm cách mạng bồi đắp, được hiện thực đấu tranh làm cho phong phú và lại trở về với đông đảo công chúng. Sự "nhận" và "trả" là một ý thức trong nghệ thuật ông.

Cho tới bây giờ, trước sau, ông cũng vẫn là một nhà thơ trong hội họa. Ông viết những bài thơ trữ tình bằng tranh, một cách dung dị và thoải mái. Đọc những bài thơ ấy, ta như được lắng nghe một giọng nói thầm thì, hồn nhiên, ca ngợi vẻ đẹp kín đáo và tế nhị của cuộc đời, trên nền một hiện thực hào hùng, khắc nghiệt mà vẫn tươi mát…

Ông đã được Nhà nước tặng thưởng huân chương Kháng chiến hạng II, Huân chương lao động hạng II và nhiều phần thưởng cao quý khác. Là đảng viên Đảng Cộng sản Việt Nam, là Tổng thư ký Hội Mỹ thuật Việt Nam, nhưng bao giờ ông cũng là một nghệ sĩ. Nghệ sĩ trong sáng tạo và nghệ sĩ cả trong ứng xử và giải quyết công việc. Con người công dân và con người nghệ sĩ trong ông thật thống nhất, thật tự nhiên…

Từ thành phố Hồ Chí Minh về, ông mang theo một khúc thân cây thiết mộc lan mua ở góc phố, trông như một khúc gỗ nhỏ chẳng có chút gì thẩm mỹ. Vậy mà ông đã mất nhiều thì giờ lục lọi tìm được một chiếc đĩa gốm màu da lươn. Ông đặt đứng khúc gỗ dài chưa đầy gang tay lên đĩa và rót vào một chút nước, để lên bàn. Tôi thầm nghĩ, trò chơi này hẳn là một dấu hiệu lẩn thẩn của tuổi già, và chẳng để ý đến khúc gỗ mốc đặt lên chiếc đĩa một cách thận trọng. Thì, chính tôi lại phải thích thú trong lần đến thăm ông sau đó. Từ khúc gỗ mốc mác và có vẻ cằn cỗi kia đã vọt lên hai chiếc mầm xanh. Một chiếc cao, một chiếc thấp xòe những lá xanh đậm, bóng như mỡ. Hai chiếc mầm mọc ở vị trí như đã được lựa chọn, soi bóng xuống đĩa nước và nổi lên một cách kín đáo trên nền son đen của mặt bàn. Họa sĩ Trần Văn Cẩn nói với tôi: Đấy, anh xem, còn cái mầm mới nhú bằng hạt đỗ đây nữa, chỉ tháng sau là thành lá, nom đẹp lắm. Thế mới tuyệt chứ!

注　释

本课节选自朝阳（Triều Dương）著、越南河内文化出版社（Nxb Văn hóa）1983年版《画家陈文瑾》（*Họa sĩ Trần Văn Cẩn*）。

1. Nguyễn Thượng Hiền：阮尚贤（1868—1925），字鼎南（Đỉnh Nam），号梅山（Mai Sơn），越南河东省（tỉnh Hà Đông，今属河内）人，近代名人志士，尊室说（Tôn Thất Thuyết, 1835–1913，越南"勤王运动"的领导者）之婿，17岁中举，24岁中黄甲。1907年他响应东游运动的号召，辞官前往日本，与潘佩珠并肩从事救国运动。1915年他曾前往泰国与德国和奥地利的公使联络、商洽合作抗法计划，后到中国，入杭州常寂光寺（chùa Thường Tịch Quang）修行。病逝前他留下遗嘱，将遗体火化，把骨灰撒入钱塘江。他对越南文学贡献很大，仅诗作就有600多首，主要作品有：《梅山吟集》（*Mai Sơn ngâm tập*）、《梅山吟草》（*Mai Sơn ngâm thảo*）、《南乡集》（*Nam hương tập*）等。

BÀI SỐ 22 LỜI ĐẦU SÁCH NÓI Ở CUỐI SÁCH CỦA "HỌA SĨ TRẦN VĂN CẨN"

2. Trần Văn Cẩn：陈文谨（1910—1994），越南海防市人，现代著名画家。1936年他毕业于印度支那高等美术学院绘画系，后长期任教于河内美术大学，被誉为越南绘画界"四杰"（Tứ kiệt: Nhất Trí, nhì Lân, tam Vân, tứ Cẩn, 即Nguyễn Gia Trí, Nguyễn Tường Lân, Tô Ngọc Vân, Trần Văn Cẩn）之一。其主要代表作有：油画《小翠》（*Em Thúy*）、绸画《少女》（*Thiếu nữ*）、磨漆画《夏稻田戽水》（*Tát nước đồng chiêm*）等。

3. Mèo：苗族，现称赫蒙族（H'mông），越南54个民族之一。

4. chuồn chuồn kim：身体细长如针的小蜻蜓。

5. tỉnh Gia Lai-Kom Tum：嘉莱–崑嵩省，今嘉莱省和崑嵩省，波来古（Plây-cu）是嘉莱省省会。

6. Ba Na：巴那族，越南54个民族之一，主要居住在西原地区的崑嵩省。

7. gùi：越南一些山区少数民族地方用来背东西的竹编、藤编背篓。

8. trực họa：写生。

9. rần rật：炽热。

10. thiết mộc lan：巴西木，学名香龙血树，别名巴西铁树、巴西千年木等。

BÀI SỐ 23
ĐẶC ĐIỂM CỦA CÁC DÂN TỘC THIỂU SỐ Ở VIỆT NAM
越南少数民族的特点

Các dân tộc ít người ở Việt Nam mặc dù có nguồn gốc lịch sử khác nhau, thuộc các ngữ hệ khác nhau, và có trình độ phát triển kinh tế xã hội chênh lệch nhau nhưng do quá trình cộng cư lâu dài đã tạo nên những đặc điểm chung nhất bên cạnh các đặc điểm riêng của từng dân tộc. Tính thống nhất trong đa dạng này được thể hiện rất rõ ở đặc điểm cư trú và phân bố dân cư, đặc điểm kinh tế, văn hóa, xã hội của các dân tộc ít người trong cộng đồng dân tộc Việt Nam.

1. Đặc điểm cư trú và phân bố dân cư

Đại bộ phận các dân tộc thiểu số ở nước ta cư trú ở vùng trung du và miền núi. Các dân tộc thiểu số ở phía Bắc có lãnh thổ tộc người không thể hiện rõ rệt. Tuy mỗi dân tộc không có địa bàn cư trú riêng nhưng cũng có những khu vực khá tập trung mà ở đó dân cư của họ chiếm ưu thế so với các dân tộc khác cùng cư trú. Chúng ta có thể quan sát tình hình đó ở các khu vực khác nhau trên lãnh thổ Việt Nam. Thí dụ: người Tày-Nùng chiếm ưu thế ở các tỉnh thuộc Việt Bắc (cũ), người Thái ở Tây Bắc, và miền núi khu Bốn, người Mường ở Hòa Bình. Ở miền Nam cũng có tình hình tương tự như vậy. Nhưng có một sự khác biệt rất rõ trong cư trú giữa các dân tộc ở các tỉnh phía Bắc và các tỉnh phía Nam là, các dân tộc thiểu số ở các tỉnh phía Bắc chủ yếu cư trú vùng núi và trung du, còn ở đồng bằng thì có rất ít những thành viên của các dân tộc thiểu số sinh sống.

Ngược lại ở các tỉnh phía Nam, bên cạnh một số dân tộc thiểu số sống ở các tỉnh miền núi, còn có những dân tộc cư trú chủ yếu ở đồng bằng duyên hải miền Trung, đồng bằng sông Cửu Long và cả ở các thành phố lớn (như dân tộc Chăm, Khmer, Hoa…)

Những địa bàn cư trú tập trung này thường là nơi cư trú lâu đời của tổ tiên các dân tộc đó.

Quan sát sự phân bố dân cư hiện nay trong phạm vi cả nước cũng như từng địa phương cho thấy hình thái cư trú của các dân tộc thiểu số ở nước ta vừa mang tính tập trung, vừa mang tính xen kẽ.

Hầu hết các dân tộc có số lượng dân cư đông thường có địa bàn tập trung, nhưng lại có một bộ phận sống ở các địa phương khác, nhiều khi cách biệt nhau rất xa. Người Thái tập trung ở Tây Bắc và miền núi phía tây Thanh Hóa, Nghệ An. Người Mường tập trung ở các tỉnh Hòa Bình, Phú Thọ, Thanh Hóa. Người Chăm tập trung ở Ninh-Bình Thuận, nhưng có một bộ phận sinh sống ở các tỉnh Nam Bộ. Còn người Khmer sinh sống chủ yếu ở đồng bằng sông Cửu Long. Ngoài ra, có những nhóm nhỏ thường tách ra từ cộng đồng gốc, di cư đi nơi khác nên địa bàn cư trú thường phân tán, xen kẽ với các tộc người vốn đã sinh sống trước đó. Sở dĩ có tình hình này là vì các dân tộc thiểu số có mặt trên lãnh thổ Việt Nam vào các thời điểm khác nhau. Đặc biệt trong thời kì cận, hiện đại do sự phát triển kinh tế - xã hội, sự phân công và phân bố dân cư, lao động trong phạm vi cả nước làm cho việc sống xen kẽ giữa các dân tộc lại càng tăng lên. Nếu như trước đây việc cư trú xen kẽ giữa các dân tộc dừng lại trong phạm vi một huyện, một xã, thì giờ đây đã mở tới các bản. Tình trạng sống xen kẽ không những tăng lên ở các tỉnh miền núi, mà có thể thấy ở các thành phố lớn, nơi mà trước đây cư trú chủ yếu là người Việt và người Hoa.

Tính xen kẽ này có ảnh hưởng rất lớn đến quá trình hòa hợp dân tộc vì từ đó dẫn đến quá trình tiếp xúc, giao lưu văn hóa giữa các dân tộc, góp phần tạo nên tính thống nhất văn hóa của cộng đồng dân tộc Việt Nam.

2. Đặc điểm kinh tế

Sự phát triển kinh tế của các dân tộc thiểu số ở nước ta thể hiện tính đa dạng, phong phú, nhưng hết sức không đồng đều giữa các dân tộc, giữa các khu vực. Tùy theo hoàn cảnh địa lí và phụ thuộc vào trình độ phát triển xã hội của từng cư dân, những tác động của những biến cố lịch sử ở từng địa phương đã tạo nên hai hình thái kinh tế chính sau:

— Những cư dân chủ yếu sinh sống bằng nông nghiệp lúa nước ở vùng thấp.

— Những cư dân chủ yếu sinh sống bằng canh tác lúa cạn ở nương rẫy, nơi các rẻo cao và rẻo giữa.

Có một thực tế là những cư dân sống bằng ruộng nước ở vùng thấp thuộc những dân tộc có số lượng dân cư đông hơn so với các dân tộc sống bằng nương rẫy ở rẻo cao và rẻo giữa.

Các dân tộc thuộc nhóm Việt-Mường, Tày-Thái, Chăm, Khmer sống về nông nghiệp làm ruộng nước. Trải qua một quá trình lâu dài, những cư dân này đã khai phá các thung lũng ven sông, suối thành ruộng như các dân tộc thuộc nhóm Việt-Mường và Tày-Thái ở phía Bắc, hoặc những cánh đồng thuộc duyên hải miền Trung ở người Chăm, hay đồng bằng sông Cửu Long ở người Khmer. Đó là những thửa ruộng có mặt bằng được be bờ, giữ nước, thâm canh, sử dụng năm này qua năm khác. Họ đã biết khai thác các nguồn nước, biết làm thủy lợi; vì ruộng thường trồng lúa nên nước đóng vai trò rất quan trọng trong quy trình canh tác. Cư dân còn khai thác những sông suối, cải tạo thành một hệ thống tưới tiêu khá hoàn chỉnh như ở người Chăm, hay xây dựng một hệ thống tưới tiêu thích hợp cho từng vùng ở các dân tộc khác. Trong nông nghiệp họ đã sử dụng sức kéo và quy trình canh tác tuân thủ theo một nông lịch khá chặt chẽ và đã cho một năng suất tương đối ổn định. Tùy theo từng vùng và những điều kiện địa lí, thời tiết, khí hậu, đã hình thành những quy trình canh tác phù hợp với thiên nhiên thổ nhưỡng nơi các dân tộc cư trú.

Trước đây những nơi canh tác một vụ nay đã chuyển sang hai, ba vụ.

Những cư dân sinh sống ở vùng rẻo cao và rẻo giữa đã biết khai phá những thửa ruộng bậc thang, canh tác dựa vào nguồn nước tự nhiên. Tuy nhiên, diện tích canh tác theo phương thức này là không đáng kể, mà trái lại chủ yếu là canh tác nương rẫy. Đó là những mảnh đất trồng trọt do chặt cây, đốt rừng hàng năm mà có, do không có điều kiện thâm canh nên không sử dụng vĩnh viễn, mà có thời gian để hóa. Thời gian canh tác trên một khoảnh nương được tính ngắn hay dài tùy thuộc độ phì của đất và kĩ thuật canh tác; có khi từ 2-3 năm đến 8-10 năm. Công cụ làm đất chủ yếu là cuốc với nhiều kiểu loại khác nhau. Ngoài trồng lúa là cây lương thực chính, trên các nương rẫy còn trồng các loại rau đậu, bầu bí góp phần làm phong phú thêm trong bữa ăn.

Do năng suất thấp, không ổn định, du canh, du cư, nên các cư dân làm ruộng nương, rẫy thường là những cư dân nghèo hơn, lại lạc hậu hơn so với các dân tộc thiểu số khác.

Kinh tế chăn nuôi vẫn phụ thuộc và chưa tách khỏi trồng trọt vì thiếu những cánh đồng cỏ lớn, lại thêm các bệnh dịch hoành hành trong điều kiện khí hậu gió mùa ẩm thấp. Đồng bào thường nuôi gia súc, gia cầm để lấy sức kéo, làm phương tiện chuyên chở và ăn thịt. Không một dân tộc nào chăn nuôi để vắt sữa và thuộc da.

Ở hầu hết các dân tộc thiểu số nước ta, bên cạnh nông nghiệp, các hình thái kinh tế chiếm đoạt còn phổ biến, nhưng ở vị trí thứ yếu. Điều đó thể hiện tính không triệt để của cuộc đại phân công lao động xã hội lần thứ nhất, khi nông nghiệp xuất hiện. Săn bắt được phổ biến trong một số dân tộc ở Trường Sơn-Tây Nguyên. Đây không chỉ là mục đích bảo vệ mùa màng mà còn là sinh hoạt biểu dương tinh thần thượng võ. Ở những vùng ven sông, suối có nghề đánh cá. Dụng cụ bắt cá đa dạng. Cá không chỉ là món ăn hàng ngày, mà ở một số dân tộc còn là vật phẩm không thể thiếu được trong nghi lễ và phong tục.

Nghề thủ công khá phát triển trong hầu hết các dân tộc thiểu số nước ta, đặc biệt là ở người Chăm và Khmer. Sản phẩm thủ công làm ra nhằm đáp ứng nhu cầu tiêu dùng và trao đổi. Người Chăm còn phát triển ngành kiến trúc, điêu khắc trên đá với những đền đài, tháp, tượng rải rác ở các tỉnh miền Trung. Một số dân tộc đã có các làng chuyên sản xuất các mặt hàng thủ công, tuy nhiên, không có một lớp thợ chuyên môn, thủ công nghiệp chỉ là ngành kinh tế phụ gia đình.

Hình thức trao đổi đa dạng, nhưng số lượng hàng hóa không nhiều, phạm vi trao đổi đóng khung trong một khu vực nhất định. Mặt khác, trong cuộc phân công lao động xã hội lần thứ hai, thủ công nghiệp tách khỏi nông nghiệp một cách chậm chạp, yếu ớt, đã hạn chế sự phát triển của thương nghiệp.

Nhìn chung, nền kinh tế cổ truyền của các dân tộc thiểu số ở nước ta dựa vào thiên nhiên là chính và mang tính tự cung tự cấp. Đơn vị kinh tế là từng gia đình, chưa có sự chuyên hóa trong sản xuất. Mọi thành viên nam, nữ vẫn lao động theo giới tính và tuổi tác, do đó không phát huy được năng lực trí tuệ, không tạo điều kiện cho kĩ thuật phát triển. Mặt khác, hoạt động kinh tế còn thiếu kế hoạch, thiếu tính toán và lãng phí, thể hiện qua việc sử dụng các sản phẩm nhất là lương thực, gia súc và vật liệu xây dựng. Vì thế không những ảnh hưởng trực tiếp đến từng gia đình, từng buôn làng, mà đến toàn xã hội, làm tăng thêm những khó khăn vốn đã chồng chất trong đời sống của họ.

3. Đặc điểm xã hội

Do nhiều nguyên nhân mà trình độ phát triển xã hội nội trị của từng dân tộc không đồng đều và ở các giai đoạn khác nhau.

Các dân tộc Trường Sơn-Tây Nguyên cho đến cuối thế kỉ XIX đang ở giai đoạn cuối của xã hội nguyên thủy chuyển sang xã hội có giai cấp. Tổ chức xã hội duy nhất là làng và chỉ có làng. Ruộng tư đã xuất hiện, nhưng chế độ sở hữu công cộng đối với toàn bộ đất đai còn giữ vai trò chủ đạo. Tình hình đó còn kéo dài đến những năm 50 của thế kỉ này. Trong lòng xã hội đã có sự phân hóa nhưng không sâu sắc và bị chi phối bởi những tập quán cổ truyền của từng dân tộc. Làng không còn là một công xã huyết tộc, mà bao gồm những người có mối quan hệ láng giềng chung sống.

Tùy theo từng dân tộc, tổ chức gia đình có khác nhau, hoặc theo mẫu hệ, hoặc theo song hệ hay theo phụ hệ. Nhưng dù theo hệ nào, thì vị trí người đàn ông cũng được đề cao trong các mối quan hệ xã hội. Quy mô của các gia đình cũng khác nhau, không phụ thuộc vào mẫu hệ hay phụ hệ. Tuy nhiên, mối quan hệ dòng họ, gia đình còn giữ vai trò quan trọng trong mọi lĩnh vực đời sống của cư dân.

Đặc điểm xã hội của các dân tộc cư trú ở các tỉnh phía Bắc trước đây khá phức tạp. Trong từng khu vực, những quan hệ của dân tộc chủ thể chi phối nội bộ của các dân tộc khác có số lượng ít hơn sống xen kẽ. Bản làng được coi là đơn vị của xã hội, bao gồm những gia đình của những dòng họ, của một hay hai, ba dân tộc cư trú. Mỗi bản đều có một đường ranh giới quy định, các thành viên trong đó có trách nhiệm thực hiện nghĩa vụ do chính quyền trung ương hay địa phương phân bố. Vai trò của dòng họ còn rất lớn. Ở một số vùng, dòng họ không chỉ mang tính huyết thống mà còn mang tính giai cấp và đẳng cấp.

Ở một số vùng tồn tại chế độ thổ ti, lang đạo, phìa tạo, thực chất là những chúa đất, họ được coi là tượng trưng cho quyền lực của toàn thể bản mường, nên tất cả đất đai, ruộng nương, rừng núi, sông suối kể cả con người cư trú trên đó đều thuộc bản mường, tức thuộc chúa đất. Rừng núi, đất đai người dân có quyền sử dụng nhưng rất hạn chế, như chỉ được chặt một số loại cây, khi săn được thú lớn phải dành một phần cho chúa đất, một phần cho tập thể công xã.

Ruộng đất về danh nghĩa là ruộng đất công, nhưng chúa đất chiếm phần lớn để làm lương bổng trả công cho bản thân, gia đình và các chức dịch dưới danh nghĩa ruộng chúa, ruộng chức. Một phần ruộng giành cho những gia đình lệ nông phục vụ riêng cho tầng lớp quý tộc. Phần ruộng đất còn lại chia cho dân trong bản. Người dân trong bản khi nhận ruộng đất do bản phân chia theo định kì phải thực hiện các nghĩa vụ như đóng thuế, đi phu và lao dịch.

Trong xã hội tồn tại giai cấp phong kiến quý tộc và nông dân. Giai cấp phong kiến bao gồm gia đình chúa đất và các chức dịch thượng đẳng. Họ là tầng lớp ăn bám, không lao động. Tầng lớp lao động trong xã hội là nông dân. Đây là bộ phận dân cư bị bóc lột nặng nề nhất. Nông dân chia thành ba nhóm với sự khác biệt trong quan hệ xã hội: nhóm một là nông dân tự do, bộ phận này được hưởng quyền chính trị và được hưởng phần ruộng của bản làng. Họ là lực lượng lao động sản xuất chủ yếu trong xã hội; nhóm thứ hai là lệ nông, là những người phục dịch chủ trong sản xuất và lao dịch. Những người lệ nông có thể sống thành bản riêng biệt và cũng có thể sống xen kẽ với nông dân tự do trong một bản; cuối cùng là tầng lớp gia nô. Tầng lớp này bị coi là những người ngoài xã hội, là sở hữu riêng của từng gia đình quý tộc.

Ở vùng thấp, nơi các dân tộc sinh sống chủ yếu bằng canh tác lúa nước, quan hệ xã hội có trình độ phát triển gần như ở miền xuôi. Ở vùng này các làng bản gần nhau hơn hợp thành một đơn vị xã đơn thuần theo quy định hành chính. Các làng bản hợp thành một đơn vị hành chính bình đẳng với nhau về quyền lợi và nghĩa vụ đối với nhà nước. Trong lòng xã hội của các cư dân này, bên cạnh một số ruộng công hoặc nửa công, ruộng tư đã chiếm đa phần. Chế độ sở hữu ruộng đất không khác so với miền xuôi, sự phân hóa giai cấp tương đối rõ, bao gồm địa chủ, nông dân, ngoài ra chưa thấy xuất hiện một giai cấp nào khác.

Trong khi đó ở miền Nam, người Chăm và Khmer cư trú ở vùng duyên hải miền Trung và đồng bằng sông Cửu Long, tình hình xã hội của họ gần như xã hội người Việt. Họ cư trú thành những làng (phum, sóc, plây) nhưng ảnh hưởng của tôn giáo rất lớn, tác động không ít đến sinh hoạt xã hội (như Bàlamôn giáo, Hồi giáo, Phật giáo tiểu thừa). Chế độ sở hữu ruộng đất tư nhân ở vùng này được xác lập từ lâu, hầu như không còn tồn tại chế độ sở hữu ruộng đất công. Tình hình chiếm hữu ruộng đất tư dẫn đến sự phân hóa giữa các tầng lớp trong xã hội.

Người Hoa đến Việt Nam, chủ yếu sinh sống ở hai địa bàn nông thôn và thành thị. Ở nông thôn, xã hội người Hoa cũng có sự phân biệt giai cấp gần như người Việt. Tại các thành phố lớn sự phân hóa này càng sâu sắc hơn làm xuất hiện tầng lớp tư sản mại bản người Hoa. Trước năm 1975, tầng lớp này không những chi phối nền kinh tế miền Nam, mà còn có mối quan hệ kinh tế với thế giới bên ngoài.

Như vậy, đặc điểm xã hội của các dân tộc thiểu số ở nước ta phản ánh một thực tế chung là sự phát triển không đồng đều giữa các dân tộc. Sau Cách mạng tháng Tám và đặc biệt sau khi thống nhất đất nước, Đảng và Nhà nước ta có những chính sách đối với từng vùng, từng dân tộc, nhằm thúc đẩy quá trình phát triển kinh tế, xã hội của các dân tộc thiểu số. Cho đến nay, quan hệ xã hội đã có sự thay đổi cơ bản, nhưng tình trạng phát triển không đồng đều vẫn còn tồn tại, cần phải có một nỗ lực toàn diện mới có thể giảm đi sự chênh lệch và sự cách biệt trong sự phát triển của các dân tộc.

注 释

本课节选自吴文厉（Ngô Văn Lệ）、阮文捷（Nguyễn Văn Tiệp）和阮文耀（Nguyễn Văn Diệu）著、越南河内教育出版社（Nxb Giáo dục）1998年版《越南少数民族文化》（*Văn hóa các dân tộc thiểu số ở Việt Nam*）第一章 "越南少数民族概况"（*Khái quát về các dân tộc thiểu số ở Việt Nam*）。

1. Tày：岱依族，越南54个民族之一，主要居住在北部山区的一些省份。
2. Thái：泰族，越南54个民族之一，主要居住在西北、中北部山区的一些省份。
3. Mường：芒族，越南54个民族之一，主要居住在北部山区、平原的一些省份。
4. Hoa：华族，亦为Hán（汉族），越南54个民族之一，主要居住在平原地区，目前85%居住在南方。
5. khu Bốn：第四区。khu是越南以前一种通常包括几个省或相当于省的特别行政单位。
6. Ninh-Bình Thuận：宁—平顺省，今宁顺省和平顺省。
7. rẻo：狭长的田地、地块。
8. hóa：土地荒芜，hóa同hoang hóa。
9. lang đạo：从前越南芒族地区村寨的酋长、头人。
10. phìa tạo：从前越南泰族地区村寨的酋长、头人。
11. phum, sóc：村、寨，分别为越南高棉族的居住区，phum小于sóc。
12. plây：村、寨，越南南方一些少数民族地区最小的居住区，相当于"làng"。

BÀI SỐ 24
VĂN HÓA LÀNG VIỆT NAM (I)
越南乡村文化（上）

    Làng, một cộng đồng cư dân của người Việt trên vùng đồng bằng sông Hồng, sông Mã, sông Lam đã có lịch sử mấy thiên niên kỷ. Quá trình phát triển liên tục vừa cải tạo tự nhiên, vừa chống ngoại xâm và đô hộ của nước ngoài, vừa vươn lên hạn chế tối đa những rủi ro bão lụt hàng năm, làng Việt Nam đã vững chặt lại như thép mà vẫn linh hoạt mềm dẻo như nước đại hà. Sử học đã chứng minh chính xác rằng trong lịch sử Việt Nam hơn nghìn năm Bắc thuộc, đã có lúc nước bị mất nhưng làng không mất. Làng vẫn được giữ vững, phục hồi, tái lập trên khắp đồng bằng sông Hồng, rồi tái sinh trên dải đất miền Trung và đồng bằng sông Cửu Long.

    Cái gì đã làm cho làng có sức mạnh bền vững và dẻo dai như thế, đó là văn hóa làng. Chính văn hóa làng, trong quá trình lịch sử là hằng số trong cuộc thăng trầm của đất nước. Văn hóa làng vẫn tồn tại đến ngày nay với sự ngưng kết đậm đặc biểu hiện trong lối sống, phong tục tập quán, kho tàng văn hóa dân gian, tín ngưỡng tôn giáo. Văn hóa làng còn có cả một cơ sở vật chất là đình, chùa, miếu, lũy tre, bến nước, cây đa. Những yếu tố vật thể và phi vật thể trên không đứng đơn độc, rời rạc mà hòa quyện vào nhau, tích hợp lại thành bản sắc văn hóa làng, lưu truyền từ thế hệ trước sang thế hệ sau như một dòng chảy không bao giờ dứt. Ở đây, xin tóm lược những thành tố tạo nên tổng thể nội dung văn hóa làng như gia đình - dòng họ, tín ngưỡng đa thần, hương ước tự trị và mối quan hệ nhà - làng - nước.

Gia đình - dòng họ

    Gia đình nông thôn Việt Nam truyền thống thuộc loại gia đình nhỏ, là một đơn vị sinh hoạt, đơn vị kinh tế, đơn vị giáo dục, là tế bào xã hội. Nói gia đình Việt Nam có chức năng kinh tế bởi lẽ gia đình là một tổ chức sản xuất (ở nhiều nước phương Tây không hoàn toàn như vậy). Trong nhà, dưới sự chỉ đạo của cha (hay mẹ) tất cả các thành viên tùy theo sức khỏe mà cùng chung lao động. Về mặt nào đó, đất đai là của cả nhà do gia trưởng quản lý chứ không phải của một anh hay một chị; khi cha mẹ mất thì chia cho con cái, cả trai, gái, con nuôi. Trong lịch sử Việt Nam trải qua nhiều thời đại cho đến ngày nay, kinh tế hộ gia đình luôn luôn là tác nhân quan trọng của sự tăng trưởng của sức sản xuất.

Gia đình còn có chức năng nuôi dưỡng và giáo dục con cháu. Ông, bà, cha, mẹ đều coi giáo dục là nghĩa vụ thiêng liêng, lấy sự trưởng thành của con cháu là hạnh phúc của chính mình. Dân gian có câu: "Đức hiền tại mẫu" hoặc "Con hư tại mẹ, cháu hư tại bà". Các bậc cha mẹ lấy nhau không phải để hưởng thụ hạnh phúc cá nhân cho riêng mình mà chính là để lo cho nhau, có nghĩa vụ với nhau, để có con và được nuôi dưỡng, giáo dục con cháu. Cái hạnh phúc lớn lao của cha mẹ nằm chính ngay sự vất vả, khó khăn và cả sự hi sinh đó. Ở làng quê Việt Nam không thiếu những tấm gương vợ nuôi chồng đi học thành danh thành tài, cha mẹ nghèo khổ nhưng vẫn tần tảo nuôi con học hành thi cử. Sống vì nghĩa với nhau, sống vì con cháu cao hơn chính bản thân mình là đạo đức truyền thống tốt đẹp của gia đình nông thôn Việt Nam.

Một nội dung giáo dục cơ bản của gia đình là *hiếu nghĩa*. Hiếu là một đạo, có nghĩa là một nguyên tắc ứng xử trong gia đình và xã hội, là một chuẩn giá trị để bình giá con người. Trước đây, ở nông thôn đồng bằng Bắc Bộ có nhiều gia đình và dòng họ lập "gia huấn", "gia quy" nhằm duy trì đạo hiếu. Đạo hiếu theo nghĩa truyền thống của gia đình Việt Nam có hai điểm chủ yếu:

—*Thứ nhất*, con cháu phải nuôi dưỡng ông bà, cha mẹ khi về già. Đó là đạo làm con. Tục ngữ Việt Nam có câu "trẻ cậy cha, già cậy con". Trong quan niệm của người Việt Nam thì tuổi cao phải được xem là của cải quý báu, phải được trân trọng, phải được tri ân đáp nghĩa.

—*Thứ hai*, con cháu phải biết nghe lời dạy bảo của ông bà, cha mẹ, không được tùy tiện sống buông thả mà phải theo "nếp nhà", có "khuôn phép", trên kính dưới nhường.

Cho đến ngày nay, nhiều gia đình nông thôn vẫn còn trang hoàng những câu đối, những hoành phi sơn son thiếp vàng trân trọng với chữ nghĩa răn dạy con cháu phải: hiếu, nghĩa, nhân ái, cần, kiệm, liêm, chính. Gia đình là cộng đồng đầu tiên tạo lập con người từ nhân cách, nghề nghiệp, tài năng đến đạo đức, luân lý, quy tắc ứng xử.

Nếu gia đình là đơn vị xã hội để tiến hành tái sản xuất đời sống con người và góp phần tái sản xuất ra đời sống xã hội thì dòng họ ở nông thôn là một tổ chức có tính huyết thống và xã hội. Có lẽ vào thời Bắc thuộc đến thời Lý-Trần có một số cộng đồng cư trú theo dòng họ, như Dương Xá, Hoàng Xá, Nguyễn Xá… lấy tên dòng họ làm địa danh. Song, không nên cường điệu hiện tượng này. Trải qua nhiều thế kỷ đến nay, làng quê Việt Nam không còn dạng "công xã tôn tộc" nữa, mỗi làng đã có nhiều dòng họ cộng cư. Dòng họ của người Việt là theo gia trưởng-phụ hệ, có thứ bậc theo thế hệ khá nghiêm ngặt "đầu xanh con nhà bác, đầu bạc con nhà chú" như một quy tắc ứng xử.

Trai gái xây dựng gia đình phần lớn là người cùng làng, "ta về ta tắm ao ta, dù trong dù đục ao nhà vẫn hơn". Chính kiểu hôn nhân này đã khiến cho các quan hệ giữa những người cùng làng thành "thân thuộc hóa", thành "dòng họ hóa". Đồng dao nông thôn có câu:

"Tu hú là chú bồ các;
Bồ các là bác chim ri;
Chim ri là dì sáo sậu;

Sáo sậu là cậu sáo đen;
Sáo đen là em tu hú;
Tu hú là chú bồ các".

Đó chính là quan hệ chồng xếp được hình thành như một vòng tròn hoàn chỉnh, tạo ra mối liên kết chặt chẽ giữa huyết thống và địa vực trong làng quê.

Kết cấu dòng họ người Việt ở làng xã truyền thống thường có ba thành tố cơ bản hợp thành:

—Gia phả, ghi chép ngày sinh, ngày mất, phần mộ và hành trạng của tổ tiên;

—Từ đường, nơi thờ cúng tổ tiên của họ lớn và của các họ nhánh;

—Ruộng họ hay quỹ họ để duy trì việc thờ cúng tổ tiên và sinh hoạt họ hàng.

Không phải dòng họ nào cũng có đầy đủ cả ba thành tố trên. Trải qua nhiều biến cố xã hội phức tạp, nhiều dòng họ không còn gia phả, không có ruộng họ. Tuy nhiên không vì vậy mà sự cố kết dòng họ bị giảm sút. Cũng như gia đình, dòng họ là tổ chức đa năng. Nó là tổ chức bảo hiểm cho các thành viên khi gặp khó khăn về kinh tế, trở ngại về xã hội. Khi gia đình gặp đói kém, hay thiếu vốn kinh doanh hoặc hạn hẹp về nhân lực thì dòng họ là lực lượng hỗ trợ hữu hiệu. Dòng họ còn là tổ chức khuyến học, khuyến tài. Nhiều gia phả dòng họ còn ghi: thành viên nào đỗ đạt các khoa thi được khen thưởng, được khắc vào bia đá, được biểu dương mãi mãi.

Tín ngưỡng của gia đình và dòng họ là *thờ cúng tổ tiên*. Mỗi gia đình đều có bàn thờ và cả họ đều có nhà thờ. Ở đồng bằng Bắc Bộ và Trung Bộ, hầu như làng nào cũng đều có vài ba nhà thờ họ; có họ lại có nhà thờ các chi nhỏ. Tục thờ cúng tổ tiên đã góp phần tích cực củng cố mối quan hệ dòng họ, củng cố quan niệm uống nước nhớ nguồn của người Việt. Từ hai mặt gia đình (dòng họ) và xã hội, tín ngưỡng này tạo nên tính thần thánh thiêng liêng cho tổ tiên, đồng thời cũng khẳng định thêm một dạng luân lý thế tục được thần hóa.

Tục thờ cúng tổ tiên với những quy định về gia lễ, gia huấn và những quy định ứng xử khiến cho dòng họ góp phần không nhỏ điều khiển con người, tạo ra một kiểu quản lý xã hội. Ngoài tính tích cực, thì ngày nay, đây đó ảnh hưởng của dòng họ trong nông thôn còn có những tiêu cực khá nặng nề gây ra những ảnh hưởng xấu như "chính quyền của họ", "chi bộ của họ", cục bộ hẹp hòi thậm chí còn gây ra hiện tượng phe cánh tranh giành quyền lợi, địa vị trong làng xã. Do đó, cần phải kiên trì cuộc đấu tranh bài trừ các hủ tục, các thói hư tật xấu nảy sinh trong quan hệ dòng họ nông thôn hiện nay.

Ở phương Tây, sự phát triển của chủ nghĩa cá nhân đến cao độ, vô tình đã làm giảm sút và cắt bớt các quan hệ giữa người với người. Ở đây người ta tìm đến cái an toàn bảo hiểm cho cá nhân và gia đình ở chính sức mạnh vật chất; của cải nhiều là điều kiện an toàn cho cá nhân; đồng tiền và các quan hệ kinh tế thay thế tất cả. Sự phát triển cá nhân cao độ như ở các nước phương Tây có phải là nhân tố phát triển chung cho tất cả các xã hội, trong đó có Việt Nam không ? Hẳn không phải như vậy. Ở Việt Nam, chủ nghĩa cá nhân cao độ nhiều khi lại gây nguy cơ xã hội mà không phải là nhân tố phát triển, có thể cho rằng, gia đình và dòng họ, trên một mặt nào đó góp phần an toàn và ổn định xã hội.

BÀI SỐ 24 VĂN HÓA LÀNG VIỆT NAM (I)

Tín ngưỡng đa thần - cái đình và cái chùa

Ở Việt Nam không có một tôn giáo quốc gia, nhưng lại có một dạng thức có tính chất tôn giáo (theo nghĩa rộng) đa thần của làng xã, dòng họ, xóm ngõ, phe giáp... Dường như đâu đâu cũng có "thần", nơi nào cũng có "thần". Nhiều nước chỉ có một tôn giáo, chẳng hạn như những nước Xlavơ, phương Đông theo Chính thống giáo, những nước Trung Cận Đông theo Hồi giáo, nhiều nước ở Đông Nam Á theo Phật giáo (tiểu thừa) hay theo Hồi giáo. Việt Nam và một số nước Đông Á lại không như vậy. Tại Việt Nam cũng có Phật giáo, cũng có Kitô giáo, nhưng hầu như chưa bao giờ các tôn giáo này là quốc giáo chi phối đời sống tinh thần của cả nước.

Tín ngưỡng phổ biến nhất trong văn hóa làng là thờ *đất và nước*. Cư dân nông thôn Việt Nam sống nhờ vào đất và nước. Đất và nước được thờ dưới nhiều hình thức khác nhau như thổ thần, thành hoàng, thủy thần... Liên tưởng tới tín ngưỡng này ta thấy trong dân gian Việt Nam đâu đâu cũng có câu nói: "Đất có thổ công, sông có hà bá". Bên cạnh thần đất, thần nước là thần các hiện tượng tự nhiên liên quan đến nông nghiệp (như mây, mưa, sấm, chớp...) và các vị thần người. Các vị thần trên thường được phân loại là thiên thần và nhân thần.

Tín ngưỡng phổ biến của gia đình và dòng họ là tục thờ cúng Tổ tiên ở từ đường và tín ngưỡng cao nhất trong một làng là thờ *Thành hoàng* trong *đình làng*. Mỗi làng Việt từ đồng bằng sông Hồng đến đồng bằng sông Cửu Long hầu như đều có đình thờ Thành hoàng, có thể là một hoặc nhiều vị thần. Thành hoàng là thần tượng được tôn vinh nhất trong một làng. Các vị là thiên thần hoặc nhân thần, cũng đều là thần có công đem lại độc lập cho quốc gia, an ninh cho thôn xóm, mùa màng tươi tốt, là người khai cơ lập ấp xây dựng đất nước Việt Nam, tuyệt đại là những vị: "Bảo quốc hộ dân". Nhiều vị là quốc tổ Hùng Vương, là anh hùng chống Tống, chống Nguyên, chống Minh... là những danh nhân văn hóa thời Đinh, Lý, Trần, Lê...

Đình bao giờ cũng được xây dựng ở nơi tôn nghiêm, cao ráo nhất trong địa vực làng. Cấu trúc đình bao giờ cũng bề thế nhất, sang trọng nhất trong làng. Đình cũng là nơi dân làng hội họp giải quyết việc làng việc nước, ở đây, thần quyền kết hợp với thế quyền. Đình làng, nhất là đình làng miền Bắc, là kho tàng phong phú về điêu khắc dân gian, phản ánh đời sống hàng ngày của người nông dân và ý tưởng thẩm mỹ của họ. Điêu khắc ở đình làng là điêu khắc trang trí, hình tượng phong phú, đường nét tinh vi, thu hút sự chú ý của người xem. Những hình rồng, hình phượng, những nàng tiên thổi sáo, cây dây hoa, những con người lao động cày, bừa, vui chơi, tất cả bám lấy xà ngang, xà dọc uyển chuyển linh hoạt làm cho ngôi đền tuy nguy nga mà vẫn gần gũi với con người, thiêng liêng mà vẫn thế tục.

Đình làng trong tâm thức người dân Việt là biểu tượng cao cả mà uy lực của đình ảnh hưởng đến cuộc sống của toàn dân:

"Toét mắt là tại hướng đình,
Cả làng toét mắt chứ mình em đâu".

Do đó, dân làng đi qua cửa đình, phải "hạ mã" (xuống ngựa), phải cúi đầu. Tên húy của thần phải được kiêng kỵ khi nói khi viết (chẳng hạn tên ngài là Lý Bí thì dân làng phải gọi quả bí là quả bầu).

Tục thờ thành hoàng và đình làng là hiện tượng đặc sắc trong văn hóa Việt Nam, là đặc trưng của văn hóa làng. Nông thôn các nước Đông Á và Đông Nam Á không có tục thờ thần thành hoàng, cũng không có đình làng như ở nước ta. Các thôn xã của Trung Quốc có từ đường của dòng họ, có miếu thờ thổ thần, sơn thần thủy thần, nhưng không có đình để dân làng làm trụ sở bàn việc dân, việc nước. Thần Thành hoàng của Trung Quốc chỉ có ở thành thị, còn làng quê thì không có. Các nước Lào, Campuchia, Thái Lan cũng không có một kiến trúc nào ở nông thôn làm chức năng như ngôi đình của người Việt.

Bên cạnh đình làng là *chùa làng*. Ở đồng bằng Bắc Bộ có số chùa làng nhiều hơn ở miền Trung và miền Nam. Vào thời Lý-Trần phần lớn chùa là của quý tộc; vào thời Lê-Nguyễn chùa là của làng xã. Chùa làng là nơi tu hành của các nhà sư, nơi thờ Phật và gửi hậu của dân làng, là nơi đi lại tĩnh tâm vào ngày sóc, ngày vọng của nữ giới và người già. Nếu so sánh về kiến trúc với đình thì nhìn chung chùa có vẻ khiêm tốn hơn bởi tính trầm lặng u tịch và cái vẻ đơn sơ, giản dị của nó. Chùa làng thực sự là chùa dân gian. Ở đây các nhà sư cũng phải lao động vất vả theo phương châm: "nhất nhật bất tác, nhất nhật bất thực" (một ngày không làm, một ngày không ăn). Chính nhờ sự lao động khó nhọc mà nhà chùa có thể bám rễ trong cuộc sống làng xã, và được người nghèo ủng hộ duy trì trong nhiều thế kỷ qua. Chính nhà chùa đã bổ sung nét Phật giáo từ bi cứu khổ cứu nạn vào văn hóa làng quê. Không ít nhà chùa là nơi chữa bệnh cho dân nghèo. Đạo đức từ bi bác ái, ở hiền gặp lành đã cuốn hút các làng xã quy về. Có người nói: đình là cái hồn của làng, còn chùa là cái đạo của làng, đã phần nào phản ánh được chức năng xã hội của hai tín ngưỡng này.

Bên cạnh đình và chùa, trong làng quê Việt Nam còn có *miếu*. Miếu có kiến trúc nhỏ hẹp, thường là của cộng đồng xóm ngõ. Vị thần được thờ cũng thường là thổ công, thổ địa hoặc các vị tổ sư nghề. Có nơi còn có *quán* thờ các thần tượng như Liễu Hạnh hay Đức Thánh Trần…

Tín ngưỡng làng quê, như đã trình bày là tín ngưỡng đa thần: có thần Thành hoàng, có thần Tổ tiên, có Ngọc hoàng Thượng đế, có thần Mẫu… Các vị thần này đồng thời tồn tại, không mâu thuẫn mà bổ sung cho nhau. Thậm chí trong một ngôi chùa, người ta thấy ngoài thờ Phật lại thờ cả bà Chúa Liễu Hạnh, thờ Ngọc hoàng Thượng đế. Trong làng quê, Phật cũng chỉ là loại thần có chức năng như các loại thần tổ tiên, thần miếu đền. Hiện tượng tín ngưỡng dung hợp này cũng phản ánh phương thức tư duy *bao dung, cởi mở* của người Việt. Trong làng, không có một bộ phận chuyên nghiệp "hành nghề tôn giáo". Thờ Thành hoàng là công việc của cả làng; thờ Tổ tiên là công việc của gia đình và dòng họ; còn thờ Tổ sư là công việc của người làm nghề thủ công… Các vị thần ở làng xã không phải là "đấng cứu thế" đứng ngoài trần thế (như Chúa Kitô hay Thánh Ala) cứu vớt dân lành sang thế giới khác. Mà thần của người Việt tồn tại ngay trong cuộc sống hàng ngày, có lý lịch cụ thể, có thần tích chi tiết. Các vị thần này trong tư tưởng và tình cảm của dân làng là những vị có trách nhiệm, luôn luôn giúp đỡ cho dân làng vì cuộc sống hiện tại. Các vị thần linh này "không đứng ngoài trần thế" mà vẫn "sống" xung quanh con người, theo dõi hoạt động của con người và vẫn phù trợ (hoặc đôi khi cũng là trừng phạt) con người. Các nhà nghiên cứu gọi đó là tôn giáo "thế tục", "lý tính".

(Còn nữa)

注　释

　　本课选自越南河内国家大学所属社会与人文科学大学历史系编辑、越南河内国家大学出版社（Nxb Đại học quốc gia Hà Nội）2006年版《多元与关联紧密的越南乡村》（*Làng Việt Nam đa nguyên và chặt*）。本书是为了纪念潘大尹（Phan Đại Doãn）教授七十寿辰，介绍并表彰其在研究领域的卓越贡献。潘大尹教授的著作《越南乡村：若干经济–文化–社会问题》（*Làng xã Việt Nam: Một số vấn đề kinh tế-văn hóa-xã hội*）被越南国家主席授予国家政府奖（Giải thưởng Nhà nước），他本人被授予"人民教师"（Nhà giáo Nhân dân）的称号。本课所选《越南乡村文化》（*Văn hóa làng Việt Nam*）也是潘大尹教授的代表作之一。

　　1. ngưng kết：结晶，通常为kết tinh。

　　2. hành trạng：（尤指死者生时的）业绩。

　　3. Xlavơ：斯拉夫（Slav），欧洲各民族和语言集团中人数最多的一支。

　　4. Chính thống giáo：东正教（Eastern Orthodox Church），又称正教（Orthodxia，希腊语意为正统），是与天主教、新教并立的基督教三大派别之一。

　　5. tuyệt đại：绝大多数，绝大部分，亦为tuyệt đại đa số、tuyệt đại bộ phận。

　　6. gửi hậu：指一些无子女者、子女不孝者或虔心向佛者生前把财物捐给寺庙，死后则由寺庙负责安葬，负责祭祀。

　　7. Liễu Hạnh：柳幸，越南民间信仰中圣母信仰所供奉的女神，传说她是玉皇大帝的女儿，多次下凡，第二次下凡时取名柳幸。

　　8. Đức Thánh Trần：陈圣人，即越南陈朝率军抗击蒙古军队的兴道王陈国峻。越南民间信仰中的神仙信仰常常把那些古代帝王、民族英雄、忠臣义士、清官廉吏、科考名流、行业大师以及垦荒建村过程中的有功者、重大事件中贡献卓著者等视为神加以供奉。另外，在圣母信仰中陈兴道被奉为父神。越南有句谚语为："八月祭父，三月祭母。"（Tháng Tám giỗ Cha, tháng Ba giỗ Mẹ.）这里的父母分别指陈兴道和柳幸。陈兴道死于1300年阴历八月二十日，而据说柳幸第一次下凡后再升天是阴历三月初三。

BÀI SỐ 25
VĂN HÓA LÀNG VIỆT NAM (II)
越南乡村文化（下）

(Tiếp theo bài trước)
Tính tự trị-tự quản, hương ước làng xã

Nói đến kết cấu quyền lực làng xã Việt Nam không thể không nói đến tính tự trị - tự quản qua lệ làng và hương ước. Lệ làng là những quy phạm hoạt động của mỗi thành viên trong làng, còn hương ước tức là lệ làng thành văn bản. Lệ làng cũng có tính cưỡng chế. Cái khác nhau giữa luật nước và lệ làng chủ yếu là ở lực lượng nào duy trì các quy phạm hoạt động của mỗi thành viên trong làng. Luật nước thì dựa vào luật của chính quyền (có công an, có quân đội, có tòa án…), còn lệ làng thì dựa vào truyền thống được cộng đồng chấp nhận và tuân thủ được hình thành từ kinh nghiệm của con người, của cộng đồng truyền từ đời này sang đời khác. Các hoạt động kinh tế - văn hóa của dân làng thường bó hẹp trong không gian làng, cuộc sống của họ thường tự túc tự cấp, cả cuộc đời gắn bó với làng, cho nên họ hiểu lệ làng hơn luật nước.

Kết cấu quyền lực mang tính tự quản của làng của xã phần lớn được xây dựng trên quyền trưởng lão. Dân gian Việt Nam có câu: "Triều đình trọng tước, làng nước trọng xỉ". Câu nói này đã thể hiện sự khác biệt giữa luật nước và lệ làng, giữa nhà nước và quyền tự quản làng xã. Sự tồn tại của lệ làng chính là sự nhân nhượng của luật nước. Nhìn chung, lệ làng phải tuân theo luật nước, thậm chí còn trái ngược với luật nước, đưa đến tình trạng "phép vua thua lệ làng". Đây không phải là mặt chính, nhưng cũng chính là hạn chế của lệ làng, cần được khắc phục trong quá trình đẩy mạnh quá trình xây dựng làng, ấp xã, phường văn hóa, nâng cao tính tự quản của cộng đồng dân cư trong công cuộc xây dựng nếp sống văn minh.

Hương ước là công cụ tự điều khiển, tự điều chỉnh của làng xã. Theo thống kê năm 1991 của sách *Thư mục hương ước Việt Nam thời cận đại* thì hầu hết các làng xã ở miền Bắc, miền Trung đến Đồng Nai thượng vào đầu thế kỷ XX đều có hương ước, số lượng hương ước có đến trên 5.000 bản. Xin nêu một vài dẫn chứng: Bắc Giang có 265; Bắc Ninh có 141; Hà Đông có 176, Hà Nam có 279; Nam Định có 651; Thái Bình có 450; Quảng Ngãi có 8 (rất tiếc là nhiều tỉnh miền Trung chưa tìm được số liệu). Hương ước làng xã bao gồm nhiều nội dung kinh tế, chính trị, xã hội, môi trường... Cụ thể:

—Quy định về những thiết chế xã hội trong làng như: Hội đồng kỳ mục, lý lịch dòng họ, ngụ cư và chính cư ở xóm giáp...

—Quy định về các thứ bậc xã hội: già trẻ, nam nữ, quan dân... Hương ước đề cao lão quyền và nam quyền. Người già trong làng rất được tôn trọng...

—Quy định những điều khoản giữ gìn trật tự, trị an thôn xóm, đồng điền và môi trường;

—Quy định những nghĩa vụ đối với nhà nước, thuế, phu phen, lính tráng;

—Quy định việc giữ gìn phong tục, tập quán, truyền thống trong gia đình, họ hàng, xóm thôn, các quan hệ trưởng ấu, nam nữ... Nhiều hương ước còn đề cao học hành, thi cử, v.v...

—Các hương ước đều có những khoản thưởng phạt rõ ràng nhằm khuyến khích những hoạt động có lợi cho cộng đồng và trừng phạt những kẻ làm phương hại nó. Tinh thần hương ước là tinh thần tự trị, tự quản cộng đồng làng. Tinh thần cộng đồng này nếu được phát huy đúng hướng phù hợp với hiến pháp và pháp luật của nhà nước sẽ có ý nghĩa tích cực.

Chấp nhận hương ước là chấp nhận một kiểu quản lý phi quan phương. Như vậy kết cấu quyền lực làng xã truyền thống là kết cấu có tính nhị nguyên, kết hợp giữa chính quyền nhà nước và tự quản làng xã, giữa kết cấu quan phương và kết cấu phi quan phương. Đây cũng là hiện tượng rất đặc biệt của văn hóa làng Việt. Trên thế giới, đặc biệt các nước Đông Á và Đông Nam Á đều có cộng đồng tự trị nhưng không sâu đậm như Việt Nam. Ở Thái Lan, Lào, Campuchia kết cấu tự quản làng xã phần lớn do bộ phận tu sĩ Phật giáo tiểu thừa ở các chùa nắm giữ, thường chỉ nắm giữ bộ phận tôn giáo. Ở Trung Quốc, các hương thôn cũng có phần tự quản, song mờ yếu hơn ở Việt Nam.

Ứng xử theo tục lệ, phần lớn là ứng xử theo tâm, theo tình. Ứng xử theo tục lệ là chuyển hóa các quan hệ pháp luật sang quan hệ văn hóa, lấy quan hệ văn hóa để giải quyết các quan hệ kinh tế và pháp luật. Đây là sản phẩm của cộng đồng gia đình, dòng họ và làng xã, của huyết thống kết hợp với địa vực. Có mặt tích cực nhất định. Những người cùng cộng đồng họ tộc, làng quê thường rất trung thực, thậm chí có thể hy sinh cho nhau. Tuy vậy, đây đó vẫn còn hạn chế, chẳng hạn có khi đối với cộng đồng khác, làng khác, lại giữ thái độ xa lạ, thờ ơ, thiếu trách nhiệm... Do đó không phải không có lúc tình át lý, lệ thay luật.

Hội làng

Một đặc trưng quan trọng của văn hóa làng là lễ hội, còn gọi là hội làng. Hội làng là sinh hoạt tôn giáo, nghệ thuật, thể thao truyền thống của cộng đồng làng, là nét đặc sắc trong văn hóa làng Việt. Xuất phát từ sự mong ước và cả nhu cầu của cuộc sống, từ sự tồn tại và phát triển, từ sự bình yên cho từng cá nhân và gia đình, sự vững mạnh của dòng họ, sự bội thu cho mùa màng, sự sinh sôi nảy nở của con người... mà tinh thần của hội làng được duy trì và mở rộng. Hội làng nào cũng có một mong muốn chung là "nhân khang vật thịnh" hoặc "quốc thái dân an".

Hội làng thường tổ chức ở đình, cũng có nơi tổ chức ở chùa hay đền. Có một số nhà nghiên cứu chia đôi hội làng ra làm hai phần: phần lễ và phần hội. Phần lễ hay tế lễ với các hệ thống nghi thức uy nghiêm như tế thần, yết cáo ở các đình, đền. Phần này do các lão làng đảm nhiệm. Phần hội là hệ thống hội vui chơi như rước kiệu, đấu vật, chơi cờ người, đua thuyền, vật võ, thổi cơm thi, bắt chạch trong chum... Thực ra sự phân biệt như trên cũng là tương đối, bởi lẽ trong phần hội có phần lễ, khi dân làng rước kiệu, chơi cờ người, v.v... đều mang ý thức cầu mong Thành hoàng phù hộ cho dân làng và cho bản thân.

Nhìn một cách tổng quát, nội dung hội làng có thể phân loại như sau:

—Lễ hội tái hiện những nghi thức sinh hoạt nông nghiệp như hội săn bắn, hội đánh cá, hội cầu mưa, đua thuyền (thường kèm theo các lễ: thờ thần lúa, thần mặt trời, lễ hạ điền, thượng điền...).

—Lễ hội tái hiện những sự kiện lịch sử, nhằm kỷ niệm và tôn vinh các anh hùng dân tộc, danh nhân văn hóa như hội Hát Môn (Phúc Thọ – Hà Tây) tôn vinh Hai Bà Trưng, hội đền Kiếp Bạc (Chí Linh-Hải Dương) tôn vinh Trần Hưng Đạo...

—Lễ hội tái hiện các sinh hoạt xã hội như lễ hội làng nghề Đại Bái (Gia Lương-Bắc Ninh), lễ hội văn hóa nghệ thuật như hội Lim (Bắc Ninh), hội Lỗ Khê (hát ca trù ở Đông Anh-Hà Nội), các lễ hội của đồng bào khơme ở Sóc Trăng, Vĩnh Long... Cuối thế kỷ XX này, các làng quê ở Bắc Giang lại tổ chức lễ hội mới là hội Xương Giang (kỷ niệm chiến thắng Chi Lăng-Xương Giang chống giặc Minh năm 1427) và hội Phồn Xương (kỷ niệm những năm tháng hoạt động yêu nước của nghĩa quân Đề Thám đầu thế kỷ XX).

Nhìn chung, hội làng có nơi mở rộng thành hội vùng, người tham gia là toàn dân làng không phân biệt giàu nghèo, sang hèn, trai gái. Họ dự hội với sự hồ hởi chan hòa một niềm cộng cảm. Mỗi người từ cách ăn mặc, nói năng đều có sự lựa chọn. Lễ hội được tổ chức cẩn thận, nghiêm trang, từ cụ già đến thanh niên đều ăn mặc đẹp nhất. Cờ xí rợp trời, chiêng trống vang lừng cuốn hút. Sự giao cảm hòa hợp của người tham dự cũng là sự giao cảm giữa cái chung và cái riêng, cái cộng đồng và cái cá thể. Tất cả như đều hướng về một miền thiêng liêng nhưng lại rất gần gũi. Không giống như những nghi lễ tôn giáo linh thiêng, trong hội làng dường như cái thần thánh và cái thế tục hòa vào nhau trong một không gian thoáng rộng của miền quê.

Sau đây là một số dẫn chứng về hội làng:

Hội làng *Liễu Đôi* (Thanh Liêm-Hà Nam):

—Thờ ông Thánh họ Đoàn;

—Đêm 30-12 (âm lịch) là lễ trảm tự (chém chữ);

—Ngày mồng 4 Tết: đấu vật;

—Ngày mồng 5 Tết: phát hỏa, trao gươm, phất cờ tụ nghĩa, các cụ già múa kiếm, thanh niên vật trao giải;

—Thi các món ăn đặc sản vùng chiêm: lươn, ốc, cá rô...

Hội làng *Dương Sơn* (Hoằng Hóa-Thanh Hóa):

—Thờ Lê Phụng Hiểu, danh tướng thời Lý;

—Ngày mùng 5 Tết: nữ quan thi đồ xôi, làm bánh, múa hát trên thuyền rồng, múa bài bông, múa đèn;

—Ngày mùng 8 Tết: lễ dâng hương.

Hội làng *Phan Xá* (Can Lộc - Hà Tĩnh):

—Thờ Thần Tam Lang;

—Chuẩn bị từ mùng 1 Tết (âm lịch), tuyển 12 trai làng đóng khố, túc trực ở đình làng;

—Mùng 4 Tết: dựng rạp, hát ả đào, hát tuồng;

—Mùng 7 Tết: đọc hương ước ở đình, giữ mỹ tục;

—Mùng 8 Tết: thi nấu cơm (12 trai làng tham dự: giã gạo, lấy nước, kéo lửa).

Hội đình *Bình Thủy* (thành phố Cần Thơ):

—Thờ bốn cảnh thành hoàng và Đinh Công Chính;

—Lễ hội: ngày 14 và 15 tháng chạp;

—Tế lễ: rước sắc thần lên "xe rồng tán phượng";

—Thi làm bánh mứt tế thần.

Trên đây là những dẫn chứng ngẫu nhiên trong hàng ngàn lễ hội ở các làng quê Bắc-Trung-Nam. Đối với dân quê, lễ hội là nơi mong chờ, được vui chơi, được gặp gỡ bạn bè, được biểu hiện cái bản thân. Ca dao về lễ hội cũng đã thể hiện điều này:

"Ai ơi mồng chín tháng tư,
Không đi hội Gióng cũng hư mất đời".
"Dù ai đi đâu về đâu,
Hễ trông thấy tháp chùa Dâu thì về.
Dù ai buôn bán trăm nghề,
Nhớ ngày mồng 8 thì về hội Dâu"...

Sinh hoạt hội làng là những mỹ tục khơi dậy và nuôi dưỡng cái thiện, cái mỹ như đề cao gia đình, cộng đồng, kỷ cương xã hội, đoàn kết bình đẳng cởi mở, thương yêu nhau. Sinh ra và phát triển trong xã hội cũ, lễ hội truyền thống cũng có một số hạn chế mang tính lịch sử và xã hội như lãng phí thời gian, lãng phí tiền của và sức người, không ít nơi còn mang theo yếu tố mê tín. Loại trừ những biểu hiện tiêu cực trên, lễ hội vẫn là sinh hoạt văn hóa cộng đồng, di sản văn hóa nghệ thuật quý giá trong văn hóa làng.

Liên kết nhà, làng, nước-sức mạnh của văn hóa dân tộc

Nhà-làng-nước là ba thực thể xã hội với ba cấp độ khác nhau về không gian kinh tế-xã hội, nhưng lại có mối liên quan chặt chẽ tạo lên sức mạnh của làng của nước. Nhà - gia đình Việt Nam, như trên đã trình bày, là tế bào xã hội, là năng lực tái sinh và truyền lưu văn hóa Việt Nam. Kinh tế hộ gia đình là động lực chính của sự tăng trưởng và phát triển kinh tế-xã hội trong suốt trường kỳ lịch sử cho đến ngày nay. Trong thời kỳ công nghiệp hóa, hiện đại hóa đất nước, hộ gia đình vẫn đóng vai trò quan trọng.

Cộng đồng làng là tích hợp của những gia đình với nhiều phương thức và quan hệ khác nhau, ít thì dăm bảy chục, nhiều thì bốn năm trăm hộ. Làng cũng là một đơn vị kinh tế - xã hội, có quỹ đất, tín ngưỡng và phong tục tập quán riêng. Làng là sự liên hệ chặt chẽ dòng họ, xóm ngõ, phe giáp, phường hội mà mỗi gia đình là thành viên của những thành tố trên. Gia đình không coi làng như cái gì bên ngoài mà dường như cái gì trong làng đều như của chính mình, của riêng mình. Sống trong làng và chết ở trong làng, người ta gặp nhau hàng ngày và quá quen thuộc nhau, làng như một bộ phận thân thể hữu cơ của họ. Chính những thành tố dòng họ, xóm ngõ, giáp phe, phường hội, v.v… đã đảm bảo an toàn cho cuộc sống nghèo khổ đầy khó khăn, nhiều rủi ro cho dân làng, giúp cho dân làng vươn lên trong cuộc sống. Ý thức cộng đồng làng là sản sinh ra trên cơ sở xã hội như vậy.

Khi đi xa, nghĩ về làng là người ta nghĩ đến dòng họ, đến xóm ngõ, đến phường hội, đến cây đa, bến nước, lũy tre làng với một đường biên cụ thể. Hoặc nếu chẳng may mất ở tha phương thì điều mong muốn là được mang hài cốt về làng quê - nơi chôn rau cắt rốn.

Làng Việt Nam không phải là đóng kín, mà ít ra là nửa mở. Chợ làng là thị trường của tổng, của huyện tạo ra mối liên làng. Các làng nghề gốm, rèn sắt, dệt, mộc, nề, chế biến thực phẩm, buôn bán… cũng tạo ra mối liên làng, huyện, tỉnh. Có không ít những làng buôn như Ninh Hiệp (Hà Nội), Đa Ngưu (Hưng Yên), Đình Bảng (Bắc Ninh); làng rèn như Nho Lâm (Nghệ An), Hiền Lương (Thừa Thiên-Huế)… có mối liên hệ nghề nghiệp trong cả nước.

Những yếu tố văn hóa như giáo dục tín ngưỡng tôn giáo, lễ hội của làng xã cũng tạo ra mối liên hệ vùng và toàn quốc. Thầy đồ xứ Nghệ ra Bắc vào Nam đến tận các bản làng xa xôi dạy chữ nghĩa, quảng bá học vấn. Tín ngưỡng thành hoàng thờ những anh hùng dân tộc, danh nhân văn hóa lịch sử tiêu biểu cho cả nước cũng góp phần tô đậm thêm ý thức dân tộc. Một làng quê Đồng Nai thờ Hưng Đạo Đại Vương Trần Quốc Tuấn (thế kỷ XIII), một ấp nhỏ ở An Giang thờ Lễ Thành hầu Nguyễn Hữu Cảnh (thế kỹ XVII) quê ở Quảng Trị cũng đã tạo ra ý thức về đất nước, về con người trong chiều sâu lịch sử. Các thần Thành hoàng phải được triều đình phong tặng cấp bậc (hạ đẳng, trung đẳng, thượng đẳng) tạo ra mối liên kết nhà nước và làng xã thường xuyên và phổ biến. Rồi đạo thờ cúng tổ tiên hàng năm tập hợp họ hàng khắp nơi trong tỉnh, có khi trong cả nước càng tăng cường thêm sự hiểu biết và tình yêu về một miền đất là của Tổ quốc.

Ý thức cộng đồng bản làng không đồng nhất với ý thức cộng đồng dân tộc, nhưng nó là một trong những nguồn gốc của ý thức dân tộc. Trong trường hợp gặp tai họa ngoại xâm, vấn đề sinh tồn của làng xã và đất nước được đặt ra khẩn cấp như nước sôi, như lửa bỏng thì ý thức làng và ý thức dân tộc là một. *Đại Việt sử ký toàn thư*, bộ quốc sử lớn ghi rõ vào năm Giáp Thân (1284), vua Trần Thánh Tông mời các bô lão khắp nước về điện Diên Hồng ở Thăng Long ăn yến để thăm dò ý chí các cụ. "Các cụ phụ lão đều nói "đánh", muôn người cùng hô một tiếng, như bật từ một của miệng". Sử thần Ngô Sĩ Liên nói: "Giặc Hồ vào cướp là nạn lớn của đất nước. Hai vua (chỉ Thánh Tông và Nhân Tông) hiệp mưu, bày tôi họp bàn há lại không có kế sách gì chống giặc mà phải đợi ban yến hỏi kế ở các cụ phụ lão hay sao? Là vì Thánh Tông muốn làm thế để xét lòng thành ủng hộ của dân chúng, cũng để dân chúng nghe lời dụ hỏi mà cảm kích hăng hái lên thôi"[1]. Lời bàn

---

[1] *Đại Việt sử ký toàn thư*, Nxb KHXH, Hà Nội, 1993, T. 2, tr. 50.

của Ngô Sĩ Liên nói lên sự thống nhất giữa triều đình và các phụ lão-đại diện cho các hương xã thời bấy giờ. Lịch sử Việt Nam đã chỉ rõ: tất cả các cuộc chống ngoại xâm thắng lợi của nhân dân ta từ kháng chiến chống quân Nam Hán (thế kỷ X), chống Tống (thế kỷ X và XI), chống Mông-Nguyên (thế kỷ XIII), chống Minh (thế kỷ XV), chống Thanh (thế kỷ XVIII) đều dựa trên cơ sở chiến tranh nhân dân, thống nhất hành động giữa làng xã và nhà nước. Trong kháng chiến chống Pháp (1945—1954), chống Mỹ cứu nước (1954—1975) nhân dân ta thực hiện "mỗi người dân là một chiến sĩ, mỗi làng là một pháo đài" tạo ra sức mạnh nhà-làng-nước. Sự thống nhất giữa nhà-làng-nước tạo ra sức mạnh vô địch chính là chân lý lịch sử của mọi thắng lợi của chiến tranh chống xâm lược ở nước ta.

Qua 15 năm đổi mới do Đảng ta khởi xướng và lãnh đạo, Việt Nam đã giành được nhiều thắng lợi to lớn về kinh tế, xã hội. Hộ gia đình không còn là biến số phụ thuộc mà là tác nhân quan trọng thúc đẩy quá trình đổi mới. Rồi đây trong quá trình hiện đại hóa nông thôn, làng xã dần sẽ chuyển thành đô thị. Song, văn hóa làng không vì thế mà bị giải thể, suy sụp, nhiều bộ phận vật thể và phi vật thể vẫn được duy trì và phát huy. Tuy nhiên quan hệ làng nước không phải lúc nào cũng như thời kỳ kháng chiến, mà thực tế là trong hòa bình xây dựng, quan hệ này lại có độ vênh nhất định cần phải hạn chế, phải khắc phục. Mặc dầu vậy, mối liên kết nhà-làng-nước vẫn là chân lý của quá khứ, hiện tại và tương lai.

Văn hóa làng Việt Nam thật phong phú và đa dạng. Nó đã tồn tại và phát triển trong mấy ngàn năm, được bổ sung theo tiến trình của lịch sử. Văn hóa làng được xây dựng trên cơ sở kết cấu kinh tế nông nghiệp bổ sung thêm thủ công nghiệp và thương nghiệp. Có người cho rằng văn hóa làng là đóng kín, không hoàn toàn như vậy. Văn hóa làng với những thành tố như trên có nhiều sắc thái địa phương khác nhau bổ sung cho nhau. Có thể nói văn hóa làng là một bộ phận hữu cơ của văn hóa truyền thống dân tộc Việt Nam.

Văn hóa làng là hiện tượng lịch sử, nhưng cũng là hiện tượng dân tộc, nó góp phần tạo lên tính cách con người, sức mạnh cộng đồng dân tộc. Và chắc chắn nó sẽ tồn tại lâu dài.

注　释

1. ngụ cư：寓居（多指不是本地人）
2. chính cư：居住在本乡、本土
3. giáp：甲，从前一种户籍编制，若干户编作一甲。
4. lễ hạ điền, thượng điền：开耕礼，从前越南农村每年春耕时祭农神的风俗，hạ điền 是开耕前祭农神，thượng điền 是开耕后祭农神。
5. Hai Bà Trưng：二征夫人，即征侧（Trưng Trắc, ?—43）、征贰（Trưng Nhị, ?—43）两姐妹，越南北属时期麓泠县（huyện Mê Linh，今属河内）雒将之女，民族女英雄。
6. Trần Hưng Đạo：陈兴道（1226—1300），本名陈国峻（Trần Quốc Tuấn），越南南定省人，陈朝重臣名将，陈太宗之侄。他指挥领导了越南的三次抗元战争，被封为兴道王，著有《檄将士文》（*Hịch tướng sĩ văn*）、《兵书要略》（*Binh thư yếu lược*）等。

7. lễ trảm tự：斩字礼，柳堆（Liễu Đôi）乡庙会中一项较为独特的活动。除夕夜，各族族长佩剑跪在庙（chùa Ba Chạ）中圣仙（Thánh Tiên）供桌前，面前有一条纸带，上面写有一部名为《武阵》（*Võ Trận*）的兵书中每页开头的一些字。相传这部兵书是一位陈朝的将领交给柳堆，用以保家卫国。除夕时刻，灯烛全部熄灭，族长们执剑斩纸带。灯烛再亮时，各族长检看自己斩过的纸带，看所斩之处对应兵书中的哪一页，那么本族人在这一年就必须背熟兵书中的那一页。长此以往，年复一年，柳堆的乡民都能背诵这部秘传兵书。

8. Lê Phụng Hiểu：黎奉晓，生卒年不详，越南清化省人，李朝太祖（1010—1028）、太宗（1028—1054）时的名将。他曾助李太宗继位，且战功卓著。皇帝论功行赏时，他不要官爵，愿立冰山之上投掷佩刀，将刀落之处以内的土地赏赐给他，皇帝恩准。以后李朝凡是论功行赏的土地均称为"拓刀田"。

9. hội Gióng：扶董庙会，每年阴历四月初九在河内嘉林县扶董乡（xã Phù Đổng, huyện Gia Lâm, Hà Nội）的扶董庙（đền Phù Đổng, đền Gióng）举办，纪念传说中六世雄王时打败入侵外敌的英雄扶董天王（Phù Đổng Thiên vương Thánh Gióng）。

10. chùa Dâu：桑树寺，位于北宁省顺城县青姜乡（xã Thanh Khương, huyện Thuận Thành, tỉnh Bắc Ninh），据说始建于3世纪，后多次重修，寺内建有一座和风塔（tháp Hòa Phong）。每年阴历四月初八，周围的百姓在此举办隆重的沐佛礼。

11. đường biên：本课中指农村乡与乡、村与村之间的界限。

12. xứ Nghệ：乂安地区，即xứ Nghệ An。

13. Nguyễn Hữu Cảnh：阮有景（1650—1700），别名阮有敬（Nguyễn Hữu Kính），越南清化省人，郑阮纷争时期南方阮主阮福凋（Nguyễn Phúc Chu）时的名将，为阮氏政权最后吞并占婆，蚕食真腊立下了汗马功劳。

14. Ngô Sĩ Liên：吴士连，生卒年不详，越南河东省（tỉnh Hà Đông，今属河西省）人，黎朝史官。1442年他考中进士，1479年奉黎圣宗之命编纂完成《大越史记全书》，共15卷。

BÀI SỐ 26
NHÀ NƯỚC CỘNG HÒA XÃ HỘI CHỦ NGHĨA VIỆT NAM— CHỦ THỂ CAO NHẤT CỦA QUẢN LÝ NHÀ NƯỚC VỀ INH TẾ
越南社会主义共和国——国家经济管理的最高主体

"Quốc hội là cơ quan đại biểu cao nhất của nhân dân, cơ quan quyền lực nhà nước cao nhất của nước Cộng hòa xã hội chủ nghĩa Việt Nam" (điều 83 Hiến pháp 1992). Tính "đại biểu cao nhất" của Quốc hội được thể hiện trong thể thức thành lập, cơ cấu thành phần và chức năng của Quốc hội. Là cơ quan quyền lực nhà nước cao nhất, Quốc hội thống nhất tập trung các quyền lực nhà nước: lập pháp, hành pháp, tư pháp đồng thời có sự phân công, phối hợp chặt chẽ giữa các cơ quan nhà nước trong việc thực hiện các quyền lực đó. Những nhiệm vụ và quyền hạn của Quốc hội được Quản lý nhà nước về kinh tế là sự tác động của Nhà nước lên các quan hệ kinh tế nhằm bảo đảm cho các quan hệ đó phát triển theo đúng những mục tiêu đã định trước, phòng ngừa và ngăn chặn những khuynh hướng lệch lạc trong hoạt động kinh tế xã hội. Quản lý nhà nước về kinh tế được thực hiện trước hết bởi bộ máy nhà nước. Do đó, bộ máy Nhà nước Cộng hòa xã hội chủ nghĩa Việt Nam là chủ thể cao nhất, tập trung nhất của quản lý nhà nước về kinh tế.

1. Các nguyên tắc tổ chức và hoạt động của bộ máy nhà nước

Bộ máy nhà nước ta là hệ thống cơ quan nhà nước từ trung ương đến địa phương, tổ chức và hoạt động theo những nguyên tắc thống nhất, tạo thành một cơ chế đồng bộ để thực hiện các chức năng và nhiệm vụ của Nhà nước. Nguyên tắc tổ chức bộ máy nhà nước là những tư tưởng chỉ đạo bắt nguồn từ bản chất của Nhà nước làm cơ sở cho việc tổ chức và hoạt động của các cơ quan trong bộ máy nhà nước. Các nguyên tắc đó được ghi trong Hiến pháp nước Cộng hòa xã hội chủ nghĩa Việt Nam năm 1992.

+ *Nguyên tắc Bảo đảm sự lãnh đạo của Đảng Cộng sản Việt Nam đối với nhà nước.*

Do thành quả đấu tranh cách mạng lâu dài của nhân dân ta dưới sự lãnh đạo của Đảng, Đảng Cộng sản Việt Nam đã trở thành Đảng cầm quyền và điều đó đã qui định đặc trưng của Nhà nước Cộng hòa xã hội chủ nghĩa Việt Nam. Hiến pháp năm 1992 đã xác định: "Đảng Cộng sản Việt Nam, đội tiên phong của giai cấp công nhân, nhân dân lao động và của cả dân tộc, theo chủ nghĩa

Mác-Lê-nin và tư tưởng Hồ Chí Minh, là lực lượng lãnh đạo Nhà nước và xã hội" (điều 4). Bảo đảm sự lãnh đạo của Đảng là nguyên tắc cơ bản trong tổ chức và hoạt động của bộ máy nhà nước. Sự lãnh đạo của Đảng bảo đảm cho Nhà nước đi theo đúng đường lối chính trị đúng đắn, thể hiện bản chất cách mạng và khoa học của chủ nghĩa Mác-Lê-nin và tư tưởng Hồ Chí Minh, giữ vững bản chất tốt đẹp của Nhà nước của nhân dân, do nhân dân, vì nhân dân.

Sự lãnh đạo của Đảng đối với Nhà nước thể hiện ở chỗ Đảng định ra đường lối, chính sách, chủ trương cụ thể quan trọng, có quan hệ nhiều mặt, có ảnh hưởng chính trị rộng lớn đến việc tổ chức và hoạt động của bộ máy nhà nước. Nhà nước thể chế hóa đường lối, chủ trương của Đảng và tổ chức quản lý, điều hành việc thực hiện. Đảng kiểm tra việc chấp hành đường lối, chủ trương, chính sách, coi trọng việc bố trí cán bộ, chỉ đạo sự phối hợp giữa các tổ chức, phát huy sức mạnh của cả hệ thống chính trị. Đảng lãnh đạo Nhà nước thông qua các tổ chức của Đảng và đảng viên. Đảng không dùng mệnh lệnh hành chính. Đảng lãnh đạo Nhà nước nhưng Đảng và mọi đảng viên phải hoạt động trong khuôn khổ của pháp luật Nhà nước.

+ *Nguyên tắc quyền lực Nhà nước là thống nhất, có sự phân công và phối hợp chặt chẽ giữa các cơ quan nhà nước trong việc thực hiện quyền lực.*

Một đặc điểm cơ bản của Nhà nước ta là "tất cả quyền lực nhà nước thuộc về nhân dân", nhân dân là chủ thể và là cội nguồn của quyền lực Nhà nước. Xuất phát từ đặc điểm đó, nguyên tắc chỉ đạo việc tổ chức và hoạt động của bộ máy Nhà nước ta là quyền lực Nhà nước là thống nhất, không có sự phân chia, đối chọi nhau. Nhân dân trao quyền lực nhà nước cho Quốc hội là cơ quan do nhân dân trực tiếp bầu ra. Quốc hội là cơ quan đại biểu cao nhất của nhân dân và là cơ quan quyền lực nhà nước cao nhất. Quyền lực nhà nước bao gồm ba quyền: lập pháp, hành pháp, tư pháp. Quyền lực nhà nước cao nhất thống nhất vào Quốc hội, đồng thời phải có sự phân công và phối hợp chặt chẽ giữa các cơ quan nhà nước; vì không một cơ quan nhà nước nào có thể thực thi nổi cả ba quyền lực đó. Quốc hội là cơ quan duy nhất nắm quyền lập pháp, đồng thời cũng có một số thẩm quyền thuộc quyền hành pháp và tư pháp. Chính phủ nắm quyền hành pháp, mặt khác cũng có vai trò quan trọng trong quá trình lập pháp và trong nhiều hoạt động tư pháp. Tòa án và Viện kiểm sát có chức năng trung tâm của quyền tư pháp.

Để bảo đảm quán triệt nguyên tắc này trong tổ chức và hoạt động của bộ máy nhà nước, phải không ngừng hoàn thiện tổ chức bộ máy nhà nước, xác định rõ chức năng, quyền hạn, các mối quan hệ trong hệ thống đó, bảo đảm quyền lực nhà nước thống nhất và phát huy đầy đủ cả ba quyền lập pháp, hành pháp, tư pháp.

+ *Nguyên tắc bảo đảm sự tham gia của nhân dân vào quản lý nhà nước.*

Thu hút đông đảo nhân dân tham gia vào công việc quản lý nhà nước là một nguyên tắc quan trọng trong tổ chức và hoạt động của bộ máy nhà nước. Nguyên tắc này không những tạo khả năng phát huy sức lực, trí tuệ của nhân dân vào công việc của nhà nước mà còn là phương pháp có hiệu quả để ngăn chặn tệ quan liêu, cửa quyền của bộ máy nhà nước.

Hình thức tham gia của nhân dân vào quản lý nhà nước rất phong phú và đa dạng như: tham gia làm việc trong các cơ quan nhà nước, bầu những người đại diện của mình vào các cơ quan nhà nước, thảo luận, góp ý kiến vào các dự án pháp luật, giám sát hoạt động của nhân viên nhà nước và cơ quan nhà nước v.v... Nhân dân tham gia vào quản lý nhà nước thông qua các tổ chức đoàn thể như: Mặt trận Tổ quốc Việt Nam, các tổ chức Công đoàn v.v... Nguyên tắc bảo đảm sự tham gia của nhân dân vào quản lý nhà nước được qui định tập trung trong điều 53 Hiến pháp 1992: "Công dân có quyền tham gia quản lý nhà nước và xã hội, tham gia thảo luận những vấn đề chung của cả nước và địa phương, kiến nghị với các cơ quan nhà nước, biểu quyết khi nhà nước tổ chức trưng cầu ý dân".

+ *Nguyên tắc tập trung dân chủ.*

Điều 6 Hiến pháp 1992 qui định: "Quốc hội, Hội đồng nhân dân và các cơ quan khác của Nhà nước đều tổ chức và hoạt động theo nguyên tắc tập trung dân chủ".

Kết hợp đúng đắn tập trung và dân chủ là yếu tố quyết định sức mạnh tổ chức và hiệu lực quản lý của bộ máy nhà nước. Nó tạo ra sự thống nhất trong tổ chức và hành động, phát huy đồng thời và kết hợp chặt chẽ sức mạnh của cả tập thể và từng cá nhân, của cả nước và từng địa phương, từng cơ sở, của từng tổ chức và của cả hệ thống bộ máy nhà nước.

Thực hiện nguyên tắc này trong tổ chức và hoạt động của bộ máy nhà nước có nghĩa là kết hợp sự chỉ đạo, điều hành tập trung thống nhất của trung ương và cơ quan nhà nước cấp trên với hoạt động tự chủ, năng động, sáng tạo của địa phương và cơ quan nhà nước cấp dưới. Nguyên tắc này còn được thể hiện trong cơ cấu tổ chức và cơ chế hoạt động của mỗi cấp trong bộ máy nhà nước cũng như trong việc kết hợp hoạt động, quyết định của tập thể với trách nhiệm của cá nhân.

Để bảo đảm quán triệt nguyên tắc này, phải khắc phục những biểu hiện lệch lạc của cả hai khuynh hướng: tập trung quan liêu và phân tán, cục bộ; đối với các cơ quan hành chính nhà nước phải thực hiện chế độ thủ trưởng, đề cao trách nhiệm cá nhân trong điều hành công việc đi đôi với bàn bạc, quyết định tập thể về những chủ trương quan trọng, phải phân định rõ thẩm quyền và trách nhiệm của mỗi cấp chính quyền v.v...

+ *Nguyên tắc pháp chế xã hội chủ nghĩa.*

Bảo đảm pháp chế xã hội chủ nghĩa là một trong những nguyên tắc quan trọng trong tổ chức và hoạt động của bộ máy nhà nước. Nguyên tắc này đòi hỏi việc tổ chức và hoạt động của các cơ quan trong bộ máy nhà nước phải tiến hành theo đúng qui định của pháp luật, mọi nhân viên nhà nước phải nghiêm chỉnh và triệt để tôn trọng pháp luật khi thi hành quyền hạn và nhiệm vụ của mình. Thực hiện tốt nguyên tắc này sẽ là cơ sở bảo đảm cho sự hoạt động của bộ máy nhà nước được nhịp nhàng, đồng bộ, phát huy được hiệu lực của quản lý nhà nước, bảo đảm công bằng xã hội. Nguyên tắc này cũng đòi hỏi phải tăng cường kiểm tra, giám sát, xử lý nghiêm minh những hành vi vi phạm phát luật.

Nguyên tắc pháp chế xã hội chủ nghĩa được qui định trong điều 12 Hiến pháp 1992: "Nhà nước quản lý xã hội bằng pháp luật, không ngừng tăng cường pháp chế xã hội chủ nghĩa.

Các cơ quan nhà nước, tổ chức kinh tế, tổ chức xã hội, đơn vị vũ trang nhân dân và mọi công dân phải nghiêm chỉnh chấp hành Hiến pháp và pháp luật, đấu tranh phòng ngừa và chống các tội phạm, các vi phạm Hiến pháp và pháp luật.

Mọi hành động xâm phạm lợi ích của Nhà nước, quyền và lợi ích hợp pháp của tập thể và của công dân đều bị xử lý theo pháp luật".

2. Các cơ quan nhà nước ở nước ta và địa vị pháp lý của các cơ quan đó

Theo Hiến pháp nước Cộng hòa xã hội chủ nghĩa Việt Nam năm 1992, bộ máy nhà nước ta bao gồm các cơ quan nhà nước sau đây:

—Quốc hội;

—Chủ tịch nước;

—Chính phủ;

—Hội đồng nhân dân và Ủy ban nhân dân;

—Tòa án nhân dân và Viện kiểm sát nhân dân.

Tất cả các cơ quan nhà nước – cơ quan quyền lực, cơ quan quản lý, cơ quan xét xử, cơ quan kiểm sát đều có vai trò to lớn đối với hoạt động kinh tế của đất nước và đang tác động tích cực đến sự phát triển của toàn bộ nền kinh tế quốc dân. Mỗi loại cơ quan nhà nước tác động đến hoạt động kinh tế và kinh doanh theo những phương thức khác nhau, phù hợp với vị trí, chức năng, nhiệm vụ của mình trong bộ máy nhà nước.

2.1. Quốc hội:

qui định trong Hiến pháp (điều 84) có thể chia thành ba nhóm.

—Quyền lập hiến và lập pháp.

—Quyền quyết định những công việc quan trọng nhất của Nhà nước.

—Quyền giám sát tối cao đối với toàn bộ hoạt động của Nhà nước.

Nhiệm kỳ Quối hội là 5 năm. Cơ cấu tổ chức Quốc hội bao gồm:

—Kỳ họp của Quốc hội: là hình thức hoạt động chủ yếu của Quốc hội, nơi biểu hiện trực tiếp và tập trung nhất quyền lực nhà nước, nơi biểu hiện trí tuệ tập thể của đại biểu Quốc hội. Quốc hội mỗi năm họp hai kỳ.

—Ủy ban thường vụ Quốc hội: là cơ quan thường trực của Quốc hội, bao gồm Chủ tịch Quốc hội, các Phó chủ tịch Quốc hội và các ủy viên. Nhiệm vụ quyền hạn của Quốc hội được qui định trong Hiến pháp (điều 91).

—Chủ tịch Quốc hội: là người đứng đầu Quốc hội, có những nhiệm vụ và quyền hạn được qui định trong Hiến pháp (điều 92). Chủ tịch Quốc hội đồng thời là người lãnh đạo công tác của Ủy ban thường vụ Quốc hội.

—Hội đồng dân tộc: bao gồm Chủ tịch, các Phó chủ tịch và các ủy viên, có thẩm quyền nghiên cứu và kiến nghị với Quốc hội những vấn đề về dân tộc (điều 94 Hiến pháp 1992).

—Các Ủy ban của Quốc hội: có thẩm quyền kiến nghị với Quốc hội những vấn đề chuyên môn thuộc phạm vi hoạt động của Ủy ban (Quốc hội nước ta hiện nay có 7 Ủy ban).

—Đại biểu Quốc hội: là người đại diện cho ý chí, nguyện vọng của nhân dân ở đơn vị bầu cử ra mình và đại diện cho nhân dân cả nước.

2.2. Chủ tịch nước:

"Chủ tịch nước ta là người đứng đầu Nhà nước, thay mặt nước Cộng hòa xã hội chủ nghĩ Việt Nam về đối nội và đối ngoại" (điều 101 Hiến pháp 1992). Chủ tịch nước do Quốc hội bầu trong số Đại biểu Quốc hội. Nhiệm vụ quyền hạn của Chủ tịch nước được qui định trong điều 103 Hiến pháp 1992.

Chủ tịch nước đề nghị Quốc hội phê chuẩn danh sách thành viên của Hội đồng quốc phòng và an ninh, gồm Chủ tịch, các Phó chủ tịch và các ủy viên có nhiệm vụ động viên mọi lực lượng và khả năng của nước nhà để bảo vệ Tổ quốc. Trong trường hợp có chiến tranh, Quốc hội có thể giao cho Hội đồng quốc phòng và an ninh những thẩm quyền đặc biệt.

2.3. Chính phủ:

"Chính phủ là cơ quan chấp hành của Quốc hội, cơ quan hành chính nhà nước cao nhất của nước Cộng hòa xã hội chủ nghĩa Việt Nam" (điều 109 Hiến pháp 1992).

Là cơ quan chấp hành của Quốc hội, Chính phủ do Quốc hội thành lập có nhiệm vụ tổ chức thực hiện Hiến pháp, Luật, Pháp lệnh, Nghị quyết của Quốc hội và Ủy ban thường vụ Quốc hội. Là cơ quan đứng đầu hệ thống hành chính nhà nước, Chính phủ có nhiệm vụ quản lý điều hành toàn bộ mọi mặt đời sống của đất nước. Thẩm quyền của Chính phủ được qui định trong Hiến pháp (điều 112 Hiến pháp 1992).

Chính phủ gồm có Thủ tướng, các Phó thủ tướng, các Bộ trưởng và các thành viên khác. Ngoài Thủ tướng, các thành viên khác không nhất thiết là đại biểu Quốc hội.

Thủ tướng là người đứng đầu Chính phủ, chịu trách nhiệm và báo cáo công tác với Quốc hội, Ủy ban thường vụ Quốc hội và Chủ tịch nước. Bộ trưởng, thành viên khác của Chính phủ là người đứng đầu một ngành, một lĩnh vực quản lý, chịu trách nhiệm quản lý nhà nước về ngành, lĩnh vực mình phụ trách trong cả nước. Bộ trưởng và các thành viên khác của Chính phủ ngoài việc cùng tập thể Chính phủ chịu trách nhiệm trước Quốc hội, còn chịu trách nhiệm cá nhân trước Thủ tướng Chính phủ và Quốc hội về ngành, lĩnh vực mình phụ trách. Nhiệm kỳ Chính phủ theo nhiệm kỳ của Quốc hội.

Bộ, cơ quan ngang Bộ là cơ quan của Chính phủ thực hiện chức năng quản lý nhà nước đối với ngành hoặc lĩnh vực công tác trên phạm vi cả nước. Một số cơ quan thuộc Chính phủ cũng có chức năng quản lý nhà nước về một ngành hoặc lĩnh vực công tác trên phạm vi cả nước và có một số thẩm quyền như Bộ, cơ quan ngang Bộ.

2.4. Hội đồng nhân dân và Ủy ban nhân dân:

"Hội đồng nhân dân là cơ quan quyền lực nhà nước ở địa phương đại diện cho ý chí, nguyện vọng và quyền làm chủ của nhân dân, do nhân dân địa phương bầu ra, chịu trách nhiệm trước nhân dân địa phương và cơ quan nhà nước cấp trên" (điều 119 Hiến pháp 1992). Nhiệm vụ quyền hạn của Hội đồng nhân dân bao gồm ba nội dung chủ yếu:

—Quyết định các chủ trương, biện pháp quan trọng để xây dựng và phát triển địa phương.

—Bảo đảm thực hiện các qui định của cơ quan nhà nước cấp trên.

—Giám sát hoạt động của cơ quan nhà nước cùng cấp, giám sát việc tuân theo pháp luật của các cơ quan nhà nước, các tổ chức khác và của công dân ở địa phương.

Hội đồng nhân dân được tổ chức theo đơn vị hành chính: tỉnh, thành phố trực thuộc trung ương; huyện, quận, thị xã, thành phố trực thuộc tỉnh; xã, phường, thị trấn.

"Ủy ban nhân dân do Hội đồng nhân dân bầu ra, là cơ quan chấp hành của Hội đồng nhân dân, cơ quan hành chính nhà nước ở địa phương, chịu trách nhiệm chấp hành Hiến pháp, luật, các văn bản của cơ quan nhà nước cấp trên và nghị quyết của Hội đồng nhân dân" (điều 123 Hiến pháp 1992). Nhiệm vụ, quyền hạn của Ủy ban nhân dân được qui định trong luật tổ chức Hội đồng nhân dân và Ủy ban nhân dân.

Ủy ban nhân dân gồm Chủ tịch, Phó chủ tịch và ủy viên. Trừ Chủ tịch Ủy ban nhân dân, các thành viên khác không nhất thiết là đại biểu Hội đồng nhân dân.

2.5. Tòa án nhân dân và Viện kiểm sát nhân dân:

"Tòa án nhân dân và Viện kiểm sát nhân dân nước Cộng hòa xã hội chủ nghĩa Việt Nam, trong phạm vi chức năng của mình có nhiệm vụ bảo vệ pháp chế xã hội chủ nghĩa, bảo vệ chế độ xã hội chủ nghĩa và quyền làm chủ của nhân dân, bảo vệ tài sản của Nhà nước, của tập thể, bảo vệ tài sản, tự do, danh dự và nhân phẩm của công dân" (điều 126 Hiến pháp 1992).

Tòa án nhân dân là cơ quan xét xử của Nhà nước ta. Tòa án xét xử các vụ án hình sự, dân sự, hôn nhân và gia đình, kinh tế, lao động, hành chính và giải quyết các việc khác theo qui định của pháp luật. Hệ thống tòa án gồm có:

—Tòa án nhân dân tối cao;

—Các tòa án nhân dân tỉnh, thành phố trực thuộc Trung ương;

—Các tòa án nhân dân huyện, quận, thị xã, thành phố thuộc tỉnh;

—Các tòa án quân sự;

—Các tòa án khác.

Trong tình hình đặc biệt, Quốc hội có thể quyết định thành lập tòa án đặc biệt.

Viện kiểm sát nhân dân thực hiện chức năng kiểm sát việc tuân theo pháp luật, thực hành quyền công tố theo qui định của pháp luật. Hệ thống Viện kiểm sát gồm có:

—Viện kiểm sát nhân dân tối cao;

—Các Viện kiểm sát nhan dân tỉnh, thành phố trực thuộc Trung ương;

—Các Viện kiểm sát nhân dân huyện, quận, thị xã, thành phố thuộc tỉnh;

—Các Viện kiểm sát quân sự.

注　释

本课节选自越南国民经济大学副教授阮友援（Nguyễn Hữu Viện）编撰、越南河内国家大学出版社（Nxb Đại học quốc gia Hà Nội）2001年版《经济法》（*Luật kinh tế*）第一章"国家经济管理机关的法律地位"（*Địa vị pháp lý của cơ quan quản lý nhà nước về kinh tế*）。

1. cửa quyền：本课中指衙门作风

2. chế độ thủ trưởng：首长责任制，指各级政府及其部门的首长在民主讨论的基础上，对本行政组织所管辖的重要事务具有最后决策权，并对此全面负责。

3. quyền giám sát：监督权

4. nhân phẩm：人格

BÀI SỐ 27
PHÚ XUÂN - HUẾ
富春—順化

Huế là biến âm và tên gọi tắt của Thuận Hóa, một địa danh cổ, nơi có đất Phú Xuân được các chúa Nguyễn chọn làm thủ phủ Đàng Trong từ năm 1687 (đời chúa Nguyễn Phúc Trăn), sau đó trở thành kinh đô dưới triều Tây Sơn. Nhà Nguyễn lên vẫn định đô ở Phú Xuân và đã xây dựng bên dòng sông Hương diễm lệ nhiều thành quách, lâu đài, cung điện, đền miếu, lăng tẩm, chùa chiền.

Là "nơi phồn hoa đô hội, chốn kinh kỳ" trong gần ba thế kỷ, Huế - một quần thể di tích - thắng cảnh hoành tráng và nên thơ đã được phiên họp lần thứ 17 (tháng 12 năm 1993) của Ủy ban di sản thế giới thuộc tổ chức UNESCO Liên hợp quốc công nhận là tài sản văn hóa chung của nhân loại, đưa vào danh mục di sản thế giới.

Phía Tây là núi rừng Trường Sơn hùng vĩ, phía Đông là biển cả mênh mông, Huế nằm giữa một cảnh trí thiên nhiên tuyệt vời với sông Hương núi Ngự, đẹp nổi tiếng trong cả nước.

Sông Hương tên chữ là Hương Giang, tên cũ là Lô Dung hoặc sông Dinh, bắt nguồn từ Trường Sơn, vốn có hai dòng Tả Trạch và Hữu Trạch, sau khi từ núi cao rừng sâu tuôn xuống đã vượt qua biết bao nhiêu thác ghềnh để hợp dòng với nhau ở ngã ba Bằng Lãng rồi êm đềm trôi xuôi ra biển Đông. Khúc sông từ ngã ba Bằng Lãng đến cửa biển Thuận An dài chừng 20km mang tên Hương Giang (dòng sông thơm) thấm đượm hương vị cỏ thơm thạch xương bồ trên rừng đại ngàn, nơi đầu nguồn. Dòng Hương Giang tự ngàn xưa là dòng sông thanh bình in bóng những xóm làng trù phú, vườn tược xanh tươi, thành quách lâu đài nguy nga đồ sộ, ngày đêm lặng lờ trôi xuôi trong tiếng vang vọng của điệu hò mái nhì mái đẩy.

Bên bờ Nam sông Hương, đối diện với kinh thành Huế, giữa đồng bằng nổi lên ngọn núi cao 105m, hình thang cân, đỉnh bằng phẳng có nhiều thông, như tấm bình phong án ngữ phía trước kinh đô nên được gọi là núi Ngự Bình, hoặc vắn tắt là núi Ngự. Cách núi Ngự khoảng vài cây số là đồi Vọng Cảnh. Đúng như tên gọi, đứng trên đồi Vọng Cảnh có thể thu vào tầm mắt cả một vùng phong cảnh kỳ thú. Đối diện với đồi Vọng Cảnh, bên kia sông Hương là núi Ngọc Trản (núi chén Ngọc, hoặc đơn giản hơn: Hòn Chén), chân núi kề vực sông, nơi nước trong và ngọt nổi tiếng được gọi là nước chén Ngọc, xưa dùng để tiến vua. Trên núi có điện Hòn Chén, vốn có từ lâu đời, được xây dựng thêm cho quy mô bề thế hơn vào năm 1886 dưới thời Đồng Khánh, với chim phượng là mẫu hình trang trí chủ yếu vì nơi đây thờ Thánh Mẫu - Thiên Ya-Na.

Dấu tích đô thành Phú Xuân chỉ còn có thể mường tượng được qua đoạn miêu tả sau đây trong sách *Phủ biên tạp lục* của Lê Quý Đôn: "Đất Phú Xuân, huyện Hương Trà xưa là xã Thụy Lôi, Nguyễn Phúc Trăn xưng là Hoàng Quốc Công bắt đầu đặt dinh trấn ở đấy. Đất bằng như bàn tay, rộng độ hơn 10 dặm, ở trong là chính dinh, đất cao, bốn bề đều thấp, tức là chỗ nổi bật ở giữa đất bằng, ngồi vị Càn (Tây bắc) trông hướng Tốn (Đông nam) dựa ngang sống đất, trông xuống bến sông; đẳng trước là quần sơn, chầu về la liệt, toàn thu nước ở bên hữu, vật lực thịnh giàu. Từ năm Đinh Mão, Chính Hòa thứ tám (1687) đến nay chỉ chín mươi năm mà ở trên thì các phủ thờ ở Kim Long, giữa thì cung phủ hàng lang, dưới thì nhà cửa ở Phủ Ao. Nguyễn Phúc Khoát (1738-1765) xưng vương hiệu, đổi tên đề biển, có hai điện Kim Hoa, Quang Hoa, có các nhà Tựu Lạc, Chính Quan, Trung Hòa, Di Nhiên, đài Sướng Xuân, gác Dao Trì, gác Triều Dương, gác Quang Thiên, đình Thụy Vân, hiên Đồng Lạc, am Nội Viên, đình Giáng Hương, công đường, trường học và trường súng. Ở thượng lưu về bờ Nam có phủ Dương Xuân và phủ Cam. Ở trên nữa có phủ Tập Tượng; lại dựng điện Trường Lạc, hiên Duyệt Võ, mái lớn nguy nga, đài cao rực rỡ, giải võ, tường bao quanh, cửa bốn bề, chạm khắc vẽ vời, khéo đẹp cùng cực. Các nhà đều lát nền bằng đá, trên lát ván kiền kiện, những máng xối đều làm bằng kẽm để hứng nước, trồng xen cây cối, cây và cây mít đều to mấy ôm. Vườn sau thì núi giả đá quý, ao vuông bờ quanh, cầu vòng thủy tạ, tường trong tường ngoài đều xây dầy mấy thước, lấy vôi và mảnh sứ đắp thành hình rồng phượng, lân hổ, cỏ hoa. Ở thượng lưu và hạ lưu Chính dinh đều là nhà quân bày hàng như bàn cờ. Nhưng nhà của thủy quân lại ở đối ngạn. Xưởng thuyền và kho thóc thì ở các xã Hà Khê, Thọ Khang trên thượng lưu. Còn nhà vườn của các công hầu quyền quý thì chia bày ở hai bờ phía thượng lưu sông Phú Xuân, cùng hai bờ sông con bên hữu Phủ Cam. Ở thượng lưu hạ lưu phía trước Chính dinh thì chợ phố liền nhau, đường cái đi ở giữa, nhà cửa chia khoảng tiếp nhau, đều là mái ngói. Cây to bóng mát, tả hữu thành hàng. Thuyền buôn bán, đò dọc ngang, đi lại như mắc cửi…".

Triều đại Tây Sơn quá ngắn ngủi, chưa đủ thời gian để dựng xây nhiều công trình quy mô trên Phú Xuân, sử sách có nhắc đến một số thành lũy cung điện, nhưng đã bị triệt phá sau khi triều đại này sụp đổ. Tuy nhiên, vẫn còn lại đến nay một di tích có ý nghĩa lịch sử khá quan trọng, đó là núi Ba Tầng. Theo sử cũ, ngày 24 tháng mười một năm Mậu Thân (1788), sau khi nhận được tin quân Thanh đã kéo vào Thăng Long, Nguyễn Huệ cho sửa sang núi Bân ở ngoại thành Phú Xuân làm đàn tế và ngay hôm sau, ngày 25 tháng mười một, chính ở nơi đây, ông đã làm lễ tế cáo Trời Đất, đọc chiếu lên ngôi, đặt niên hiệu là Quang Trung rồi hạ lệnh xuất quân ra Bắc để sau đó trong một chiến dịch thần tốc năm ngày đêm đã lập nên chiến công hiển hách, đánh tan gần 30 vạn quân Thanh xâm lược. Núi Ba Tầng tức núi Bân cao hơn bốn chục mét, cách núi Ngự hơn sáu trăm mét về phía Tây. Theo dấu tích hiện nay, núi được sửa sang thành ba tầng, tạo thành ba khối hình nón cụt đồng tâm chồng lên nhau. Đàn tế là mặt bằng trên đỉnh núi. Từ chân núi, ở bốn phía, có bốn con đường dẫn lên đàn tế, càng lên cao mặt đường càng thu hẹp lại. Nguyễn Ánh lên ngôi năm 1802, mở đầu triều Nguyễn. Năm 1804 bắt đầu xây dựng lại kinh đô Phú Xuân. Các đời vua sau đều tiếp tục tu bổ, mở mang thêm, ròng rã hơn 30 năm mới tạm gọi là hoàn tất công việc, và tạo nên một quần thể kiến trúc vĩ đại bao gồm ba vòng thành (Kinh thành, Hoàng thành, Tử Cấm thành) với hàng trăm công trình xây cất nguy nga đồ sộ, nổi tiếng nhất là khu vực Đại Nội với các kiến trúc tiêu biểu như Ngọ Môn, sân Đại Triều Nghi, điện Thái Hòa, Thế Miếu, Hiển Lâm các, cung Diên Thọ, điện Cần Chánh, điện Càn Thành, cung Khôn Thái, các lầu viện và vườn Thượng Uyển...

Nơi an nghỉ cuối cùng của Gia Long Nguyễn Ánh được xây dựng xong vào năm 1820, mở đầu cho một chuỗi bảy khu lăng tẩm của các vua nhà Nguyễn, nằm bên nguồn Tả trạch, Hữu trạch và dòng sông Hương, mỗi lăng mang một sắc thái riêng, nhưng tất cả đều là những kỳ công tạo tác của con người phối hợp với cảnh trí thiên nhiên hùng vĩ, tươi đẹp, thơ mộng của xứ Huế.

Kinh thành Huế:

Xây dựng theo kiểu thức truyền thống phương Đông với ba vòng thành: Phòng thành, Hoàng thành và Tử Cấm thành, lấy núi Ngự làm tiền án, cồn Hến và cồn Dã Viên làm "tả long hữu hổ"; ba mặt Bắc, Đông, Tây có sông đào Hộ thành hà và cùng với sông Hương ở mặt Nam tạo thành thế "tứ thủy triều quy", hội đủ các thế ưu thắng của chốn đế đô theo thuật phong thủy. Ảnh hưởng kiến trúc Vô-băng (kiểu thành lũy nổi tiếng của kỹ sư Vauban ở châu Âu trong các thế kỷ XVII, XVIII) tuy có nhưng bị lút chìm đi trong tổng thể kiến trúc. Phòng thành (còn được gọi dưới cái tên chung là kinh thành) có mặt bằng hình gần vuông với diện tích khoảng trên 5km vuông. Tường thành có chu vi 11km, cao gần 7m, dày 21m (ở giữa là thành đất nện dày 18m, mặt trong và mặt ngoài xây ốp gạch vồ nung già); phía Đông Bắc có một thành phụ, nhỏ, gọi là Trấn Bình đài (hoặc thành Mang cá); có bố trí 21 ụ pháo đài và nhiều công sự phòng ngự. Tòa thành đồ sộ với những công trình kiến trúc bên trong được xây dựng từ năm 1805, sau nhiều đợt thi công, mãi tới năm 1832 mới tạm hoàn tất, có thời kỳ hàng ngày huy động tới 8 vạn dân phu binh lính phục dịch. Các địa phương từ Bắc tới Nam nộp thợ khéo, cung ứng gỗ đá với số lượng cực lớn. Nhiều vật liệu và bộ phận kiến trúc lấy từ kinh thành Thăng Long đưa vào. Thành có 10 cửa: ở mặt Nam có cửa Đông Nam, cửa Thể Nhân, cửa Quảng Đức, cửa Chánh Nam; ở mặt Đông có cửa Chánh Đông, cửa Đông Bắc; ở mặt Tây có cửa Chánh Tây, cửa Tây Nam; ở mặt Bắc có cửa Chánh Bắc, cửa Tây Bắc. Cửa thành là một khối kiến trúc góc cạnh vuông vức, bề thế; có vọng lâu cao, mái lợp ngói úp âm dương, bốn góc mái uốn cong đắp hình con giao, tường trổ cửa tròn, kết hợp hài hòa với những đường nét thẳng băng hoặc gẫy góc của tường thành, tạo nên vẻ đẹp trầm hùng, cổ kính. Chính giữa mặt tiền của phòng thành (mặt phía Nam) là kỳ đài ba cấp đồ sộ, cao tới 17,50m, trên dựng cột cờ cao 37m. Trong thành, ngoài khu vực Hoàng thành và Tử Cấm thành, còn có các dinh thự công sở của triều đình, như nơi làm việc của các bộ viện, Quốc Tử Giám, Khâm Thiên Giám, Tàng thư lâu... và một số công trình tạo tác khác như Ngự hà, hồ Tịnh Tâm v.v... Ngự hà vốn là sông Kim Long chảy qua kinh thành được sửa nắn lại cho phù hợp với ý đồ thiết kế xây dựng kinh thành. Hồ Tịnh Tâm là một khúc lòng sông cũ, được đắp lại thành hồ. Trên hồ có ba đảo nhỏ mang tên Bồng Lai, Phương Trượng, Minh Châu thời Gia Long là nơi để kho thuốc súng (một biện pháp cách ly, phòng cháy nổ); về sau kho thuốc súng được dời đi nơi khác, trên đảo xây dựng nhiều lầu gác đình tạ, biến thành nơi yến ẩm du hí. Ba đảo được nối với nhau bằng những nhịp cầu cong, xinh xắn duyên dáng. Hồ thả sen trắng thơm ngát tạo thành cảnh đẹp nổi tiếng của Kinh thành.

Hoàng thành và Tử Cấm thành gọi là Đại Nội. Hoàng thành nằm gần mặt tiền của Phòng thành, xây trước Phòng thành một năm (1804), gần ba chục năm sau mới tạm coi là hoàn thành (1833), cũng có hình gần vuông, chu vi gần 2500m, chiếm một diện tích gần 38ha. Tường thành xây bằng gạch cao hơn 4m, dày gần 1m, xung quanh có hào vây bọc gọi là Kim Thủy Trì, trên có 10 chiếc cầu. Bốn mặt thành mở bốn cửa: Ngọ Môn cửa chính ở mặt tiền (phía Nam); Hòa Bình ở mặt hậu (phía Bắc); Hiển Nhân (bên trái); Chương Đức (bên phải). Bên trong Hoàng thành có nhiều khu vực khác nhau với những chức năng riêng biệt, ngăn cách nhau bằng những bức tường gạch cao trên 2m, về đại thể bao gồm: khu vực tiến hành các nghi thức triều chính trọng đại trong đó có Ngọ Môn, sân Đại Triều Nghi, điện Thái Hòa; khu vực thờ phụng tổ tiên, trong đó có Triệu Miếu, Thái Miếu, Hưng Miếu, Thế Miếu, điện Phụng Tiên; nơi ở của Thái hoàng Thái hậu (bà nội vua), Hoàng thái hậu (mẹ vua), có cung Diên Thọ, cung Trường Sinh...; nơi đặt các kho, xưởng... cung ứng nhu cầu sinh hoạt của hoàng gia...; nơi đặt nhà học, vườn chơi... của các hoàng tử (vườn Cơ Hạ, điện Khâm Văn).

Tử Cấm thành là khu vực ăn ở và làm việc của nhà vua, có nhiều cung điện lầu gác nguy nga tráng lệ; mặt bằng hình gần vuông, mỗi cạnh rộng khoảng 300m, tường thành xây bằng gạch cao 3,50m. Tử Cấm thành có 7 cửa: phía Nam là Đại Cung Môn (cửa Đại Cung); phía Đông là cửa Hưng Khánh, cửa Đông An; phía Tây là cửa Gia Tường, cửa Tây An; phía Bắc là cửa Tường Loan, cửa Nghi Phụng-qua Đại Cung Môn là điện Cần Chánh (nơi làm việc của nhà vua); tiếp đó là điện Càn Thành (nơi ở của nhà vua); phía sau điện Càn Thành là Cung Khôn Thái (nơi ở của hoàng hậu); xung quanh là một loạt các công trình kiến trúc lớn nhỏ khác như điện Kiến Trung (xây về sau), điện Văn Minh, điện Võ Hiển, điện Đông Các, Duyệt Thị Đường (nhà hát), Thượng Thiện Đường (nhà nấu ăn cho vua); Thái Y Viện (nơi phục vụ thuốc thang cho vua), Thị Vệ trực phòng (nơi túc trực của quan võ hầu cận); Thái Bình Lâu (nơi vua đọc sách), các viện Đoan Thuận, Đoan Hòa, Đoan Trung, Đoan Huy, Đoan Trường (nơi ở của các phi tần), Thượng Uyển (vườn ngự) và nhiều lầu gác đình tạ, hồ sen vườn cảnh khác nữa.

Các công trình kiến trúc chủ yếu trong Đại Nội đều nằm trên đường trục chính kéo dài từ Kỳ Đài cho tới cửa Hòa Bình, các lâu đài cung điện đền miếu khác phần lớn đều nằm đăng đối ở hai bên đường trục chính này. Khoảng trên một trăm công trình xây dựng lớn nhỏ, chính phụ, với những chức năng khác nhau, đều được thiết kế tỉ mỉ chính xác, bố trí chặt chẽ, thi công hoàn hảo, biểu lộ những vẻ đẹp riêng và ăn nhập với khung cảnh xung quanh. Tất cả đều phục vụ cho một tư tưởng chủ đạo, đó là ý thức tôn quân và sự phục tùng trật tự tôn ti phong kiến. Nhìn chung, kiến trúc ở kinh thành Huế có vẻ đẹp hài hòa, cân đối, thanh thoát, trang nhã, được cỏ cây hoa lá hồ sen điểm tô cho thêm phần tươi tắn sinh động, tuy tôn nghiêm nhưng không lạnh lẽo, nguy nga đồ sộ nhưng không tạo ra cái thế áp đảo đối với con người. Qua gần hai thế kỷ với bao phen binh lửa, phần lớn các cung điện lâu đài đình tạ kể trên đã bị đổ nát, tuy nhiên vẫn còn lại một số cung điện lâu đài đang được nhân dân ta và cộng đồng quốc tế đóng góp nhiều công sức để tôn tạo nhằm mãi mãi giữ gìn một di sản văn hóa quý báu cho thế hệ mai sau.

Lăng tẩm ở Huế:

Cùng với hệ thống thành quách đồ sộ và các lâu đài cung điện nguy nga lộng lẫy bên bờ sông Hương thơ mộng, lăng tẩm các vua nhà Nguyễn trầm mặc nương mình dưới bóng thông xanh đã góp phần tạo nên cảnh sắc hết sức độc đáo của chốn cố đô. Nhà Nguyễn có 13 đời vua, nhưng do những hoàn cảnh lịch sử phức tạp và có phần bi tráng nữa, nên hiện nay chỉ có 8 lăng, với những nét riêng biệt và vẻ đẹp khác nhau.

Các lăng tẩm ở Huế đều nằm ở mạn Tây Nam kinh thành, xa nhất là lăng Gia Long (16km), gần nhất là lăng Dục Đức (3km). Đất xây lăng được lựa chọn cực kỳ thận trọng theo đúng những tiêu chuẩn tối ưu của thuật phong thủy: có núi án núi chầu, có hồ tụ thủy, có khe có suối lưu thông (sơn chỉ thủy giao)…, phần lớn các lăng đều được xây dựng ngay khi vua còn đang trị vị (theo quan niệm "tức vị trị lăng"). Nhìn chung cấu trúc của một lăng thường được chia làm hai khu vực: khu thờ phụng tưởng niệm và khu phần mộ. Các công trình kiến trúc chủ chốt được bố trí theo trật tự nhất định trên một trục chính xuyên suốt cả khu vực hoặc trên những trục song song, về đại thể bao gồm: cổng lớn; bái đình (sân chầu, hai bên có tượng quan văn quan võ, voi ngựa); bi đình (nhà đặt bia "Thánh đức thần công"); sân tế nhiều tầng cấp; tẩm điện (điện thờ, nơi nhiều công trình phụ như đông phối điện, tây phối điện, ở hai bên phía trước thờ các công thần; tả tùng viện, nơi ở của các cung nhân lo việc đèn nhang hương khói); bửu thành (nơi đặt phần mộ)… Ngoài các công trình kiến trúc chủ yếu trên đây trong các lăng thường còn có hồ sen, núi giả, vườn hoa, vườn cây, đồi thông, cầu quán, đình, tạ v.v…, tạo thành những cụm kiến trúc gắn bó hài hòa với khung cảnh thiên nhiên. Vây quanh khu lăng tẩm là một dãy tường thành (la thành, cũng có lăng không xây la thành); ngoài la thành có một vành đai bảo vệ rất rộng gọi là "đất quan phòng", ngày xưa tuyệt đối không ai được xâm nhập, dù chỉ để cắt cỏ, kiếm củi. Các thành phần cấu trúc của một khu lăng tẩm nhìn chung là như vậy, nhưng mỗi lăng lại có một kiểu thức sắp đặt phối trí riêng, phản ánh được phần nào tư tưởng, quan điểm thẩm mỹ, cá tính, thị hiếu v.v… của từng ông vua, như lăng Gia Long thì đơn sơ nhưng hoành tráng; lăng Minh Mạng đường bệ thâm nghiêm; lăng Thiệu Trị có vẻ đẹp thanh thoát, chừng mực hài hòa; lăng Tự Đức giàu chất thơ mộng; lăng Khải Định khéo léo, tinh xảo, nhưng có thể dễ gây những phản cảm vì nhiều yếu tố kiến trúc trang trí (và cả nguyên vật liệu được sử dụng nữa) không hòa nhập ăn ý với dáng dấp và đường nét kiến trúc cổ truyền…

Chùa Thiên Mụ:

Là một trong những kiến trúc tôn giáo cổ nhất và đẹp nhất ở Huế, dựng trên đồi Hà Khê, bên tả ngạn sông Hương, cách trung tâm thành phố khoảng 7km về phía Tây.

Khuôn viên chùa có tường bao bọc, chia làm hai phần; phần trước, giáp bờ sông, nổi bật lên tòa bảo tháp, bia to, chuông lớn, hệ thống bậc cấp đồ sộ; phía sau là khu vực điện thờ, điện Đại Hùng, điện Địa Tạng, điện Quan Âm; nhà trai, nhà khách. Thông xanh, cây lạ hoa quý làm tăng thêm vẻ đẹp của chùa.

Chùa vốn có từ thế kỷ XIV. Tên chùa gắn với một huyền thoại được lưu truyền rộng rãi, kể lại sự tích một bà cụ người nhà trời "mặc xiêm lục, áo đỏ, tóc bạc phơ, hiện lên trên đồi Hà Khê, phán bảo rằng: Rồi đây sẽ có vị chân chúa đến nơi này dựng chùa thờ Phật để tụ linh khí, cố long mạch". Khoảng năm 1601, Nguyễn Hoàng tức chúa Tiên - vị chúa Nguyễn đầu tiên ở Đàng Trong (lúc ấy về hình thức vẫn nhận chức quan của triều đình Lê-Trịnh, trấn thủ đất Thuận Hóa kiêm trấn thủ Quảng Nam) đi qua nơi này, thấy địa thế đẹp, hàng dãy đồi trập trùng như rồng uốn khúc bên sông, nghe sự tích kể trên, tự nhận mình là vị chân chúa được bà cụ nhà trời nói đến, bèn ra lệnh xây dựng lại chùa to đẹp hơn và chính thức đặt tên là "Thiên Mụ Tự" (chùa Thiên Mụ). Từ đó về sau, chùa được trùng tu nhiều lần, mỗi lần đều được mở rộng tô điểm thêm, tòa ngang dãy dọc san sát bên nhau, đặc biệt là qua những lần tu bổ xây cất dưới thời chúa Quốc (Nguyễn Phúc Chu, 1691—1725) và vua Thiệu Trị (1841—1847), cảnh chùa thêm nguy nga, tráng lệ. Năm 1710, chúa Quốc cho đúc chuông lớn, nặng tới trên hai tấn, gọi là Đại Hồng Chung, có làm bài minh khắc vào chuông. Trong khoảng 1714—1715, chùa được mở rộng thêm với nhiều công trình xây cất mới; chúa Quốc lại viết một bài ký, khắc vào bia lớn (cao 2m60, rộng 1m2) ghi lại việc trùng tu mở rộng chùa, và cho người sang Trung Quốc mua hơn 1000 bộ kinh Phật đưa về đặt tại lầu Tàng kinh. Trải qua những năm tháng chiến tranh kéo dài hồi cuối thế kỷ XVIII, chùa bị đổ nát, năm 1815 được trùng tu một phần. Vào khoảng những năm 1844—1846, chùa lại được tu bổ xây cất với quy mô lớn. Năm 1846 dưới thời Thiệu Trị, tháp Phước Duyên bảy tầng được xây ở phía trước, cao 21m, soi bóng trên dòng sông Hương; các tầng có bày tượng Phật, tương truyền ngày xưa đều đúc bằng vàng. Trước tháp dựng đình Hương Nguyệt, trên nóc đặt Pháp luân (bánh xe Phật pháp, biểu tượng Phật giáo. Pháp luân đặt trên nóc đình Hương Nguyệt quay khi gió thổi). Hai bên đình có hai tấm bia, dựng năm 1846, ghi lại việc xây bảo tháp Phước Duyên, đình Hương Nguyệt, bài ký "Đại hồng chung" và bài thơ "Thiên Mụ chung thanh" (Tiếng chuông Thiên Mụ) của vua Thiệu Trị.

注　释

本课节选自邓德超（Đặng Đức Siêu）著、越南河内劳动出版社（Nxb Lao động）2005年版《越南文化手册》（*Sổ tay văn hóa Việt Nam*）第二部分 "大越文化"（*Văn hóa Đại Việt*）

1. Nguyễn Phúc Trăn：阮福溱（1648—1691），越南南北纷争时期南方阮氏政权的第五位阮主，1687年继位，又称义王。继位后，他把阮主府迁至富春（顺化）。

BÀI SỐ 27 PHÚ XUÂN - HUẾ

2. tên chữ：用汉越词取的名，或根据原名中的字义另取的别名，即"字"，亦为 tên tự、tự。

3. thạch xương bồ：石菖蒲，多年生草本植物，多生在密林下，根茎具有气味。

4. lặng lờ：平静地、徐缓地、无声地（转动、运动）

5. hò mái nhì：越南中部的一种划船调，船头撑竿的人起唱，船尾摇橹的人应和。

6. hò mái đẩy：越南中部的一种划船调。

7. Đồng Khánh：同庆帝，名阮福膺箕（Nguyễn Phúc Ưng Ki, 1863—1888），越南阮朝傀儡皇帝，1885年继位，年号同庆。

8. *Phủ biên tạp lục*：《抚边杂录》，黎贵惇（Lê Quý Đôn）写于1776年，是一部记述18世纪前里路（Đàng Trong）历史、地理、行政、经济、风俗、诗文等内容的地方志。在阮克顺（Nguyễn Khắc Thuần）翻译、校订并注释，越南教育出版社出版的《黎贵惇选集》第二册《抚边杂录》原文中，阮福溙被写为阮福溱。

9. Hoàng Quốc Công：黄国公。原文此处为弘国公（Hoằng Quốc Công）。

10. Nguyễn Phúc Khoát：阮福阔（1714—1765），越南南北纷争时期南方阮氏政权的第八位阮主，1738继位，又称武王。原文中此处为阮福淍（Nguyễn Phúc Chu, 1675—1725），即南方阮氏政权的第六位阮主，1691年继位，又称明王或国主。

11. Nguyễn Ánh：阮映（1762—1820），即阮福映（Nguyễn Phúc Ánh），越南阮朝第一位皇帝，1802年登基，年号嘉隆（Gia Long）。

12. Minh Mạng：明命帝，名阮福胆（Nguyễn Phúc Đảm, 1791—1840），越南阮朝第二位皇帝，1820年继位，年号明命。

13. Thiệu Trị：绍治帝，名阮福绵宗（Nguyễn Phúc Miên Tông, 1807—1847），越南阮朝第三位皇帝，1841年继位，年号绍治。

14. Khải Định：启定帝，名阮福宝岛（Nguyễn Phúc Bửu Đảo, 1882—1925）越南阮朝傀儡皇帝，1916年继位，年号启定。

15. tiền án：屏障

16. núi án：案山，中国古代堪舆术中的一个专有名词，用指基址（包括阳宅和阴宅）正对面并且离基址最近的矮山，又称迎砂。

17. núi chầu：朝山，中国古代堪舆术中的一个专有名词，用指穴前远方高大秀丽之山，如宾主相对，成天然朝揖的形状，又称朝砂。

18. Vauban：沃邦，即塞巴斯蒂安·勒普雷斯特雷·德·沃邦（Sébastien Le Prestre de Vauban, 1633—1707），法国路易十四时元帅、著名军事工程师，近代工程兵部队创立者。

19. con giao：蛟龙，亦为giao long、thuồng luồng。

20. mặt tiền：门脸、门面，本课中指正面或正前面。

21. hầu cận：侍卫

22. bửu thành：宝城，帝王陵墓"地宫"上面的城楼。

23. nhà trai：斋房

24. Nguyễn Hoàng：阮潢（1524—1613），越南南北纷争时期南方阮氏政权的第一位阮主，1569年他率部镇守顺化，开创了南方阮氏的基业，又称仙主。

BÀI SỐ 28
PHONG CÁCH ẨM THỰC CỦA NGƯỜI VIỆT (I)
越南人的饮食风格（上）

Mỗi dân tộc đều có một phong cách ẩm thực riêng mang đậm bản sắc văn hóa của dân tộc mình. Người Việt, với lịch sử phát triển lâu đời, đã xây dựng và tích lũy cho mình một phong cách ẩm thực khá phong phú và đa dạng. Phong cách này thể hiện trước hết qua những quan niệm, những cách thức ăn uống được tổng kết thành những chuẩn mực – chuẩn mực trong ẩm thực của người Việt.

1. Những quan niệm, chuẩn mực trong ẩm thực

1.1. Coi trọng tính cân bằng trong ăn uống

Đây là một trong những chuẩn mực hàng đầu trong ẩm thực của người Việt, được thể hiện qua nhiều cách khác nhau:

* Điều phối hợp lý giữa các loại lương thực thực phẩm.

Từ xưa, người Việt đã coi thóc gạo là để nuôi dưỡng con người, hoa quả là để trợ giúp sức khỏe, thịt là để bổ dưỡng, còn rau cỏ vừa để tăng cường lượng thức ăn vừa để điều hòa lượng thức ăn. Mọi thứ trên đều cần thiết và được dùng với một tỷ lệ cân đối và thích hợp. Không những thế, người Việt còn biết kết hợp các nguồn lương thực và thực phẩm để tạo ra các món ăn ngon, có giá trị dinh dưỡng cao và đạt sự cân bằng cho cơ thể.

* Chú trọng cân bằng hàn nhiệt, âm dương trong lựa chọn và chế biến đồ ăn, thức uống.

Người Việt phân biệt đồ ăn, thức uống theo tính chất. Những tính chất này được quy về âm dương ứng với ngũ hành: hàn (lạnh, âm nhiều, tương ứng với Thủy), nhiệt (nóng, dương nhiều, tương ứng với Hỏa), ôn (ấm, dương ít, tương ứng với Mộc), bình (mát, âm ít, tương ứng với Kim) và đồ ăn thức uống trung tính (tương ứng với Thổ). Trên cơ sở này, "người Việt tuân thủ khá nghiêm ngặt luật âm dương bù trừ và chuyển hóa"[1]. Khi sử dụng các loại thức ăn, điều đầu tiên là

---
[1] Nguyễn Kim Thản, *Việt Nam-Những vấn đề về ngôn ngữ và văn hóa*, Hà Nội, 1993, tr. 395.

cần chú ý đến khí của chúng, nghĩa là tính nóng lạnh của từng loại thức ăn. Có thể kể đặc tính hàn nhiệt của một số thức ăn thường dùng hàng ngày như:

Thức ăn ấm nóng (Dương tính) như gạo nếp, tía tô, bí ngô, hẹ, riềng, thịt chó, thịt gà, thịt dê, gan lợn, tôm, vải, nhãn, gừng, tỏi, ớt, đường, tiêu…

Thức ăn mát lạnh (Âm tính) như đậu xanh, rau cần, rau dền, cà chua, củ cải, dưa chuột, ngó sen, mướp đắng, thịt thỏ, cua, vịt, trứng vịt, ếch, dưa hấu, lê, táo, bưởi…

Thức ăn tính bình (Trung tính) như gạo tẻ, khoai lang, cà rốt, đậu đũa, sắn dây, vừng, thịt bò, cá chép, cá diếc, chanh, đường phèn, mật ong…

Khi chế biến và chọn lựa thức ăn, thực phẩm thiên về nhiệt thường được dùng kèm với thực phẩm thiên về hàn, ví dụ như gừng, ớt, tỏi, quế thường được chế biến kèm với những thức ăn tính mát như rau cải, cải bắp, bí, thịt bò, ốc. Người Việt dùng nhiều gia vị cho bữa ăn hàng ngày, ngoài tác dụng kích thích dịch vị, bảo vệ thức ăn, hạn chế sự phát triển của vi khuẩn, làm dậy mùi thơm hấp dẫn của thức ăn, gia vị còn có tác dụng điều hòa âm dương, hàn nhiệt của thức ăn. Sự kết hợp giữa các chất trong thành phần thức ăn thực chất là sự kết hợp cân bằng giữa âm, dương, ngũ hành – những nhân tố cơ bản cho sự hình thành, tồn tại và phát triển của con người và vũ trụ.

Điều hòa ngũ vị của đồ ăn thức uống:

Ngũ vị bao gồm chua, cay, mặn, ngọt, đắng. Vị cay thường có tác dụng hành khí, giải cảm phong hàn. Vị ngọt có tác dụng bổ dưỡng và điều hòa các loại thức ăn với nhau. Vị đắng có tác dụng thanh nhiệt và tả thực nhiệt. Vị chua có tác dụng thu liễm mồ hôi, cầm ỉa chảy. Vị mặn có tác dụng tư nhuận và làm mềm chất rắn. Trong mâm cơm của người Việt thường có đủ ngũ vị: vị ngọt của gạo, thịt; vị chua của chanh, dấm; vị cay của ớt và các gia vị; vị mặn của muối, nước mắm; vị đắng chát của một vài loại rau như khổ qua, măng, sung… Có thể nói bát nước chấm là một ví dụ điển hình về sự kết hợp của ngũ vị trong mâm cơm Việt Nam. Sự phối hợp hài hòa giữa ngũ vị của thực phẩm không những tạo cảm giác ngon miệng cho người ăn mà còn hỗ trợ, tăng cường những tác dụng hữu ích hoặc hạn chế những tác dụng xấu của đồ ăn thức uống.

1.2. Coi trọng tính chỉnh thể, thống nhất trong ăn uống

Theo triết học cổ đại phương Đông, vũ trụ được hình thành bởi năm chất: Kim (sắt), Mộc (gỗ), Thủy (nước), Hỏa (lửa) và Thổ (đất). Thế giới tồn tại và phát triển được nhờ có sự vận động, kết hợp hài hòa giữa âm dương trong vũ trụ. Con người là một tiểu vũ trụ - con người tồn tại phát triển được cũng bởi có sự hài hòa âm dương trong cơ thể con người, sự hài hòa âm dương giữa con người với môi trường. Triết học cổ phương Đông cho rằng con người là một chỉnh thể hữu cơ thống nhất. Con người và tự nhiên cũng là một chỉnh thể hữu cơ thống nhất. Vì vậy, văn hóa và khoa học ẩm thực phương Đông nói chung và Việt Nam nói riêng rất chú trọng đến vấn đề điều chỉnh và duy trì tính thống nhất trong mỗi cơ thể và giữa cơ thể với môi trường tự nhiên bên ngoài, điều này thể hiện trên một số khía cạnh cụ thể:

a. Ăn uống thích ứng với điều kiện địa lý. Mỗi vùng có những đặc điểm khác nhau về địa hình, khí hậu và tập quán sinh hoạt, vì vậy cách thức ăn cũng không giống nhau.

b. Ăn uống phù hợp với đặc điểm sinh lý; bệnh lý của từng người. Mỗi người ở mỗi lứa tuổi, thuộc giới khác nhau có thể chất khác nhau, ăn uống như thế nào để cơ thể luôn giữ thế cân bằng giữa âm dương trong cơ thể người, giữa cơ thể người với môi trường là tối quan trọng.

c. Ăn uống phù hợp với khí hậu, thời tiết hay còn gọi là ăn uống theo mùa.

Nước Việt Nam trải dài trên 15 vĩ độ. Vì vậy, khí hậu giữa các vùng rất khác nhau. Ăn uống theo thời tiết khí hậu là một vấn đề quan trọng nhằm đảm bảo sự cân bằng âm dương giữa con người và môi trường tự nhiên xung quanh. Ở miền Bắc, khí hậu phân 4 mùa rõ rệt. Mỗi mùa thời tiết biến đổi khác nhau. Ở miền Nam và Nam Trung Bộ chỉ có hai mùa là mùa nóng khô và mùa mưa ẩm. Tính chất của các mùa sẽ chi phối sắc diện thế giới động thực vật-nguồn thức ăn của con người. Mỗi khi chuyển mùa, chức năng sinh lý của con người cũng có những thay đổi nhất định. Vì thế, việc chế biến và lựa chọn thức ăn cũng phải có sự phù hợp tương ứng làm cho con người có sự thích nghi với môi trường thay đổi.

Từ lâu, người Việt đã biết sử dụng nguồn lương thực thực phẩm theo mùa. Mùa nào thức ấy. Quan niệm dân gian cho rằng thức ăn đúng mùa mới ngon, người Việt xưa gọi đó là "thời trân". Sản vật đúng mùa là lúc ngon nhất, nhiều nhất, rẻ nhất và tươi nhất. Tục ngữ dân gian còn lưu lại những lời khuyên hợp lý cho việc ăn theo mùa:

—Thà liếm môi liếm mép còn hơn ăn chép mùa hè.

—Cá rô tháng Tám, chẳng dám bảo ai.

—Cá rô tháng Hai, bảo ai thì bảo.

—Tháng Chín ăn rươi, tháng Mười ăn ruốc.

Mùa hè mưa nhiều, nước từ thượng nguồn đổ về cuốn theo nhiều thức ăn mầu mỡ cho tôm cá. Vì thế, mùa hè cá sông, mùa đông cá bể là ngon nhất. Cá sông mùa hè thường béo và tươi. Tháng Mười là tháng mùa thu, tiết trời mát mẻ, có vụ gặt mùa với gạo mới thơm dẻo, chim ngói mùa thu và ếch tháng Mười ngon bởi chúng được ăn nhiều thóc màu mới, khác hẳn với ếch tháng Ba, gà tháng Bảy-thời điểm giáp hạt, thiếu ăn nên gà và ếch đều gầy, không ngon.

Ngoài việc sử dụng nguồn lương thực, thực phẩm theo mùa, người Việt đã hình thành một lối nấu và lối ăn theo mùa. Mùa hè nóng, cần chế biến những thức ăn nhẹ, dễ tiêu. Trong bữa ăn thường có nhiều rau quả, tôm cá (là những thức bình, hàn). Cách chế biến chủ yếu là luộc, nấu canh, làm dưa, nộm. Đồ uống cũng là những thứ mát, giải nhiệt như chè xanh, nước vối. Mùa hè thường kiêng những thức ăn có tính nhiệt như thịt chó, rượu, ớt, tiêu, gừng.

Mùa xuân là mùa khởi đầu một năm mới, lúc này dương khí trong vạn vật đang hồi sinh. Cơ thể con người cũng vậy. Theo quan niệm của y học cổ truyền, cần phải chú ý bảo vệ và bồi dưỡng dương khí. Mùa này cần tăng cường sử dụng các loại thực phẩm có vị cay tính ấm như các loại rau gia vị: hành, tỏi, hẹ, rau thơm, gừng. Vị cay có tác dụng phát tán, hành khí, hành huyết, tính ấm có thể tán âm hàn, trợ khí dương. Những thực phẩm có tính ấm này sẽ giúp cơ thể phòng chống cái lạnh vừa phải của mùa xuân nhưng đồng thời cũng có tác dụng kích thích hỗ trợ cho sự phát triển và sức đề kháng của cơ thể. Nên tránh dùng các thức ăn lạnh dễ làm tổn thương dương khí. Mùa xuân cũng nên ăn nhiều chua và ngọt bởi đồ chua sẽ làm giảm bớt sự vượng thịnh của căn khí, ăn nhiều ngọt sẽ hỗ trợ tỳ vị và phòng tránh được tình trạng rối loạn tiêu hóa. Ngoài ra, mùa xuân nên ăn nhiều rau hoa quả tươi để mượn "sức xuân" của cỏ cây hoa lá, kích thích hỗ trợ cho quá trình sinh trưởng và phát dục của cơ thể.

Mùa đông lạnh, cần thức ăn nhiều đạm, mỡ để chống rét. Cách chế biến khô hơn: xào, rim, rán, kho, nấu. Gia vị được dùng mùa này phần lớn có tính nhiệt như gừng, tỏi, ớt, tiêu. Mùa đông kiêng các thức ăn có tính lạnh như trai, ốc, hến, dưa hấu, dưa chuột...

Như vậy, với cách ăn theo mùa, con người đã từng bước làm chủ tự nhiên, làm chủ bản thân mình, như nhà nghiên cứu văn hóa dân gian Ngô Đức Thịnh khẳng định, con người đã chuyển cái tự nhiên thành cái văn hóa, tạo nên sự cân bằng gắn bó con người với tự nhiên và không phụ thuộc mù quáng vào tự nhiên.

1.3. Coi ăn uống là một phép dưỡng sinh trị bệnh

Theo quan niệm truyền thống, khi con người khỏe mạnh có nghĩa là trong cơ thể đã đạt được sự cân bằng âm dương. Khi con người ốm đau có nghĩa là sự cân bằng này đã bị phá vỡ - bằng việc ăn uống điều hòa cùng thuốc men, con người lấy lại được sự cân bằng trong cơ thể. Tri thức dân gian đã tích lũy được nhiều kinh nghiệm về việc dùng các loại lương thực thực phẩm để làm thuốc, dùng món ăn như thuốc chữa bệnh. Thức ăn cũng tác động lên cơ thể như những vị thuốc, chỉ có một sự khác biệt là, thức ăn có tính năng tương đối hòa hoãn, tác động không mạnh và nhanh như là thuốc theo thông thường. Như vậy, thực phẩm cũng được coi như là dược phẩm. Đây là nội dung hết sức độc đáo của khoa học ẩm thực phương Đông nói chung và Việt Nam nói riêng. Nhiều thực phẩm quen thuộc được coi là những vị thuốc chính danh, còn hầu hết được sử dụng để chữa bệnh dưới hình thức "món ăn-bài thuốc" theo phương pháp *chữa bệnh bằng ăn uống*. Bởi vậy, hầu hết các loại lương thực thực phẩm đều được y học cổ truyền nghiên cứu và phân loại về "tính", "vị". Theo Đông y, có 4 tính (còn gọi là tứ khí): bình (mát), hàn (lạnh), ôn (ấm) và nhiệt (nóng).

Hàn, bình thuộc về âm, dùng để trị các bệnh về nhiệt còn ôn, nhiệt thuộc về dương, trị các bệnh hàn. Một món ăn được coi có giá trị và tốt cho cơ thể khi nó tạo nên sự cân bằng giữa hàn nhiệt ôn bình, tức giữa âm và dương. Không phải ngẫu nhiên dân gian đã tổng kết "Chí lý như bí nấu thịt gà" hay "Thịt lợn đầy sanh không hành không ngon" hoặc "Ăn thịt trâu không tỏi như ăn gỏi không lá mơ".

Vị có năm vị (ngũ vị): cay, ngọt, chua, đắng, mặn, trong đó, vị cay có thể giảm cảm, làm toát mồ hôi, vị ngọt có tác dụng bổ dưỡng, điều hòa, vị đắng có tác dụng thanh nhiệt, giải độc.

Theo thống kê của Đỗ Tất Lợi, ở Việt Nam, trong số 1500 cây và vị thuốc, có khoảng 150 cây và vị thuốc là lương thực, thực phẩm dùng cho ăn uống hàng ngày. Điều đó chứng tỏ nguồn thức ăn đóng một vai trò quan trọng trong dưỡng sinh trị bệnh theo phép Đông y. Cho đến ngày nay, mặc dù chế độ ăn, thành phần ăn thay đổi ít nhiều, song, trong dân gian vẫn duy trì nhiều cách trị bệnh thông thường bằng chế độ ăn uống thích hợp và ăn kiêng.

Trong ăn uống có những điều kiêng kỵ mà mọi người nên tuân theo, ví dụ như:

* *Kiêng kỵ theo thể chất*: Người có thân nhiệt nóng kiêng ăn các thức cay, nóng như ớt, rượu... Người có thân hàn lạnh nên kiêng các thức lạnh như ốc, thịt trâu.

* *Kiêng kỵ theo tuổi*: Trẻ em nên kiêng đồ ăn thức uống sống lạnh vì dễ gây tổn thương tì vị. Người già kiêng ăn thức ăn quá béo, quá ngọt, quá mặn hoặc quá khó tiêu.

* *Kiêng kỵ theo giới*: Phụ nữ, đặc biệt phụ nữ có thai nên kiêng các thức cay, nóng, dễ kích thích hoặc quá sống. Phụ nữ sau khi sinh kiêng các thức có tính lạnh.

* *Kiêng kị theo bệnh*: Thức ăn và bệnh tật quan hệ trực tiếp với nhau. Thức ăn phù hợp với thể trạng cụ thể của từng người, có những thức ăn giúp cơ thể mau lành bệnh, có thứ thức ăn làm bệnh nặng thêm đồng thời cũng có thức ăn khiến những căn bệnh vốn có trước đây tái phát. Vì thế, tính chất của thức ăn phải thích ứng với thuộc tính của bệnh, nếu không sẽ phát sinh đối kháng. Nói chung, những người bị chứng hàn nên ăn những thức ăn ấm nóng và không nên dùng nhiều thức ăn sống lạnh. Những người mắc các chứng bệnh nhiệt nên dùng nhiều thức ăn mát và ít dùng các thứ cay nóng, ví dụ:

—Người tỳ vị hư hàn dễ bị ngộ độc cua. Cua là thức ăn có giá trị dinh dưỡng cao và rất ngon miệng, nhưng thịt cua có tính lạnh. Người tỳ vị hư hàn (đau bụng, ăn yếu, thức ăn khó tiêu, đại tiện nhão, rêu lưỡi trắng…) nếu ăn cua nấu chưa chín hoặc cua ươn có thể bị trúng độc, miệng nôn trôn tháo.

—Người âm hư hỏa vượng không nên lạm dụng tỏi. Tỏi là thứ gia vị có nhiều kháng sinh. Những nghiên cứu gần đây nói về tác dụng của tỏi trong việc giảm mỡ máu, hạ đường huyết, chống xơ vữa động mạch, phòng chống ung thư. Nhưng những người âm hư hỏa vượng (phiền não, dễ cáu giận, mất ngủ, lòng bàn tay nóng, táo bón…) nếu ăn tỏi thì mắt sẽ mờ, răng sưng đau. Vì vậy, người âm hư hỏa vượng nếu muốn ăn tỏi cần phối hợp thêm những món ăn hàn lương để cân bằng lại.

—Người đau răng nên kiêng chuối tiêu. Bệnh đau răng, Đông y gọi là nha thống chia ra 3 loại chính: Đau răng do nhiệt độc gây ra (gọi là phong nhiệt nha thống); đau răng do phần âm bị suy yếu (gọi là âm hư nha thống) và đau răng do hàn gây ra (gọi là phong hàn nha thống). Hai loại đầu gọi là loại Nhiệt chứng, cần kiêng các loại thức ăn cay nóng như tỏi, ớt, tiêu, thịt chó đồng thời nên ăn nhiều món ăn thanh mát như rau cần, đậu xanh, dưa hấu, ngó sen. Với dạng đau răng do hàn gây ra thì ngược lại, cần ăn nhiều thức ăn ấm nóng, kiêng những thứ sống lạnh. Chuối tiêu có tính lạnh. Vì vậy, người bị đau răng thể lạnh khi ăn chuối tiêu có thể bị đau nhiều hơn.

—Người bị bệnh dạ dày, đường ruột kiêng ăn đồ sống, cay, nóng. Người bị mụn nhọt kiêng đồ cay, nóng. Người bị huyết áp kiêng đồ ăn quá béo, các chất dễ gây kích thích v.v…

Một vấn đề đáng quan tâm nữa trong ẩm thực Việt Nam theo y học cổ truyền là mối quan hệ giữa thức ăn với thức ăn. Thức ăn cũng như Đông dược, rất ít khi sử dụng đơn độc. Khi phối hợp các thức ăn với nhau sẽ có thể phát sinh nhiều loại tương tác: Một số thức ăn khi kết hợp với nhau sẽ tăng tác dụng, một số lại không thể phối hợp với nhau. Từ nhiều thế kỷ trước, Đông y không những đã nhận diện chính xác nhiều loại tương tác mà còn lập ra những phương pháp kết hợp hữu hiệu, nâng cao hiệu quả phòng chữa bệnh và tránh ngộ độc, ví dụ:

—Phối hợp hai loại thức ăn có tác dụng và khí vị gần giống nhau, với mục đích tăng thêm hiệu lực, chẳng hạn củ mài và thịt gà đều là hai thứ có tính ấm, vị ngọt, nấu kết hợp với nhau sẽ tạo nên một món ăn bổ dưỡng hơn là dùng đơn độc riêng từng thứ một.

—Phối hợp hai loại thức ăn có tác dụng khác nhau, trong đó một thứ là chủ vị, có tác dụng chính, ví dụ dùng cá chép để chữa bệnh phù thũng, dân gian thường nấu với hoàng kỳ-là vị thuốc bổ khí, có tác dụng tiêu nước, giảm phù.

—Dùng một loại thức ăn khác để giảm bớt hoặc triệt tiêu tác hại của thức ăn chính, ví dụ, với món thịt cua dễ gây ngộ độc và dị ứng, nếu nấu với gừng sống hoặc tía tô thì món cua sẽ bớt tính lạnh, đồng thời gừng và tía tô có tác dụng giải độc và chống dị ứng.

Cũng có trường hợp hai loại thức ăn kết hợp với nhau tạo nên phản ứng có hại, gây ngộ độc hoặc có những tác dụng phụ ngoài ý muốn, hiện tượng này gọi là tương khắc hay tương kỵ. Trong dân gian còn tương truyền nhiều kiêng kỵ về tương khắc giữa các thức ăn, ví dụ:

—Khi ăn cua thì không nên ăn hồng vì trong thịt cua có một số chất đạm kết hợp với chất tannin trong quả hồng sẽ tạo nên đối kháng, dễ sinh ra bệnh sỏi dạ dày, cũng như vậy với khoai lang và quả hồng.

—Khi uống sữa không nên ăn cam và quýt bởi khi vào dạ dày, các chất protein trong sữa sẽ kết hợp với các loại men pepsin và trypsin rồi xuống tiểu tràng, sẽ kết thành khối, do phản ứng với các acid và vitamin C trong cam quýt, có thể gây trướng bụng, đau bụng hoặc đi ngoài.

—Sau bữa ăn, ăn tráng miệng ngay bằng nhiều hoa quả. Trong hoa quả có nhiều loại đường đơn, dễ hấp thu trong ruột non nhưng khi trong dạ dày đã chứa đầy thức ăn, thì đường xuống ruột non bị tắc, khi ăn nhiều hoa quả, thức ăn sẽ bị lên men và sinh khí trong dạ dày, gây cảm giác khó chịu, đầy bụng. Vì vậy tốt nhất nên ăn hoa quả trước bữa ăn 1 giờ hoặc sau bữa ăn 2 giờ.

—Sau khi ăn các món nấu bằng củ cải, không nên ăn ngay các loại hoa quả như táo tây, lê, nho bởi trong quá trình tiêu hóa và phân giải, trong dạ dày và ruột có thể gây ra chất ức chế đối với tuyến giáp trạng và dẫn đến bệnh bướu cổ.

Như vậy, ăn uống truyền thống trong dưỡng sinh trị bệnh đều nhằm đạt tới sự cân bằng âm dương trong cơ thể con người, giữa con người với môi trường.

(Còn nữa)

注　释

本课节选自越南河内国家大学所属社会与人文科学大学阮越香（Nguyễn Việt Hương）著、越南河内国家大学出版社（Nxb Đại học quốc gia Hà Nội）2006年版《越南人的传统饮食与服装文化》（*Văn hóa ẩm thực và trang phục truyền thống của người Việt*）第一部分"越南人的饮食文化"（*Văn hóa ẩm thực của người Việt*）。

1. sắc diện：面色（很少用），即sắc mặt，本课中指样貌。
2. rươi：生长在淡海水处可以食用的季节性蚯蚓科环节动物。
3. ruốc：小虾、虾米，亦称moi、tép biển，蛋白质含量高，可以晒干或用来做虾酱。

4. xơ vữa động mạch：动脉粥样硬化，动脉硬化（xơ cứng động mạch）中常见的类型，为心肌梗塞和脑梗塞的主要病因。

5. pepsin：胃蛋白酶，一种消化性蛋白酶，由胃部中的胃粘膜主细胞所分泌，能将食物中的蛋白质分解。蛋白酶（protease, proteinase）主要存在于动物体内，能把蛋白质分解成便于吸收的氨基酸，种类很多。

6. trypsin：胰蛋白酶，特异性最强的蛋白酶，在决定蛋白质的氨基酸排列中，它是不可或缺的工具。

BÀI SỐ 29
PHONG CÁCH ẨM THỰC CỦA NGƯỜI VIỆT (II)
越南人的饮食风格（下）

(Tiếp theo bài trước)
2. Đặc trưng ẩm thực của người Việt
2.1. Tính tổng hợp
Lối ăn của người Việt là lối ăn tổng hợp, được thể hiện rõ trong cách chế biến thức ăn và trong cách ăn.
2.1.1. Cách chế biến
Hầu hết các món ăn của người Việt đều là sự pha chế tổng hợp của các nguyên liệu: kết hợp rau với rau, rau với thịt, với tôm cá và các gia vị. Tục ngữ, ca dao Việt Nam có nhiều câu phổ biến các kinh nghiệm pha chế nấu nướng có tính tổng hợp:

Rau cải nấu với cá rô,
Gừng thơm một lát cho cô giữ chồng.

Hay:

Chỉ lý như bí nấu thịt gà

Tất cả các món xào, ninh, nấu, hầm, hấp, tần, nộm bao giờ cũng là sự tổng hợp của nhiều thứ. Tính tổng hợp trong cách chế biến có thể thấy ở cả các món ăn hàng ngày thông thường nhất như canh cua (gồm cua giã rồi lọc và nấu với các loại rau: mướp, mồng tơi, dền, tập tàng), ốc nấu (gồm ốc, chuối xanh, đậu phụ, thịt ba chỉ), xôi xéo (gạo nếp - xôi trắng, đỗ xanh, hành chưng, nước mỡ) hay món rau sống (gồm xà lách, rau muống chẻ, rau chuối hay các loại rau diếp cá, giá đỗ...) hoặc phở (gồm bánh phở, thịt bò/gà, nước xương, hành...) lẫn các món ăn trong dịp đặc biệt (cơm khách, cơm cỗ) như món nem (gồm thịt lợn nạc xay, hành, giá, miến, trứng, mộc nhĩ, mắm, muối, hạt tiêu, bánh đa nem); gỏi cá (bao gồm thịt cá, chuối xanh, các loại rau thơm, hành, riềng, gừng, ớt, thính (gạo xay thành bột)) và đặc biệt là bánh chưng - một thứ bánh điển hình trong ngày Tết Việt Nam. Bánh chưng bao gồm gạo nếp, đậu xanh, thịt mỡ, hạt tiêu, muối.

Ngay cả bát nước mắm mà cơm gia đình hay cơm cỗ đều phải có là sự kỳ công của sự pha chế tổng hợp, bao gồm đủ các vị: chua của chanh, dấm, cay của ớt, tiêu, mặn của mắm muối, ngọt của đường.

Chế biến tổng hợp, các chất và các mùi, vị bổ sung cho nhau, tạo nên những món ăn không những có giá trị dinh dưỡng cao mà còn có hương vị đặc biệt, hấp dẫn, dễ ăn và đẹp mắt.

2.1.2. Cách ăn

Mâm cơm của người Việt dọn ra bao giờ cũng có đồng thời nhiều món. Trên mâm có canh rau, món xào (hay kho/rán) mặn, bát nước chấm..., tất cả đều được đưa ra cùng một lúc khi chuẩn bị ăn, khác hẳn với lối ăn của người phương Tây, ăn lần lượt từng món, hết món này mới bưng ra món khác. Cả bữa ăn là một quá trình tổng hợp các món ăn. Mỗi bát cơm, mỗi miếng cơm cũng là sự tổng hợp của các món ăn trong mâm. Khi ăn, gắp thức ăn (rau, thịt/cá) đặt vào bát cơm, rồi và vào miệng. Trong một miếng ăn đã tổng hợp cả cơm, rau, thịt/cá (có khi cả nước canh).

Tính tổng hợp còn thể hiện rõ qua lối ăn trầu của người Việt. Miếng trầu đưa vào miệng không chỉ gồm lá trầu mà cùng lúc còn có cau, vỏ, vôi và thêm một ít thuốc lào.

Trong thời hiện đại, lối ăn cơm đĩa hay phở xào cũng là một lối ăn tổng hợp.

2.2. Tính cộng đồng

Trong xã hội truyền thống, lối sống cộng đồng của người Việt được thể hiện khá rõ nét. Lối sống ấy cũng ảnh hưởng và tác động đến ăn uống. Ăn uống của người Việt mang tính cộng đồng sâu sắc, thể hiện qua cách ăn chung trong bữa ăn, một cách ăn hoàn toàn khác với cách ăn của người phương Tây: Mọi người ngồi quây quần quanh mâm cơm, các món ăn trong mâm đều ăn chung chứ không chia theo suất riêng cho từng người. Trong bữa ăn, nồi cơm và bát nước chấm là biểu tượng rõ nhất của tính cộng đồng trong bữa ăn. Mọi người, ai cũng xới cơm từ chiếc nồi chung và ai cũng chấm cùng một bát nước chấm. Chính vì thế, tính cộng đồng trong ăn uống đòi hỏi con người phải có một thứ văn hóa giao tiếp cao: Văn hóa ăn uống. Có thể nói đây cũng là thước đo trình độ văn hóa của mỗi người. Nhìn vào nồi cơm (cơm nát, sống, khê hay cơm dẻo, khô, ướt), cách đánh cơm, xới cơm hay nhìn vào bát nước chấm (cách pha chế, cách đặt và chấm thế nào) có thể đánh giá được người chủ nhà (hay người nội trợ).

Như vậy, có thể thấy rằng tổng hợp và cộng đồng là hai đặc trưng nổi bật trong lối ăn uống của người Việt. Với lối sống cộng đồng như trong làng xã người Việt thì không khí bữa ăn là một trong những yếu tố không thể thiếu. Cuộc sống cộng đồng trong đó con người sống hài hòa, vui vẻ, chia sẻ, thông cảm với nhau sẽ tạo nên một không khí ăn uống đầm ấm-Dù bữa ăn không có nhiều thịt cá nhưng vẫn cảm thấy ngon miệng:

Râu tôm nấu với ruột bầu,
Chồng chan vợ húp gật đầu khen ngon.

3. Phép ứng xử qua ẩm thực

Ẩm thực không đơn thuần là một hành vi ăn uống thông thường mà là một hiện tượng văn hóa. Đó là văn hóa ẩm thực. Ứng xử trong ẩm thực không chỉ là phép giao tiếp thường nhật trong ăn uống. Nói cách khác, không chỉ là những hành vi giao tiếp ăn uống mà nó bao gồm toàn bộ quá trình hoạt động ẩm thực: các hành vi ngôn ngữ, cử chỉ, những suy nghĩ, thái độ và cả những hình

BÀI SỐ 29 PHONG CÁCH ẨM THỰC CỦA NGƯỜI VIỆT (II)

thức ngoại cảnh thể hiện phép ứng xử ẩm thực: trang phục, môi trường xung quanh cùng cách tiếp nhận, xử lý các tình huống ẩm thực. Đây là một vấn đề lý thú nhưng cũng khá phức tạp. Các dân tộc đều có những điểm chung trong phép ứng xử ẩm thực, đồng thời lại có những nét riêng thể hiện bản sắc văn hóa đặc thù của dân tộc mình trong ẩm thực.

Đối với người Việt, phép ứng xử ẩm thực được thể hiện rõ nét trên nhiều khía cạnh của hoạt động ẩm thực, trong đó có một vài điểm nổi bật sau:

3.1. Lịch sự mực thước trong ăn uống

Trong ứng xử giao tiếp, người Việt thường có 4 mức độ: Trang trọng lịch sự, trung hòa vừa phải, thân mật suồng sã và coi thường. Ăn uống là thước đo trình độ văn hóa của mỗi người. Một con người có văn hóa, có giáo dục là con người có lịch sự, có mực thước trong ăn uống. Những mức độ trong ứng xử giao tiếp nói chung được sử dụng trong giao tiếp ăn uống, tùy theo đối tượng, hoàn cảnh. Tục ngữ người Việt đã đưa ra những chuẩn mực hết sức rạch ròi, được coi như những bài học cho mọi thế hệ về ăn uống: *Ăn trông nồi, ngồi trông hướng. Ăn tùy nơi, chơi tùy chốn.* Các thành viên trong bữa ăn đều phụ thuộc vào nhau nên phải rất ý tứ và mực thước. Tính mực thước đòi hỏi mọi người không nên ăn quá nhanh, không ăn quá chậm, không ăn quá nhiều, ăn tranh hết phần người khác. Thông thường, người có địa vị cao nhất hay chủ gia đình cầm đũa gắp trước. Tay phải cầm đũa, tay trái cầm bát, không gắp chéo qua người khác mà chỉ gắp thức ăn phía bên mình hoặc trước mặt. Gắp một miếng để trên bát cơm rồi và cơm cùng thức ăn vào miệng, không dầm cả miếng thức ăn vào chén nước mắm, không đưa thẳng thức ăn vào miệng. Tránh để đũa đụng vào miệng; không dùng đũa khua khoắng trong bát canh. Khi nhai, phải nhai từ từ, nhỏ nhẹ, tránh gây tiếng động mạnh trong khi ăn. Trong bữa cơm có khách, chủ nhà thường tiếp nhiều thức ăn cho khách. Khi ăn con cái chọn miếng ngon cho ông, bà, cha, mẹ và em nhỏ. Ăn không để vãi, không gắp hoặc vét sạch thức ăn ở đĩa. Trông chừng nồi cơm một cách ý tứ. Nhà có khách, chủ nhà và khách thường uống rượu rồi mới ăn cơm.

Trước khi ăn, cầm bát đũa và mời những người trên mình. Tùy theo từng địa phương, tùy theo tính chất bữa ăn, thành phần bữa ăn để mời. Qua cách mời có thể đánh giá được tư cách, học vấn, trình độ giáo dục của người mời. Nếu nhà có khách, chủ nhà mời khách bằng những câu khiêm nhường, lịch sự. Người Việt có câu: *Lời nói không mất tiền mua, lựa lời mà nói cho vừa lòng nhau.* Hơn nữa, ăn uống là một lĩnh vực khá nhạy cảm, ăn uống rất quan trọng:

- *Dĩ thực vi thiên.*
- *Có thực mới vực được đạo.*

Nhưng miếng ăn cũng là miếng nhục nên trong ăn uống phải có lời mời trang trọng lịch sự: *Ăn có mời, làm có khiến*. Khi tiếp khách ăn uống, chủ nhà bao giờ cũng khiêm nhường, tôn trọng khách. Bà chủ nhà thường chọn những thứ ngon nhất trong nhà để nấu đãi khách, còn ông chủ duy trì bữa ăn, tiếp khách nhiệt tình để chứng tỏ sự lịch sự, nề nếp và sự hiếu khách của gia đình. Quy tắc trên cũng phản ánh rõ nét cơ chế gia đình Việt Nam: đàn ông trị vì, đàn bà cai quản. Khi đến chơi, được mời đến ăn, khách thường có quà mang đến và trao quà cho chủ nhà với lời lẽ khiêm nhường *có chút quà biếu*. Chủ nhà cũng lịch sự đáp lại *Xin... đừng bày vẽ quá...*

Trong khi ăn, chủ nhà luôn quan tâm đến khách, mời khách ăn:

—*Mời... xơi / ăn.*

—*Xin... cứ tự nhiên.*

—*Xin... đừng khách khí nhé.*

—*Xin... đừng làm khách nhé.*

Còn khách cũng khá lịch sự đáp lại: *... cứ để... tự nhiên* hoặc *Xin... cứ mặc...*

Trong bữa ăn, nếu có ai làm đổ hoặc gây ra một điều gì đó bất ổn, thì sẽ xin lỗi: *Xin lỗi, tôi sơ ý quá* hoặc *tôi vô ý quá* hay *tôi lỡ tay*. Và chủ, trong bữa cơm khách, cơm cỗ, bao giờ cũng có câu "*Nếu có gì không phải / nếu có gì sơ suất, xin... bỏ qua / lượng thứ cho*".

Sau khi ăn, các thành viên phải có lời xin phép mọi người rồi mới đứng dậy. Bữa ăn trong gia đình, con cháu ăn xong trước thường nói với những người trên *Con (cháu) ăn xong rồi ạ* hoặc *Xin phép bố mẹ (ông bà) ạ* hoặc *Con (cháu) thôi ạ, mời bố mẹ (ông bà)* v.v... Những người trên thường nói *Bố/mẹ (ông/bà) ăn đủ rồi. Các con/cháu ăn tiếp đi* v.v... Nếu là cơm khách hay cơm cỗ, khi khách ăn xong thường đặt bát đũa xuống mâm rồi nói *Xin phép hai bác/ông bà và gia đình* hay *Xin phép các cụ các bác ạ...* Chủ nhà thường có thói quen nài khách ăn thêm. Khách từ chối rồi cám ơn. Chủ nhà lấy tăm và mời nước khách. Còn trong bữa ăn gia đình, con (cháu) lấy tăm và nước mời ông bà, cha mẹ.

Đang ăn cơm, có khách đi qua cũng phải có lời mời. Thực ra lời mời ở đây là lời chào. Trong bữa ăn nói chuyện nhiều nhưng không cười nói quá to, đặc biệt không được chửi bới, cãi cọ hay nói nặng lời.

3.2. Coi trọng tình nghĩa

Điều kiện tự nhiên, kinh tế và xã hội ở Việt Nam trước đây đã gây không ít khó khăn cho con người. Chính vì thế, con người cần phải dựa vào nhau để sống. Sợi dây liên kết ràng buộc con người với nhau trong cộng đồng, một phần xuất phát từ sự nghèo. Cái nghèo làm con người sống gần gũi nhau hơn, tạo nên sức mạnh tổng hợp hơn:

Một cây làm chẳng nên non

Ba cây chụm lại nên hòn núi cao.

Về một phương diện nào đó, triết lý sống của người Việt tiếp thu triết lý Nho giáo – triết lý của sự nghèo. Nó không dựa trên cái lợi mà dựa trên cái nghĩa. Có thể nói, tình nghĩa là nguyên lý cơ bản của phép ứng xử trong cộng đồng làng xã, được thể hiện qua ăn uống khá rõ nét. Mỗi thành viên, gia đình, dòng tộc trong làng xã khi nhà có việc đều đặt tình nghĩa lên trên hết *Vì tình vì nghĩa ai vì đĩa xôi đầy*. Mọi người luôn giúp đỡ nhau trong tổ chức ăn uống. Trong khi chuẩn bị cỗ bàn, anh em họ hàng, láng giềng, bạn bè, người góp gạo, người góp thịt, người giúp sức giúp công lo tổ chức cỗ sao cho tốt nhất. Mỗi đám cưới, đám giỗ, đám khao đều có sự giúp sức của nhiều người trong họ hàng làng xã. Đây là một nét đẹp truyền thống trong văn hóa Việt Nam nói chung, trong văn hóa ẩm thực nói riêng.

3.3. Lễ nghi trong ẩm thực

Đặc trưng và phép ứng xử của phong cách ăn uống đã hình thành một lễ nghi trong ẩm thực, biểu hiện ngay từ cơ cấu bữa ăn. Khi cơ cấu bữa ăn thay đổi thì thành phần bữa ăn cũng thay đổi. Người Việt đã tuân thủ hệ thống lễ nghi này một cách nghiêm ngặt. Tùy theo quy mô của bữa ăn mà có những quy định riêng cho phù hợp. Tôn ty trật tự trong xã hội: địa vị, tuổi tác, giới được phân biệt cụ thể để từ đó quy định vị trí ngồi, tiêu chuẩn ăn cũng như phần quà sau bữa ăn. Và chính từ đây đã hình thành và tồn tại một hệ thống lễ nghi trong ẩm thực.

Thoạt đầu mới chỉ là những trật tự được quy định theo tôn ty lễ giáo phong kiến, nhưng khi bữa cơm gia đình mở rộng cơ cấu thành phần mang chức năng xã hội thì những trật tự quy định ấy cũng phát triển thành lễ nghi. Lễ nghi trong ẩm thực buộc con người tuân theo những trật tự, những phép tắc vô hình. Mỗi thành viên trong cộng đồng làng xã, tuy là một cá nhân riêng biệt nhưng lại ràng buộc nhau bởi những phép tắc ấy. Không ai dám phá vỡ những lệ tục này – Những lệ tục có làm khổ con người nhưng lại được xem là những tiêu chí của phép ứng xử thông thường, những tiêu chí cần thiết cho việc giữ gìn tôn ty trật tự ở làng xã và vì thế mà nó luôn được bảo tồn.

Lễ nghi trong ẩm thực có cả mặt tích cực lẫn tiêu cực. Nó ràng buộc con người, thúc đẩy mọi thành viên trong làng xã cố gắng hài hòa các mối quan hệ xã hội và chính nó góp phần không nhỏ vào việc củng cố tinh thần cộng đồng làng xã.

3.4. Triết lý nhân sinh trong ẩm thực

Ăn uống có tầm quan trọng đặc biệt trong đời sống con người. Vị trí của ăn uống được tục ngữ đúc kết và nhấn mạnh trong nhiều câu như:

—*Có thực mới vực được đạo.*

—*Thực túc binh cường.*

—*Mạnh vì gạo, bạo vì tiền*, v.v...

Sống trong một đất nước dựa trên nền tảng nông nghiệp với sản phẩm chủ yếu là thóc, gạo nên người Việt có đầu óc rất thực tiễn. Họ luôn xác định rõ và tâm niệm *Người sống vì gạo; Cơm tẻ là mẹ ruột.*

Điều kiện tự nhiên, kinh tế, xã hội đã gây không ít khó khăn cho con người, con người luôn phải vật lộn với tự nhiên, chống chọi với giặc giã để giành giật miếng ăn. Vì vậy, họ hiểu được giá trị của cái ăn: *Một miếng khi đói bằng một gói khi no; Ăn được ngủ được là tiên* nhưng cũng rất tỉnh táo để phân biệt ranh giới giữa vinh và nhục, giữa trọng và khinh trong ăn uống. Những câu tục ngữ:

—*Miếng ăn là miếng nhục.*

—*Ăn một miếng, tiếng một đời.*

—*Miếng ăn quá khẩu thành tàn.*

Không những trở thành bài học luân lý mà còn là triết lý sống của con người trong xã hội nông nghiệp. Miếng ăn là trọng, vẫn biết "*Bụng đói đầu gối phải bò*" nhưng không vì thế mà con người mất đi cách ứng xử hợp lẽ cùng sự ý tứ trong phong cách ăn uống. Dân gian đã đưa ra những chuẩn mực khá rạch ròi:

—*Ăn có chừng, chơi có độ.*

—*Ăn tùy nơi, chơi tùy chốn.*

—*Ăn trông nồi, ngồi trông hướng.*

Cái giá phải trả để có miếng ăn hàng ngày một cách ngon lành, trong sạch không đơn giản. Chính vì vậy mà con người sống theo quan điểm *Còn ăn hết nhịn; Giàu ăn khó nhịn* và phương châm: *Đói cho sạch, rách cho thơm.*

Con người sinh ra trong nền sản xuất nhỏ có tính tiểu nông, lấy nông nghiệp làm đầu nên thang bậc địa vị *nhất nông nhì sĩ* được đại đa số quần chúng tán thưởng, hưởng ứng. Cuộc sống tự cấp tự túc chỉ dựa vào nông nghiệp là chính nên khá bấp bênh và không sung túc. Do đó nảy sinh lối sống tần tiện *ăn nhịn để dành*, tiết kiệm theo quan niệm *Buôn tàu bán bè không bằng ăn dè hà tiện* và lấy *Ăn chắc, mặc bền; Năng nhặt chặt bị* làm phương châm sống.

Thông qua ăn uống, vấn đề tâm lý dân tộc, mà biểu hiện cụ thể là tâm lý làng xã được thể hiện khá rõ nét trên cả hai bình diện tích cực và tiêu cực. Trước hết, đó là tâm lý thích danh lợi. Nhiều khi đó chỉ là danh hão nhưng người ta vẫn coi trọng nó: *Một miếng giữa làng hơn một sàng xó bếp.* Óc tư hữu, ích kỷ của người nông dân sản xuất nhỏ theo kiểu *ăn cây nào rào cây ấy* cũng đã phần nào làm ngưng trệ cuộc sống ở nông thôn.

Trong làng xã Việt Nam, mỗi thành viên vừa thuộc quan hệ cộng đồng vừa thuộc quan hệ đẳng cấp. Qua ăn uống, họ muốn gửi gắm sự khát khao hài hòa các mối quan hệ xã hội. Sự hài hòa ấy biểu hiện tập trung ở lời nói trong giao tiếp, ở cách ứng xử xã hội. Vì vậy, dù miếng ngon thì nhớ đời nhưng *ăn có mời, làm có khiến*. Lời nói, lời mời, lời chào thể hiện cách ứng xử của mỗi con người. *Lời chào cao hơn mâm cỗ; Lời nói không mất tiền mua* như một triết lý, một lời khuyên con người tạo dựng, xây đắp một nếp sống đẹp trong không khí hài hòa giữa con người với con người. Cốt lõi của ăn uống không nằm ngoài nguyên tắc ứng xử của con người.

Như vậy, phong cách ăn uống cùng với cơ cấu thành phần bữa ăn như đã phân tích ở trên đã xác định đặc điểm ăn uống của người Việt-một lối ăn uống mang tính xã hội sâu sắc, trong đó con người luôn sáng tạo, tìm mọi cách để phù hợp và hòa đồng với thiên nhiên mà vẫn giữ bản sắc chủ thể của con người.

注　释

1. tập tàng：杂菜，指一些通常是野生的、容易采摘的蔬菜混杂在一起。

2. hành chưng：用少许油煸炒至干的葱花，用作一些食物的调味。

3. diếp cá：鱼腥草、蕺菜，常生吃或入药。

4. ăn trông nồi, ngồi trông hướng：比喻在日常生活中要见机行事，要有眼力见儿。

5. ăn tùy nơi, chơi tùy chốn：择善而从，亦为ăn chọn nơi, chơi chọn chốn。

6. Dĩ thực vi thiên：以食为天，出自中国春秋时管仲的"王者以民为天，民以食为天，能知天之天者，斯可矣。"

7. Có thực mới vực được đạo：有食才能卫道。《管子·牧民》里有"仓廪实则知礼节，衣食足则知荣辱"。司马迁在《史记·货殖列传》中引用时改为："仓廪实而知礼节，衣食足而知荣辱"。

8. ăn có mời, làm có khiến: 比喻人的行为处事要自重，要懂得分寸。

9. miếng ăn là miếng nhục: 比喻用人格、屈辱来换取权力、钱财、食物等。类似汉语的"为五斗米折腰"。

10. ăn một miếng, tiếng một đời: 比喻为了贪图小利而行不义之举将会留下永久的坏名声，亦为Ăn một miếng, tiếng cả đời或Ăn một miếng, tiếng để đời。

11. Miếng ăn quá khẩu thành tàn: 义同miếng ăn là miếng nhục，比喻不应过于看重吃喝而丧失人格。

12. còn ăn hết nhịn, giàu ăn khó nhịn: 比喻人各有命，有事情自己想办法，不依靠他人。类似汉语的"有的吃，没的看"。

13. ăn nhịn để dành: 节衣缩食、省吃俭用，亦为ăn chắc để dành、ăn chắc hà tiện。

14. buôn tàu bán bè không bằng ăn dè hà tiện: 比喻生意做得再大不如省吃俭用。类似汉语的"吃不穷，穿不穷，算计不到就受穷"。

15. ăn cây nào rào cây ấy: 比喻投靠、依靠什么人，就保护什么人。相当于汉语的"穿黑袍，抱黑柱"、"穿黑衣，保黑主"。

BÀI SỐ 30
KINH NGHIỆM CỦA MỘT SỐ NƯỚC ĐÔNG Á SAU KHI GIA NHẬP WTO
东亚一些国家加入WTO后的经验

1. Kinh nghiệm của Trung Quốc về thực hiện các cam kết với WTO

Cam kết của Trung Quốc với WTO có phạm vi rộng lớn, bao gồm 700 cam kết. Sau khi gia nhập WTO, Trung Quốc đã thực hiện nghiêm túc các cam kết của mình.

Về hoàn chỉnh hệ thống pháp luật, ngay sau khi gia nhập, Trung Quốc đã nỗ lực điều chỉnh hệ thống pháp luật phù hợp với quy định của WTO. Trung Quốc đã sửa đổi 13 nội dung trong Hiến pháp, 2300 văn bản pháp luật của các bộ ngành, ngành liên quan được thanh lọc, sửa đổi, 190.000 văn bản của các địa phương được sửa đổi hoặc bãi bỏ[1]. Việc sửa đổi các văn bản pháp luật nhằm đáp ứng yêu cầu thực hiện các cam kết. Vì thế Trung Quốc đã đề ra hai nguyên tắc cơ bản để sửa đổi các văn bản pháp luật kinh tế-thương mại: *một là*, dựa trên nguyên tắc cơ bản của WTO để sửa đổi: không phân biệt đối xử, tự do thương mại, cạnh tranh công bằng…; *hai là*, sửa đổi pháp luật, pháp quy của các bộ, ngành theo 4 nguyên tắc "thống nhất pháp chế, minh bạch hóa, thẩm tra tư pháp và không phân biệt đối xử".

Về thực hiện cắt giảm thuế quan, Trung Quốc đã giảm thuế và bỏ hàng rào phi thuế quan theo đúng tiến độ cam kết. Đến năm 2005, thuế bình quân cho sản phẩm công nghiệp chỉ còn 9,3%, còn sản phẩm nông nghiệp là 15,6%[2]. Những hạn ngạch và giấy phép còn lại được quản lý minh bạch và không phân biệt đối xử.

Về mở cửa thị trường dịch vụ, Trung Quốc quyết tâm thực hiện đúng thời gian biểu về mở cửa thị trường dịch vụ. Nhà nước đã chế định một loạt các chế độ cho phép nước ngoài tham gia lĩnh vực dịch vụ, nhất là lĩnh vực ngân hàng. Chính phủ Trung Quốc đã cấp phép cho một số ngân hàng nước ngoài hoạt động; cho phép các nhà đầu tư nước ngoài mua trái phiếu chính phủ và trái phiếu công ty; cho phép các công ty chứng khoán nước ngoài tham gia cổ phần, …

---

[1] Việt Nam với WTO, Nxb Tư pháp, Hà Nội, 2007, tr. 123.

[2] Võ Đại Lược (chủ biên): Trung Quốc sau khi gia nhập WTO-thành công và thách thức, Nxb Thế giới, Hà Nội, 2006, tr. 27.

Về thực hiện quyền sở hữu trí tuệ, ngay từ năm 2001, Ủy ban thường vụ Quốc hội của Trung Quốc đã sửa đổi ba đạo luật liên quan đến quyền sở hữu trí tuệ: Luật về Bản quyền tác giả, Luật về Thương hiệu hàng hóa và Luật về Sáng chế. Chính phủ Trung Quốc đã ban hành các văn bản pháp lý để tăng cường ngăn chặn tội phạm trong lĩnh vực tài sản trí tuệ và thực hiện truy quét nạn ăn cắp bản quyền.

Như vậy, Trung Quốc đã thực hiện nghiêm túc và đúng lộ trình các cam kết với WTO về cắt giảm thuế quan, loại bỏ hàng rào phi thuế quan, mở cửa thị trường dịch vụ và thực hiện các nguyên tắc của WTO về không phân biệt đối xử, cạnh tranh công bằng.

Sự thực hiện nghiêm túc các cam kết với WTO đã *tác động tích cực* đến kinh tế Trung Quốc. Sau khi gia nhập WTO, kinh tế Trung Quốc đạt mức tăng trưởng cao, năm sau cao hơn năm trước. Tốc độ tăng GDP của Trung Quốc theo giá so sánh: năm 2002 đạt 9,1%, năm 2003: 10%, năm 2004: 10,1%, năm 2005: 10,4%, năm 2006: 11,4%, năm 2007: 11,9%. Trước khi gia nhập WTO, người ta dự báo rằng ngành sản xuất ô tô và nông nghiệp của Trung Quốc sẽ bị ảnh hưởng nghiêm trọng, nhưng thực tế diễn ra trái với dự đoán đó. Ngành ô tô của Trung Quốc vẫn phát triển sau khi gia nhập WTO, còn nông nghiệp của Trugn Quốc không có biến động lớn, vì Chính phủ đã áp dụng các chính sách, biện pháp hỗ trợ sản xuất lương thực, trong đó lấy "trợ cấp trực tiếp và mở cửa thị trường thu mua bao tiêu" làm chính.

Để thực hiện các cam kết, Trung Quốc đã *đẩy mạnh cải cách* đi vào chiều sâu trên tất cả các mặt: (1) tiếp tục hoàn thiện hệ thống pháp luật phù hợp với nguyên tắc, quy định của WTO. (2) Cải cách Chính phủ: việc gia nhập WTO đòi hỏi phải cải cách Chính phủ, thay đổi chức năng cũng như phương thức điều hành kinh tế của Chính phủ. Chính phủ Trung Quốc đã chuyển trọng tâm sang quản lý kinh tế vĩ mô, tập trung làm những việc: duy trì ổn định kinh tế vĩ mô, tạo điều kiện cho phát triển; nhà nước thực hiện quản lý bằng pháp luật; điều chỉnh cơ cấu kinh tế và phát triển mạnh ngành dịch vụ; khai mở thị trường bên ngoài và tìm nguồn cung ứng nguyên vật liệu; cung cấp các dịch vụ xã hội cho người nghèo. (3) Cải cách DNNN nhằm cơ cấu và sắp xếp lại khu vực DNNN theo hướng thu hẹp phạm vi, giảm số lượng và tập trung dần vào các ngành, lĩnh vực quan trọng, cơ cấu lại quản lý nội bộ doanh nghiệp theo cơ chế công ty phù hợp với cơ chế thị trường. Tuy vậy, tốc độ cơ cấu lại khu vực DNNN diễn ra chậm. Chiến lược cải cách DNNN được đề xuất hiện nay là: phá thế độc quyền đối với một số ngành truyền thống và độc quyền tự nhiên, cho phép tư nhân tham gia vào những ngành này; cải cách hệ thống quyền sở hữu tài sản và quản lý công ty mà trọng tâm là đa dạng hóa sở hữu bằng cách đẩy mạnh cổ phần hóa DNNN; cải cách hệ thống giám sát tài sản thuộc sở hữu nhà nước; thực hiện cho phá sản DNNN.

Cùng với cải cách DNNN, Trung Quốc tạo khung pháp lý và khuyến khích kinh tế tư nhân phát triển. Năm 2005, Nhà nước cho phép doanh nghiệp ngoài quốc doanh tham gia đầu tư vào các ngành kết cấu hạ tầng, các ngành Nhà nước độc quyền và các ngành dịch vụ công cộng. Trung Quốc cũng rất chú ý phát triển các xí nghiệp hương trấn, coi sự phát triển của chúng là con đường giải quyết hiệu quả vấn đề "Tam nông".

2. Kinh nghiệm của một số thành viên khác của WTO

Nhật Bản là một điển hình thành công sau khi gia nhập GATT/WTO. Sau Chiến tranh thế giới thứ hai, Nhật Bản đã triển khai chương trình hội nhập có tính chiến lược. Trong lĩnh vực thương mại, Nhật Bản đẩy mạnh xuất khẩu, bành trướng thế lực ra bên ngoài, song lại duy trì chế độ kiểm soát nhập khẩu nghiêm ngặt. Nhưng từ khi gia nhập GATT, mức độ tự do hóa được đẩy mạnh, đến năm 1972 mức độ tự do hóa đạt mức 95%. So với tự do hóa thương mại, tự do hóa đầu tư của Nhật Bản chậm hơn và thực tế nó chỉ được thực hiện trong những năm 1970. Như vậy, sau khi gia nhập GATT, Nhật Bản đã quyết tâm theo đuổi tự do hóa thương mại, nhưng duy trì sự bảo hộ trong một thời gian tương đối dài đối với đầu tư và thị trường dịch vụ. Tuy vậy, từ khi Nhật Bản lâm vào khủng hoảng cuối những năm 1980 và trong suốt những năm 1990, Nhật Bản đã quyết tâm cải cách, tự do hóa mạnh mẽ đầu tư và thị trường dịch vụ. Nhờ đó Nhật Bản đã khôi phục kinh tế và bước vào chu kỳ phát triển năng động mới.

Hàn Quốc quá trình hiện đại hóa và hội nhập kinh tế của Hàn Quốc được chính thức bắt đầu từ thập niên 1960, khi Hàn Quốc chuyển từ chiến lược thay thế nhập khẩu sang chiến lược hướng ngoại. Hàn Quốc đã triển khai chương trình hội nhập có tính linh hoạt, không chặt chẽ, toàn phần với nền kinh tế thế giới. Tự do hóa nhập khẩu diễn ra chậm với mục đích bảo hộ thị trường, thúc đẩy xuất khẩu; ngành công nghiệp ô tô được Chính phủ bảo hộ trong một thời gian dài; đầu tư trực tiếp nước ngoài được quy định chặt chẽ; hội nhập của lĩnh vực tài chính được thực hiện theo giai đoạn, chứ không hội nhập nhanh, toàn phần với nền tài chính thế giới. Năm 1995, Hàn Quốc đưa ra chiến lược tham gia quá trình toàn cầu nhằm đưa Hàn Quốc trở thành một quốc gia có vai trò quan trọng trong các vấn đề thế giới. Chiến lược này xác định rõ: giáo dục phải đạt được toàn cầu; hệ thống pháp luật và kinh tế phải được cải cách để đáp ứng được trình độ toàn cầu; Chính phủ cũng như chính quyền địa phương phải được làm cho có tính toàn cầu; văn hóa và cách tư duy phải được toàn cầu hóa. Như vậy, Hàn Quốc đã đẩy mạnh tự do hóa trong giai đoạn sau và tích cực tham gia vào quá trình toàn cầu hóa. Nhờ thế, kinh tế Hàn Quốc tăng trưởng mạnh trong một thời gian dài và là một trong các nền kinh tế "thần kỳ Đông Á".

Xingapo, Hồng Kông, Đài Loan, Malaixia đã theo đuổi chính sách tự do hóa, liên tục cải cách chính sách thương mại, thực hiện chính sách công nghiệp hướng về xuất khẩu, tận dụng tối đa cơ hội để phát triển các ngành công nghiệp có lợi thế cạnh tranh, có giá trị gia tăng cao trong chuỗi giá trị sản xuất khu vực /toàn cầu, đẩy mạnh phát triển nguồn nhân lực chất lượng cao. Nhờ vậy, các nền kinh tế này tăng trưởng khá cao. Sau khủng hoảng tài chính-tiền tệ Đông Nam Á 1997—1998, các nền kinh tế này tiếp tục thúc đẩy cải cách kinh tế theo hướng hội nhập sâu hơn, nên đã thoát nhanh ra khỏi khủng hoảng, tiếp tục tăng trưởng cao và ổn định.

Thái Lan đã đạt mức tăng trưởng kinh tế đáng ghi nhận trong ba thập kỷ qua. Một trong những nguyên nhân thành công của nước này là Chính phủ Thái Lan đã chuyển từ chiến lược thay thế nhập khẩu sang chiến lược hướng về xuất khẩu. Từ giữa những năm 1990 trở lại đây, Thái Lan đưa ra chiến lược hội nhập kinh tế quốc tế với bốn nội dung chủ yếu: đào tạo nguồn nhân lực; tăng cường thu hút đầu tư nước ngoài; nâng cao năng lực cạnh tranh của hàng hóa xuất khẩu và tăng cường xâm nhập thị trường mới mở cửa. Chính phủ Thái Lan đã đưa ra chiến lược rõ ràng và biện pháp nâng cao năng lực cạnh tranh của hàng hóa, trong đó xác định năm lĩnh vực có thể tạo cho họ vị thế trên thị trường thế giới là: xe hơi, thực phẩm, thời trang, du lịch và phần mềm máy tính. Hai giải pháp để thực hiện chiến lược này là tăng cường thu hút FDI và tham gia các FTA. Một nội dung quan trọng khác của chiến lược này là đầu tư trực tiếp ra nước ngoài, nhất là thâm nhập vào các nền kinh tế mới mở cửa, gần gũi với Thái Lan, trong đó có Việt Nam. Như vậy, Thái Lan đã tận dụng được những cơ hội do hội nhập kinh tế và gia nhập WTO mang lại để phát triển kinh tế trong thời gian qua.

Tuy vậy, Thái Lan là nơi xuất phát của cuộc khủng hoảng tài chính châu Á năm 1997, nguyên nhân của cuộc khủng hoảng này được lý giải là do đầu tư quá mức vào lĩnh vực có tính chất rủi ro cao và được cấp vốn ngắn hạn (vốn của nước ngoài); các khoản đầu tư không được kiểm soát chặt chẽ, vì các ngân hàng thông đồng với các nhà chính trị. Sự tự do hóa quá sớm và không có sự kiểm soát cần thiết đã góp phần đưa đến cuộc khủng hoảng.

3. Những bài học mà Việt Nam có thể tham khảo

Nghiên cứu kinh nghiệm của Trung Quốc và một số nước thành viên WTO có thể rút ra một số bài học kinh nghiệm mà Việt Nam có thể tham khảo như sau:

Thứ nhất, các nước thành công sau khi gia nhập WTO đều là những nước thực hiện nghiêm túc các cam kết với WTO. Thực tế cho thấy các nước thành công sau khi gia nhập WTO như các nước Đông Á, Trung Quốc đã thực hiện nghiêm túc việc cắt giảm thuế quan, loại bỏ các hàng rào phi thuế quan; thực hiện tự do hóa thương mại, đầu tư, tài chính theo lộ trình cam kết; tuân thủ các nguyên tắc cơ bản của WTO. Nhờ vậy tận dụng được những cơ hội do WTO mang lại. Trái lại, những nước ít thành công hơn sau khi gia nhập WTO là những nước vẫn theo đuổi chính sách kinh tế tập trung, đóng cửa, không thực hiện tự do hóa thương mại, chẳng hạn, như Mianma, Nêpan.

Các nghiên cứu về tác động của việc thực hiện cam kết với WTO cho thấy lợi ích thu được thông qua việc cắt giảm thuế quan mang tính ngắn hạn, nhỏ bé và giảm dần. Còn lợi ích thu được từ việc thực hiện các nguyên tắc của WTO như không phân biệt đối xử, cạnh tranh công bằng, minh bạch hóa pháp luật, chính sách mới mang lại hiệu quả lâu dài và to lớn.

Thứ hai, các nước thành công sau khi gia nhập WTO đều chú trọng và quyết tâm cải cách thể chế kinh tế trong nước theo hướng thị trường và hội nhập kinh tế. Không có kinh tế thị trường thì không thể hội nhập được. Mức độ hội nhập tùy thuộc vào mức độ cải cách kinh tế theo hướng thị trường. Bởi lẽ chỉ có thể chế kinh tế thị trường mới phù hợp với yêu cầu của WTO. Thực tế cho thấy nước nào có thể chế kinh tế thị trường tốt hơn, nước đó sẽ tận dụng được nhiều cơ hội hơn khi hội nhập. Nhật Bản, Hàn Quốc, Xingapo, Hồng Kông, Malaixia nhờ theo đuổi chính sách tự do hóa, liên tục cải cách chính sách thương mại mà nền kinh tế đạt được tốc độ tăng trưởng kinh tế cao.

Trung Quốc là trường hợp nổi bật về cải cách thể chế để đáp ứng yêu cầu gia nhập WTO.

Trung Quốc là nước đang trong quá trình chuyển đổi kinh tế, vì thế, sau khi gia nhập WTO, nước này đã tiến hành cải cách rộng lớn trên tất cả các lĩnh vực: hoàn thiện hệ thống pháp luật phù hợp với những nguyên tắc của WTO; cải cách chính phủ nhằm thay đổi chức năng và phương thức điều hành kinh tế của Chính phủ; cải cách DNNN nhằm thu hẹp phạm vi và tập trung DNNN vào lĩnh vực trọng yếu; tạo điều kiện khuyến khích phát triển kinh tế tư nhân, … Tất cả những cải cách trên nhằm cải cách thể chế theo hướng thị trường. Từ thực tế có thể rút ra kết luận có ý nghĩa thiết thực: *cải cách kinh tế theo hướng thị trường là điều kiện cơ bản nhất để* hội nhập kinh tế quốc tế, thực hiện các cam kết và tận dụng được các cơ hội do việc gia nhập WTO mang lại.

Thứ ba, việc thực hiện các cam kết với WTO và bảo đảm hội nhập mang lại hiệu quả trách nhiệm trước hết thuộc về chính phủ. Vì vậy, cần phải điều chỉnh chức năng, nâng cao năng lực và hiệu quả điều hành kinh tế của chính phủ. Chủ thể tham gia WTO là chính phủ chứ không phải là doanh nghiệp. Chính phủ là người tiến hành đàm phán, đưa ra các cam kết và là người tổ chức thực hiện các cam kết. các nguyên tắc cơ bản của WTO đều không phải là những yêu cầu đối với doanh nghiệp, mà là những yêu cầu đòi hỏi chính phủ phải thực hiện, vì thế, cần phải có một chính phủ năng lực và hiệu quả. Đối với những đang chuyển đổi nền kinh tế sang kinh tế thị trường thì điều này đòi hỏi phải cải cách chính phủ. Chẳng hạn, Trung Quốc sau khi gia nhập WTO đã tiến hành cải cách chính phủ. Bởi lẽ, thể chế chính phủ của Trung Quốc, tuy đã thay đổi nhiều trong quá trình cải cách, mở cửa, nhưng Chính phủ vẫn còn can thiệp hành chính vào hoạt động của doanh nghiệp và thị trường, thủ tục hành chính còn rườm rà, gây ra lãng phí và cản trở, vì thế không thể không cải cách chính phủ. Cải cách chính phủ theo hướng chính phủ tập trung vào điều hành kinh tế vĩ mô; tạo lập quy tắc cho hoạt động thị trường; chuyển từ quản lý bằng các biện pháp hành chính sang quản lý bằng các biện pháp kinh tế là chủ yếu; cung cấp hàng hóa công cộng. Chỉ có như vậy mới thích ứng được với kinh tế thị trường và đáp ứng được yêu cầu của WTO.

Thứ tư, đối với các nước đang chuyển sang kinh tế thị trường để thích ứng với hội nhập kinh tế, thì cải cách DNNN là mắt xích quan trọng nhất trong cải cách kinh tế, đồng thời phải tạo điều kiện phát triển mạnh mẽ khu vực kinh tế tư nhân. Trung Quốc là nước đang trong quá trình chuyển sang kinh tế thị trường, gia nhập WTO, nên Chính phủ Trung Quốc coi cải cách DNNN là mắt xích quan trọng nhất trong cải cách thể chế kinh tế và tập trung nỗ lực thực hiện. Chủ trương cải cách khu vực DNNN của Trung Quốc là cơ cấu lại khu vực DNNN, thu hẹp phạm vi, giảm số lượng, tập trung vào những nghành nghề, lĩnh vực quan trọng trong nền kinh tế, đổi mới cơ chế quản lý doanh nghiệp theo chế độ công ty phù hợp với kinh tế thị trường. Những giải pháp cơ bản để cải cách khu vực DNNN là cổ phần hóa DNNN, công ty hóa DNNN, cho phá sản DNNN. Để thay đổi về chất cơ chế quản lý DNNN, Trung Quốc đã thực hiện tách Chính phủ khỏi doanh nghiệp, tách chức năng chủ sở hữu của Nhà nước với quyền kinh doanh của doanh nghiệp. Cùng với cải cách khu vực DNNN, Trung Quốc đã tạo khung khổ pháp lý và khuyến khích khu vực kinh tế tư nhân phát triển. Chính phủ Trung Quốc cho phép tư nhân đầu tư vào kết cấu hạ tầng, vào các ngành vốn là độc quyền của Nhà nước. Hiện nay kinh tế tư nhân đã trở thành động lực của nền kinh tế Trung Quốc. Cải cách khu vực DNNN, khuyến khích phát triển kinh tế tư nhân thực chất là cải cách kinh tế theo hướng thị trường, đáp ứng yêu cầu hội nhập kinh tế quốc tế.

Thứ năm, tái cơ cấu kinh tế ngành và nâng cao năng lực cạnh tranh là chìa khóa thành công của hội nhập kinh tế quốc tế. Nhật Bản, NICs Đông Á, Trung Quốc là những thành viên thành công của WTO. Một trong những nguyên nhân đưa đến sự thành công của những thành viên này là họ đã biết điều chỉnh cơ cấu kinh tế ngành và nâng cao năng lực cạnh tranh. NICs Đông Á đã bắt đầu từ những ngành chế tác xuất khẩu sử dụng nhiều lao động, sau đó, khi lợi thế so sánh của sản xuất sử dụng nhiều lao động giảm dần, họ đã chuyển trọng tâm sang các ngành sử dụng nhiều vốn. Hiện nay, NICs Đông Á đang tập trung phát triển mạnh ngành dịch vụ và các ngành sử dụng nhiều công nghệ cao và tri thức. Trung Quốc sau khi trở thành "công xưởng của thế giới", đang phát triển những ngành sử dụng nhiều lao động, nhưng Trung Quốc đã thực hiện hiện đại hóa những ngành này, làm thay đổi rõ rệt cơ cấu kinh tế ngành. Đặc biệt Trung Quốc tập trung phát triển ngành dịch vụ, nhất là dịch vụ tài chính, bảo hiểm. Khu vực dịch vụ của Trung Quốc phát triển ngoạn mục. Việc tái cơ cấu kinh tế ngành đã góp phần quan trọng vào thành tựu kinh tế trong đó có mở rộng xuất khẩu.

Thứ sáu, cần phải biết tự vệ trong khuôn khổ WTO. Trong nền kinh tế thị trường toàn cầu hóa ngày nay, cạnh tranh, mâu thuẫn, tranh chấp, xung đột và hợp tác cùng tồn tại và đan xen rất phức tạp. Vì thế, tranh chấp thương mại là kết quả không thể tránh khỏi. Tham gia WTO cũng đồng thời tham gia vào cơ chế giải quyết tranh chấp của WTO. Vì vậy, chính phủ các quốc gia tham gia hội nhập kinh tế cần có đối sách thích hợp để bảo vệ lợi ích quốc gia, duy trì sự phát triển ổn định. Trung Quốc là một ví dụ khá thành công trong việc tự vệ, bảo vệ lợi ích quốc gia. Ngay sau khi gia nhập WTO, Trung Quốc đã vấp phải hàng rào mậu dịch quốc tế từ các nước, các nước đều áp dụng biện pháp phi thuế quan cũng như các biện pháp phi thị trường khác đối với Trung Quốc. Bên cạnh hàng rào mậu dịch, Trung Quốc còn phải đối phó với những vấn đề thâm hụt thương mại giữa Mỹ với Trung Quốc, giữa EU với Trung Quốc, các vụ kiện chống bán phá giá đối với Trung Quốc ngày càng gia tăng. Trung Quốc đã phải áp dụng các biện pháp thay thế như kéo dài thời hạn thực hiện hoặc dùng các biện pháp kỹ thuật. Trung Quốc đã cố gắng giải quyết các vụ tranh chấp thương mại bằng thương lượng.

Thứ bẩy, tự do hóa tài chính là yêu cầu của WTO, nhưng cần thực hiện một cách thận trọng, có chuẩn bị và theo lộ trình thích hợp. Việc tự do hóa tài chính một cách nóng vội, không có lộ trình hợp lý sẽ dẫn đến đổ vỡ như trường hợp Achentina, hoặc các nước Đông Nam Á những năm 1997-1998. Cuộc khủng hoảng này đã đẩy 1 triệu người Thái Lan và 22 triệu người ở Inđônêxia xuống dưới mức nghèo khổ chỉ trong vòng vài tháng. Nguyên nhân là các nước này thiếu sự chuẩn bị kỹ lưỡng, vay nợ để phát triển nhiều lĩnh vực kinh tế kém hiệu quả, tính rủi ro cao; Chính phủ các nước này đã thiếu các biện pháp buộc các ngân hàng áp dụng hệ thống quản lý rủi ro, thiếu sự giám sát cần thiết đối với hệ thống ngân hàng. Kết quả là Chính phủ và các ngân hàng không được chuẩn bị tốt để đối phó với các luồng vốn khổng lồ đổ vào và đột ngột rút ra năm 1997.

Thứ tám, phát triển nguồn nhân lực chất lượng cao là nhân tố quyết định thành công trong hội nhập kinh tế của nhiều quốc gia. Những nước có nguồn nhân lực chất lượng cao mới khai thác được lợi ích dài hạn của việc gia nhập WTO, mới tham gia được vào các khâu tạo ra giá trị gia tăng cao trong chuỗi giá trị sản xuất toàn cầu. Vì thế, nhiều quốc gia đã gia tăng đầu tư cho giáo dục-đào tạo và nâng cao chất lượng giáo dục để đào tạo lao động kỹ năng, lao động có trình độ chuyên môn cao. Ý thức được tầm quan trọng của việc phát triển nguồn nhân lực, các nền kinh tế Đông Á cũng như Trung Quốc đã tăng đầu tư cho giáo dục-đào tạo, họ coi trọng cả đào tạo lẫn việc phân bố, sử dụng nguồn nhân lực.

Thứ chín, ổn định chính trị xã hội, tạo sự đồng thuận xã hội và giải quyết những vấn đề xã hội nảy sinh trong quá trình hội nhập. Sự ổn định chính trị, xã hội tạo điều kiện thực hiện cải cách kinh tế trong nước để đón bắt cơ hội do hội nhập mang lại. Đồng thời phải làm tốt công tác tư tưởng để nâng cao nhận thức, thống nhất quan điểm, mục tiêu gia nhập WTO, nhờ đó tạo nên sự đồng thuận xã hội về hội nhập. Đây là yếu tố quan trọng ảnh hưởng đến sự thành công của hội nhập kinh tế. Hội nhập kinh tế, gia nhập WTO có thể làm nảy sinh những vấn đề xã hội và môi trường như thất nghiệp, hố ngăn cắt giàu nghèo gia tăng. Vì thế chính phủ cần nỗ lực giải quyết những vấn đề trên thì mới phát triển bền vững.

注　释

本文刊登于越南社会科学院越南经济所月刊杂志《经济研究》2009年10月第10期，作者梅兰香（Mai Lan Hương）系越南国民经济大学教师。

1. WTO：世界贸易组织（World Trade Organization, Tổ chức thương mại thế giới），简称"世贸组织"，1994年4月15日举行的关贸总协定部长会议上决定成立，以取代成立于1947年的关贸总协定（GATT）。

2. minh bạch hóa：透明化

3. hàng rào phi thuế quan：非关税壁垒

4. quyền sở hữu trí tuệ：知识产权

5. Ủy ban thường vụ Quốc hội：国会常务委员会（越南）、人大常委会（中国）

6. Luật về Bản quyền tác giả, Luật về Thương hiệu hàng hóa và Luật về Sáng chế：《著作权法》、《商标法》和《专利法》。

7. GDP：国内生产总值（Gross Domestic Product, tổng sản phẩm quốc nội）

8. thị trường thu mua bao tiêu：统购包销市场

9. DNNN：国有企业、国营企业，doanh nghiệp nhà nước的缩写。

10. độc quyền tự nhiên：自然垄断（Natural monopoly），经济学中的一个传统概念。早期的自然垄断主要指由于资源条件的分布集中而无法竞争或不适宜竞争所形成的垄断。现代的自然垄断产生的原因主要在于经济效率或者效益，平均成本下降是自然垄断的充分条件。

11. Tam nông：三农，指农村、农业和农民。三农问题则特指中国大陆的农村问题、农业问题和农民问题以及从而产生的社会问题，包括贫富悬殊及流动人口等。

12. GATT：关税及贸易总协定(General Agreement on Tariffs and Trade, Thỏa ước tổng quan về thuế quan và mậu dịch, Hiệp định chung về thuế quan và mậu dịch)，1947年10月30日在日内瓦签订，1948年1月1日开始临时适用。

13. chiến lược thay thế nhập khẩu：进口替代战略，又称进口替代工业化政策，是内向型经济发展战略的产物，指一国采取各种措施，限制某些外国工业品进口，促进本国有关工业品的生产，逐渐在本国市场上以本国产品替代进口产品，为本国工业发展创造有利条件，实现工业化。

14. chiến lược hướng ngoại：外向型经济发展战略，又称出口导向型经济发展战略，指国家采取种种措施促进面向出口的工业部门的发展，通过扩大出口，带动经济增长，把经济活动的重心，从以本国或本地区市场为主，转向以国际市场为主。

15. quá trình toàn cầu：全球化进程。全球化是指全球联系不断增强，人类生活在全球规模的基础上发展及全球意识的崛起。

16. thần kỳ Đông Á：东亚奇迹，指日本、韩国、台湾、香港、新加坡、泰国等一些东亚、东南亚国家和地区在二战后取得的经济成功。

17. hướng về xuất khẩu：出口导向，指以生产出口产品来带动本国经济的发展，经济发展主要由国际市场来推动。

18. có giá trị gia tăng cao：具有高附加值。附加值（Value Added）是附加价值的简称，是在产品原有价值的基础上，通过生产过程中的有效劳动新创造的价值，即附加在产品原有价值上的新价值。

19. chuỗi giá trị sản xuất：产值链

20. FDI：外国直接投资（Foreign Direct Investment, vốn đầu tư trực tiếp từ nước ngoài）

21. FTA：自由贸易协定(Free Trade Agreement, Hiệp định về mậu dịch tự do)，有时也指基于一定贸易协定的自由贸易区（khu vực mậu dịch tự do）。

22. NICs：新兴工业化国家（New Industrial Countries, các nước công nghiệp hóa mới）

23. ngành sử dụng nhiều lao động：劳动密集型产业

24. ngành sử dụng nhiều vốn：资本密集型产业

25. hàng rào mậu dịch：贸易壁垒（Barrier to trade），又称贸易障碍。

26. vụ kiện chống bán phá giá：反倾销案

27. mức nghèo khổ：贫困线

28. hố ngăn cắt giàu nghèo：贫富差距，亦为khoảng cách giàu nghèo。